'When Friendship Hurts' या इंग्रजी पुस्तकाचा अनुवाद

मैत्री अशी आणि तशी

विश्वासघात करणाऱ्या, नातं तोडणाऱ्या किंवा मनावर घाव घालणाऱ्या मित्रांशी पुन्हा मैत्री करा!

जॅन येगर, पीएच.डी.

अनुवाद
सुप्रिया वकील

मेहता पब्लिशिंग हाऊस

Please contact us at **Mehta Publishing House,** 1941, Madiwale Colony, Sadashiv Peth, Pune 411030.
✆+91 020-24476924 / 24460313
Email : info@mehtapublishinghouse.com
production@mehtapublishinghouse.com
sales@mehtapublishinghouse.com
Website : www.mehtapublishinghouse.com

- *या पुस्तकातील लेखकाची मते, घटना, वर्णने ही त्या लेखकाची असून त्याच्याशी प्रकाशक सहमत असतीलच असे नाही.*

WHEN FRIENDSHIP HURTS by JAN YAGER, PH.D.
मैत्री अशी आणि तशी... : सुप्रिया वकील / ललितपर

Originally Published in the United States by Simon & Schuster, Inc.
Fireside Books, 2002
A new Foreword by the author was provided for this edition of the book

Translated into Marthi Language by Supriya Vakil

अनुवाद : सुप्रिया वकील
E-mail : supriyawakil@gmail.com

प्रकाशक : सुनील अनिल मेहता, मेहता पब्लिशिंग हाऊस,
१९४१, सदाशिव पेठ, माडीवाले कॉलनी, पुणे - ४११०३०.

मुद्रक : पार्कसन्स ग्राफिक्स, १५, शहा इंडस्ट्रिअल इस्टेट,
वीरा देसाई रोड, अंधेरी (प.) मुंबई – ४०० ०५३.

मुखपृष्ठ : सतीश भावसार

प्रथमावृत्ती : जानेवारी, २०१७

किंमत : ₹ २५०/-

P Book ISBN 9789386342294

माझे पती– फ्रेड, आमचे सुपुत्र स्कॉट व जेफरी, माझी आई,
बहीण, माझा परिवार, माझे वडील व भाऊ यांच्या
स्मृतीस आणि माझे मित्र-मैत्रिणी, यांना...

लेखिकेचे मनोगत

'व्हेन फ्रेंडशिप हर्ट्स' या पुस्तकासाठी संशोधन व लेखन करण्याच्या निमित्तानं मला अपूर्व व मौल्यवान संधी मिळाली : मैत्री या माझ्या विशेष नैपुण्याच्या क्षेत्रात; एवढंच नव्हे तर त्याच्या अत्यंत वैशिष्ट्यपूर्ण पैलूचा अभ्यास करण्याची मला संधी मिळाली. तो पैलू म्हणजे- मैत्रीच्या नात्यातला विश्वासघात आणि विध्वंसक किंवा नकारात्मक मैत्रीसंबंध कसे हाताळायचे व त्यावर यशस्वी मात कशी करायची.

'मैत्री' या विषयावर माझं पहिलं लेखन म्हणजे माझा समाजशास्त्राचा प्रबंध 'फ्रेंडशिप पॅटर्न्स अमंग यंग अर्बन सिंगल विमेन' (सिटी युनिव्हर्सिटी, न्यू यॉर्क, १९८३). त्यानंतर मी 'मैत्री' या विषयावर आणखी संशोधन करत राहिले. त्यासाठी मी एक हजार लोकांचं प्रत्यक्ष सर्वेक्षण केलं व मुलाखती घेतल्या. त्यामध्ये, आंतरराष्ट्रीय संस्थेचे सदस्य असलेल्या २७५ मनुष्यबळ व्यावसायिकांचाही अभ्यास केला. या व्यक्ती सरसकट निवडल्या होत्या. 'मैत्री' या विषयावरील माझ्या सर्व संशोधनाच्या आधारे, विशिष्ट निकष न लावता मी 'फ्रेंडशिफ्ट्स : द पॉवर ऑफ फ्रेंडशिप ॲन्ड हाऊ इट शेप्स अवर लाइव्ह्ज' (हॅनाक्रोइक्स क्रीक बुक्स, १९९७; दुसरी आवृत्ती १९९९) हे पुस्तक लिहिलं. त्या पुस्तकामध्ये मी मैत्रीच्या व्याख्येपासून ते इतिहासाच्या पानांवरील आणि समाजशास्त्रीयदृष्ट्या 'मैत्री' या विषयाबद्दल सर्व काही नमूद केलं आहे. मैत्री कशी जुळते, ती कशी जपली जाते, तिची अखेर कशी होते, बालपण, त्यानंतर आयुष्याचा जोडीदार मिळण्याआधीच्या 'एकटा जीव' काळात, लग्न, पुढं वयस्कर झाल्यानंतरच्या काळात... अशा आयुष्याच्या विविध टप्प्यांवरील मैत्री; आणि वैवाहिक जीवनात भावंडांशी व पालक-मूल ही नाती

अधिक दृढ करण्यासाठी मैत्रीची तत्त्वं कशा प्रकारे अनुसरता येतील याबद्दल मी या पुस्तकात लिहिलं आहे.

माझी 'द ऑपरा विन्फ्रे शो', 'द व्ह्यू', 'द टुडे शो', 'द ओ रिअली फॅक्टर' या कार्यक्रमांसह 'नॅशनल पब्लिक रेडिओ' व 'बीबीसी रेडिओ'वर मुलाखत झाली आहे. त्याखेरीज इतर अनेक नेटवर्क्स, केबल टेलिव्हिजन व रेडिओवरच्या कार्यक्रमांमध्येही माझी मुलाखत घेतली गेली आहे. 'द वॉल स्ट्रीट जर्नल, टाइम, यूएसए टुडे, न्यूजडे, रेडबुक, रीडर्स डायजेस्ट, सेव्हन्टीन यांसहित अनेक वृत्तपत्रे, संकेतस्थळे व मासिकांच्या पत्रकारांनी लेखांसाठी माझी मुलाखत घेतली आहे.

'मैत्री'या विषयाबाबत लोकांमध्ये खूप उत्सुकता दिसून आली, त्याचबरोबर माझ्या संशोधनाबाबत व 'फ्रेंडशिफ्ट्स' या माझ्या पुस्तकाबद्दलही.

या विषयाबाबत जागरूकता निर्माण करण्यास मदत करणं, हे काम रोमांचक होतं. मैत्री हा एक महत्त्वाचा सामाजिक भावबंध तर असतोच, शिवाय एखादा जिवलग मित्र/मैत्रीण एखाद्याचा जीवनकाल वृद्धिंगत करू शकते, तसंच एखादी व्यक्ती स्तनाचा कर्करोग अथवा हृदयविकाराच्या झटक्यातून बरी होण्याची शक्यताही जिवलग मित्र/मैत्रिणीमुळे वाढते, असं संशोधकांना आढळलं आहे. त्यामुळे या विषयाबाबत जागरूकता आवश्यक आहे.

पण त्याच वेळी माझ्या लक्षात आलं की, या संदर्भात काही मुद्द्यांवर तितकंसं बोललं जात नाही. मला 'फ्रेंडशिफ्ट्स'बद्दल वाचकांची पत्रं येत होती. इ-मेल येत होते. टॉक शोची निमंत्रणं येत होती. या सर्वांमधून नेहमी ठराविक प्रश्न विचारलेले असत की, 'मैत्री टिकवून धरण्याच्या लायकीची नाही असं कधी समजावं?' किंवा 'मित्र/मैत्रिणींच्या नात्याला स्पर्धा अपकारक ठरते का? किंवा 'एखादी व्यक्ती आपल्या मैत्रिणीचा विश्वासघात का करते?'

अपायकारक मैत्रीबंध कसे ओळखायचे आणि त्यातून सुटका कशी करून घ्यायची, याबद्दल लोक प्रश्न करत असत.

जे मैत्री करायला कचरतात आणि ज्यांना एकही मित्र नाही, अशा स्त्री-पुरुषांबद्दल, मुलामुलींबद्दल मला सांगितलं जात असे. मनातली ही भीती दूर झाली तर त्यांना आत्मविश्वासानं स्वतःहून पुढं होऊन मैत्रीचं नातं जोडता येईल का, असा विचार माझ्या मनात आला.

मी १९८० सालापासून 'मैत्री' या विषयावर जे जे संशोधन करत आले आहे, त्याचा या पुस्तकाला उपयोग झालेला आहेच. शिवाय मी गेल्या पाच वर्षांत जो नव्या मुद्द्यांचा अभ्यास केला आहे, त्याचीही जोड या संशोधनाला मिळाली आणि या पुस्तकाचा आवाका विस्तारला आहे. हा अभ्यास सुमारे १८० मैत्री सर्वेक्षणांच्या प्रतिसादकांवर आधारित आहे. www.janyager.com या माझ्या बेवसाइटवर

पोस्ट केलेल्या प्रश्नावलीला मिळालेल्या प्रतिसादाचा आणि काही निवडक दूरध्वनीवरील सविस्तर संभाषणे व व्यक्तिशः मुलाखती यांचाही या अभ्यासात समावेश आहे.

यामध्ये ४१ पुरुष व १३९ स्त्रियांनी १८० प्रश्नावली भरून दिल्या. हे सर्व जण १३ ते ७२ या वयोगटातील होते (सरासरी वय ३४ वर्षे) अमेरिकेच्या प्रत्येक राज्यासह, जगभरातील बऱ्याच देशांमधूनही मला ही प्रश्नावली भरून मिळाली. प्रतिसादक स्त्री-पुरुष होते, ते मध्यम आकारमानाच्या कंपन्यांमधून ते मोठ्या कंपन्यांमध्ये काम करणारे होते. तसंच उद्योजक, छोटे व्यावसायिक, गृहिणी, वृत्तपत्रांमध्ये चालू घडामोडींबद्दल लिहिणाऱ्या व्यक्ती, लेखक, कलाकार, सल्लागार, कार्यकारी अधिकारी, मनुष्यबळ व्यवस्थापक, समाजशास्त्रज्ञ, वक्ते, कॉम्प्युटर प्रोग्रॅमर, शिक्षक, सचिव व लष्करातील व्यक्तीही होत्या. यांतील बहुतेक व्यक्ती स्वतंत्र होत्या. म्हणजे त्यांचं नमुन्यादाखल घेतलेल्या कोणत्याही व्यक्तीशी कसलंही सूत्र नव्हतं. फक्त सहा स्त्रियांची एकमेकींशी जवळची मैत्री होती. २० वर्षांपूर्वी त्या सगळ्या जणी एकाच कंपनीत काम करत होत्या तेव्हापासून त्यांची मैत्री होती; तसंच दहा हजारांवर कर्मचारी असणाऱ्या एका कंपनीत काम करणारे सहा पुरुष व स्त्रिया यांनीही हे सर्वेक्षण पूर्ण केलं. या एकूण प्रतिसादकांपैकी अमेरिका व कॅनडा येथील ३४ प्रौढ स्त्री-पुरुष बालपणी लैंगिक शोषणाची शिकार ठरले होते. २८ जणांनी त्यांच्या शोषणाबद्दल, तसंच त्यांच्या मैत्रीसंबंधांबद्दलच्या विस्तारित १०४ प्रश्नांच्या सर्वेक्षणाची उत्तरं दिली.

मैत्री, मैत्रीतील विश्वासघात व संबंधित मुद्द्यांवरील लिखित प्रश्नावली देण्यामागे केवळ भरपूर 'डाटा'संकलन हा उद्देश नव्हता, तर हा गुणात्मक 'डाटा'संकलनाचा प्राथमिक मार्ग होता.

या पुस्तकात उद्धृत केलेला मजकूर माझ्या संशोधनादरम्यान थेट समोरासमोर अथवा दूरध्वनीवरील मुलाखती, प्रश्नावलीची उत्तरे अथवा इतर लिखित संपर्काद्वारा मिळालेला आहे. ते मुद्दे जसे मला सांगितले गेले, तसेच मी उद्धृत केले आहेत. जिथं आवश्यकच तिथं इतर उतारे वापरले आहेत. जर काही शब्द संदर्भानुसार आलेले नसतील अथवा काही गोष्टी/मुद्दे यांचं स्पष्टीकरण देणं आवश्यक आहे असं वाटेल, तिथं ते कंसात दिलं आहे. जर एखाद्या ठिकाणी नामोल्लेख करू नये अशी प्रतिसादकाची विनंती असेल किंवा नामोल्लेख टाळणं गरजेचं असेल, अशा ठिकाणी त्या व्यक्तीचं काल्पनिक नाव दिलं आहे; तसंच त्या व्यक्तीचा व्यवसाय अथवा गावाचं नाव असे ओळख पटवू शकणारे तपशीलही आवश्यकतेनुसार बदलले आहेत. तथापि, नमुन्यादाखल घेतलेल्या प्रत्येक उदाहरणाचा खरेपणा जपण्याची काळजी घेतली आहे.

या पुस्तकातील प्रकरणांमध्ये ज्या मुद्द्यांना स्पर्श केला आहे, त्यासंदर्भात

स्फूर्ती देणं, माहिती देणं आणि मत व्यक्त करणं, हा या पुस्तकाचा उद्देश आहे. या पुस्तकातून मानसशास्त्रीय, वैद्यकीय, समाजशास्त्रीय, कायदेविषयक अथवा अन्य कोणत्या व्यावसायिक सेवा देण्याचा लेखिकेचा अथवा प्रकाशकाचा उद्देश नाही.

हे पुस्तक साकार होण्यासाठी मला ज्या ज्या लोकांनी साहाय्य केलं, त्यांची मी आभारी आहे... या लोकांनी मला सर्वेक्षण करण्यास साहाय्य केलं, ज्ञात-अज्ञात व्यक्तींनी मला त्यांची मुलाखत घेऊ दिली, मला त्यांची कहाणी ऐकवली, तज्ज्ञ व्यक्तींनी मला मार्गदर्शन केलं.

या संशोधनकार्यासाठी व या नव्या पुस्तकाच्या लेखनादरम्यान मला प्रोत्साहन देणाऱ्या व्यक्तींचा मी नामोल्लेख करू इच्छिते. त्यामध्ये समाजशास्त्रज्ञ, मानसशास्त्रज्ञ, परदेशी लिटररी एजंट्स आणि माझे जिवलग मित्र-मैत्रिणी आहेत. अनवधानानं कुणाचा नामोल्लेख राहिल्यास क्षमस्व!

जॉयसी गे-पॅट्टॉन, मेरी टिअर्नी, शॅरॉन फिशर, सुझान वॉगन, ज्यूडी कॉन, पॅट ॲगोस्टिनो, नोना ॲगिलर, इला हॉव, जेनिफर ॲश, जिनी मुगावेरो, गेल टचमन, प्रमिला पॉडर, इलिया श्निडर, जोस रेमन, सुसान सिनक्लेअर, रोन्डा गिन्सबर्ग, ॲमी फ्रिशबर्ग, रूथ विन्टर, आरलिन ग्रीनबाम, शॅरलॉट लिबोव, ॲब्रा ॲन्डरसन, मित्झी लायमन, आर्ट आणि शेईला क्राइमेलमन, लिल शॅइफर, कॅथी सेबॉर, मार्सिया हॉफेनबर्ग, ज्यूडी हॉट्टेनसन, डफी स्पेन्सर, जेन रेसनिक, जॅनिस पॅपोलस, विकी सेकुन्डा, फ्रॅन डॉर्फ, जोआन कॅबेक, एलिझाबेथ लेविन, फिलीस हेन्केल सिल्व्हर, जीन मुरातोर, एमिली रॉक, लिंडा ब्लॅट, डॉट्टी बर्मन, मिल्ट हेन्स, लॉरी स्मिथ, वॅल स्मिथ, शॅरलॉट ग्रीनी, एडी आणि कॅन्डी क्रेव्हन, जॉन चॅकॉफ माझ्या वेबसाइटचे (www.janyager.com) वेबमास्टर व त्यांच्या पत्नी लाना चॅकॉफ – त्यांनी माझ्या वेबसाइटवर मैत्री व विश्वासघात यासंबंधीचं सर्वेक्षण दिलं, नॅन्सी क्रेश्कॉफ, स्व. डॉ. डेव्हिड लीड्स , स्कॉट मेन्डेल, जेन जॉर्डन ब्राऊनी, इव्हलिन ली, इब आणि बेबे लॉरिट्झन, लॉरा फाउन्टन, मायकेल मेलर, बॉब टॅनर, एल्फ्रिड पेक्सा, ॲन्टोनिआ केरिगन, कियोशी ॲसानो, ॲस्ली कॅरसुईल, हेलेन राऊड, लॉर्ना सॉईफर, शॉशी ग्रॅजोवर, जेन ग्रॉसिंगर, अनिता वॉल्श, सारा गॅल्लिक, ज्युलिअन पॅडोविझ, जिम कॉक्स, जॅन नाथन, टेरी नाथन, मॅरिलीन रॉस, स्व. अल्फ्रेड मॅकक्लन्ग ली. जे. बॅरी गर्डिन, डी. श्रॉडर, नॉरिओ आयरी, नॅन्सी ट्रेन्ट, नॅनेट थायलॅन, ब्रायन बिगॅलो, रोजमेरी ब्लिसनर, रेबेका जी. ॲडम्स, स्व. सी. एच. रॉल्फ, ज्यूडी कॉफमन, क्रिस्टीन हर्टलिन, गेरार्ड आर. बॅरन, अल्बर्ट एलिस, केट कोहेनपॉसी, बेटसी लॅम्पी, ब्रूस सेर्लिन, लॉरा लॉर्बर, लिलीयन व्हेरनॉन, डेव्हिड हॉशबर्ग, डेव्हिड व मिशेल रिकलॅन, पेगी स्टॉटबर्ग, ॲन्ड्र्यू एम. ग्रीले, ल्यूसी

हेडरिक, फ्रॅन पॅस्टोर, मार्क, सॅनबॉर्न, डॉन, गॅबर, जिम डोनोवन, आयर्विन झुकर, पॅट्रिशिया गॉट्टलिएब, शॅपिरो, नॅन्सी सॅमॅलिन, डायनी डिरेस्टा, मार्शा स्नेडर, डेव्हिड कॅरडाईन, सूझी ग्लेनॅन, कॅरिल फ्रॉली, कॅथी लिन्डबर्ग, जॉन डट्रॉव, मॅरिलीन स्मिथ, ब्रॉन्विन पोल्सन, ॲनेट मूस, एम्मा सॅम्युएल एटुक, माई वूड्स, लेलिया टेलर, लेस्ली बँक्स, बेथ कॅलिश, रॉबर्ट व रॅन्डी डेव्हिड गेडालिया व पॅट श्रॉइडर.

माझी बहीण इलीन हॉफमनचे आभार. वाद मिटवण्यासंदर्भातील तिच्या कौशल्याचा मला या पुस्तकासाठी उपयोग झाला. तिनं अगदी आत्मीय उदारपणे दिलेल्या माहितीची मला 'मित्रांशी होणारे वाद मिटवताना' या विभागासाठी तसंच 'मैत्री व कामाच्या ठिकाणी वाद सोडवणे'या विषयावरील विभागांसाठी खूप मदत झाली.

माझे पती फ्रेड व आमचे सुपुत्र स्कॉट व जेफरी यांचेही मी आभार मानते. असं प्रेमळ कुटुंब लाभणं, हे माझं भाग्य आहे. मला या पुस्तकावर काम करता यावं यासाठी त्यांनी बरेच त्याग केले आहेत. त्याबद्दलही त्यांचे आभार. या पुस्तकावर काम करण्यासाठी मला आमच्या कुटुंबासमवेतचा जो वेळ द्यावा लागला, त्याची भरपाई मी कधीच करू शकणार नाही; पण किमान मी 'थँक यू' तरी म्हणू शकते.

संशोधन आणि या पुस्तकाचं लेखन ही पहिली महत्त्वाची पायरी पार केल्यानंतर पुढचं काम होतं हे पुस्तक प्रकाशित करण्याचं आणि त्यानंतरची तिसरी पायरी होती लोकांना या पुस्तकाचा परिचय घडवण्याची. त्यातूनच चौथी पायरी साध्य होणार होती : वाचकांनी हे पुस्तक वाचण्याची.

पुस्तक परीक्षणे, मौखिक प्रचार, स्थानिक ग्रंथालयामध्ये पुस्तकाची उपलब्धता अशा अनेक मार्गांनी वाचकांना पुस्तकांबद्दल कळत असतं. माझ्या मैत्रीविषयक संशोधन व लेखनाबद्दल परीक्षणात्मक लिखाण करणाऱ्या सर्वांचे आभार, तसंच या पुस्तकाच्या प्रती विकत घेऊन त्यांना आपल्या ग्रंथसंग्रहात स्थान देणाऱ्या ग्रंथपालांचे आभार. दूरचित्रवाहिन्या, रेडिओ, इंटरनेटवरील कार्यक्रम, वृत्तपत्रे, मासिके, न्यूजलेटर्स याद्वारा माझ्या पुस्तकाचा वाचकांशी परिचय घडवण्यात मला साहाय्य करणारे सर्व निर्माते, होस्ट, मुलाखतकार, समीक्षक, वृत्तप्रतिनिधी आणि बिझनेस व फीचर लेखक यांचे आभार. 'फ्रेंडशिफ्ट्स' या माझ्या पुस्तकाबद्दल आणि माझं मैत्रीविषयक संशोधन व लेखन दूरचित्रवाणी व रेडिओवरील कार्यक्रमांतून संपूर्ण अमेरिकेत आणि तैवानी व ब्रिटिश रेडिओ प्रसारणातून दूरध्वनी मुलाखतींद्वारा पोहोचवलं गेलं. या कार्यक्रमांतून मला या विषयावर माझे विचार व्यक्त करता आले. हा कार्यक्रम ऐकणाऱ्या वा पाहणाऱ्या लोकांनी नंतर माझ्याशी इ-मेल अथवा पत्राद्वारा संपर्क केला; त्यामुळे त्यांची या विषयावरची मतं मला जाणून घेता आली.

ऑपरा विन्फ्रे, कॅटी काउरिक, मेरेडिथ व्हिएरा, बिल ओ'रिली, गेल किंग, मॉन्टेल विल्यम्स, जेनी जोन्स, टॅमी फिलर, पॉल व सारा एडवर्ड्स, इलॅना ॲरॅझी,

डायनी अॅटकिन्सन हडसन, अॅमी क्रेग, कॅटी डेव्हिस, डॅना ब्रूक्स, जॅक मोरी, अॅन्गी क्रॉस, रे डॉश, डॉन्ना बास, रॅचेल चॅम्बरलिन, डॅना ग्लॅसर, जिम ब्लॅसिनगेम, जेसिका स्टेडमन-गफ, स्टार जोन्स, जॉय बेहर, बिल गेडी, अॅनमारी विल्यम्स-ग्रे, पॅट्रिसिया रस्किन, केली ग्रॅटकी, रूथ कोसिलॅक आणि सर्व निर्माते-होस्ट-सहायक यांचे विशेष आभार.

स्यू शेलेनबर्गर, नॅन्सी अॅन जेफरी, रिटा पॅपाझिअन, कॅरोलिन पामर, सारा इकेल, तेरेसा चर्चिल, अॅनी फिशर, मार्गरिट केली, लॉरा गिल्बर्ट, मेगॅन रुदरफर्ड आणि मासिके, वृत्तपत्रे, वेबसाइटवरील लेख यासाठी 'मैत्री' या विषयावर माझी मुलाखत घेणाऱ्या सर्व पत्रकारांचे व फीचर लेखकांचेही खास आभार.

या पुस्तकासाठी उदाहरणं व कहाणी सांगणाऱ्या अनेक जणांनी आपलं नाव प्रकट करू नये अशी विनंती केली होती. काही जणांच्या बाबतीत नाव गुप्त राखणं आवश्यक होतं. या सर्वांनी मला प्रश्नावली भरून देऊन सर्वेक्षण कार्यात मदत केली, काहींनी मला त्यांना प्रश्न विचारण्याची परवानगी दिली. त्यांना संशोधनात साहाय्य करायचं होतं व इतरांनाही. (बऱ्याच प्रतिसादकांनी मैत्री व विश्वासघात या विषयावर 'शेअर' करण्याचा आम्हालाही उपयोग झाल्याचं नमूद केलं आहे.) मी या सर्वांचेही आभार मानते.

– जॅन येगर, पीएच.डी.

प्रस्तावना

हे पुस्तक सर्वप्रथम प्रकाशित झाल्यापासून गेल्या दशकभरात मला अनेक व्यक्तींना 'फ्रेंडशिप कोच' म्हणून साहाय्य करण्याचा मान लाभला आहे. मी ऑस्ट्रेलिया व इंग्लंडमधील क्लायन्ट्सना फोन वा स्काइपवरून; कनेक्टिकट, मॅस्सॅच्युसेट्स व न्यू यॉर्कमधील क्लायन्ट्सना व्यक्तिशः आणि अमेरिकेतील विविध ठिकाणच्या लोकांना फोनवरून मार्गदर्शन केले आहे.

यांतील प्रत्येक क्लायन्टची समस्या वेगवेगळी होती, त्यातून मार्ग काढण्यासाठी त्यांनी माझे साहाय्य घेतले. पण या सगळ्यांच्या कहाण्या व अवस्था/परिस्थिती कशीही व काहीही असली तरी, या सगळ्यांमध्ये एक समान सूत्र होते, ते म्हणजे : मला माझ्या मित्र/मित्रांच्या संदर्भात साहाय्याची गरज आहे.

मैत्रीसंदर्भातील आव्हाने पार करण्यासाठी अनेक स्त्री-पुरुषांना साहाय्य करण्याची अनमोल संधी मला लाभत आहे. मैत्री हे एक महत्त्वाचे नाते आहे. आपल्या आयुष्यातील इतर प्राधान्याची नाती– म्हणजे कामाच्या ठिकाणचे नातेबंध, मातृत्व/पितृत्व, ज्येष्ठांची सेवा अथवा रोमॅन्टिक रिलेशनशिप्स– सांभाळून मग 'जादा' म्हणून वेळ काढण्याचे ते नाते नाही, ही गोष्ट लोकांपर्यंत पोहोचवणं, हे माझं गेल्या अनेक दशकांचं उद्दिष्ट राहिलं आहे. आपण सर्व जण कितीही कामाच्या व्यापात असलो तरी, आपण आपल्या मित्र/मैत्रिणींसाठी वेळ काढण्याची गरज आहे. मैत्री हेही एक महत्त्वाचंच नातं आहे, ज्यामुळे आपल्या मानसिक व शारीरिक आरोग्यातसुद्धा फरक पडू शकतो.

आता पूर्वीपेक्षाही अधिक प्रमाणात माझा हा विचार ऐकला जातोय याचा मला आनंद वाटतो. मैत्रीबंध आपल्या सर्वांच्याच आयुष्यात महत्त्वाचे असतात याबाबत

जागरुकता निर्माण होण्याच्या जोडीनं, ताणतणाव अथवा संघर्षाला कारणीभूत ठरणारे मैत्रीबंध किंवा एखाद्याच्या आयुष्यात एकही मैत्रीबंध नसणं, या दुःखाची काळी किनारही समोर येत आहे. हे पुस्तक लिहिण्यामागे जे कारण होतं आणि या पुस्तकात जे महत्त्वपूर्ण मुद्दे मांडले आहेत, ते दशकभरापूर्वीपेक्षा आता अधिक वास्तव वाटू लागले आहेत.

प्रत्येक जण किती मित्र/मैत्रिणींशी मैत्री ठेवू इच्छितो – विशेषतः facebook.com सारख्या सोशल मीडिया साइट्स वापरणारे लोक – ही संख्या कमी होताना दिसत असली, तरी मी ज्याला जिवलग अथवा 'बेस्ट फ्रेंड' म्हणते तसा एक का होईना चांगला मित्र/मैत्रीण असणं आज दशकभरानंतर अधिकच महत्त्वाचं झालं आहे. (हे पुस्तक प्रकाशित होऊन एक दशक उलटले आहे.) या पुस्तकातून तुम्ही संघर्ष मिटवण्याची जी कौशल्ये शिकाल, त्यांच्या मदतीनं तुम्ही तुमचं अडचणीत सापडलेलं मैत्रीचं नातं वाचवू शकाल. सोशल मीडिया साइट्सवरून मैत्रीविषयक समस्या जाहीरपणे अगदी सहज मांडता येतात. अशा वेळी तुम्हाला या कौशल्यांचा उपयोग होईल.

त्याचबरोबर, उदंड झालेल्या ऑनलाइन साइट्स आणि माहितीचा प्रचंड वेग (त्याकडे फुशारक्या अथवा अफवा म्हणून पाहिलं जाऊ शकतं. या गोष्टी नकारात्मक असतात.) यामुळे सर्वसाधारण विवेकबुद्धी असलेली माणसं त्यांच्या मनात खोलवर दडलेली भीती किंवा त्यांचे त्रास याबद्दल बोलताना पूर्वीपेक्षा (म्हणजे फेसबुकच्या आधीच्या काळापेक्षा) बरीच अधिक सावधपणे वागत आहेत. मुळात मैत्री कुणाशी करावी, तसंच नकारात्मक मित्र/मैत्रिणीला कसं तोंड द्यावं, ज्यायोगे तुम्ही मैत्रीची अखेर करू शकाल– तीसुद्धा वैयक्तिक अथवा कामाच्या ठिकाणी सूडसत्र सुरू होण्याची शक्यता कमी करून, या संदर्भात हे पुस्तक तुम्हाला मौल्यवान मार्गदर्शन करेल.

तथापि, अजूनही मूळ प्रश्न कायम आहे, 'आपण एकाही मित्र/मैत्रिणीविना जगू शकतो का?'

१९७०च्या दशकातील समाजशास्त्रीय संशोधनानुसार, एकही मित्र/मैत्रीण नसलेल्या लोकांची आयुर्मर्यादा कमी असल्याचं आपल्याला माहीत आहेच. त्यानंतरच्या संशोधनात असं दिसून आलं आहे की, मैत्रीमुळे तुमचं आयुष्य दहा वर्षांपर्यंत अधिक वृद्धिंगत होऊ शकतं; तसंच हृदयविकाराच्या धक्क्यातून जलद बरे होण्यास मदत मिळू शकते किंवा काही आजारांना दूर ठेवण्यासाठी मैत्री उपयोगी पडू शकते.

'सगळंच पाहिजे आहे' अशी इच्छा असणाऱ्यांच्या संख्येतही वाढ झाली आहे. हे मी करिअर, लग्न आणि कुटुंब या संदर्भात म्हणत नाहीये, तर मैत्री, लग्न वा तत्सम विशिष्ट बंध व कुटुंब या संदर्भात म्हणते आहे. केवळ एखाद्याचं लग्न झालं आहे किंवा त्या व्यक्तीला लहान मुलाला वा अवलंबून असलेल्या आई-वडिलांना

सांभाळावं लागतंय म्हणून कुणी मैत्रीला नकार देत नाही. हे पुस्तक तुम्हाला मैत्रीसाठी वेळ देण्याचं महत्त्व शिकवेल. आयुष्यात तुम्ही कोणत्याही अवस्थेत असलात, तरी मैत्रीचं मोल काय असतं, ते जाणायला शिकवेल.

मला बऱ्याचदा विचारलं जातं की, आयुष्यात जडणघडणीच्या प्रारंभिक वर्षांपेक्षा पुढे- म्हणजे पन्नाशीनंतर मैत्री जुळवणं जास्त कठीण जातं का?

खरं तर, ते आधीच्या वर्षांपेक्षा सोपं जायला हवं, कारण आयुष्याच्या पुढच्या टप्प्यांवर 'वेळ' तुमच्या बाजूनं असतो. तुमची मुलं मोठी झालेली असतात, अधिक स्वतंत्र झालेली असतात, तुम्हाला मित्र/मैत्रिणींसोबत जवळपास अथवा दूरवर 'गेट टुगेदर'ला जाण्यासाठी वेळ आणि आर्थिक साधनस्रोत असतात.

पण, वयाच्या पुढच्या टप्प्यांवर मैत्री जोडणं अवघड वाटण्याचं एक कारण असू शकेल की, वयाच्या या टप्प्यावर माणसाचं इतर नात्यांचं नेटवर्क तयार असतं. नव्या मित्र/मैत्रिणीला त्या स्पर्धेत उतरावं लागतं. Facebook.com चा दावा आहे की, 'युजर'ची सरासरी 'फ्रेंड'संख्या १३० असते. पण माझ्या संशोधनात मला असं आढळलं आहे की, जवळच्या मित्र/मैत्रिणींची सरासरी संख्या ४ ते ६ असते आणि 'बेस्ट फ्रेंड्स'ची एक किंवा दोन. माझ्या संशोधनादरम्यान 'कॅज्युअल फ्रेंड्स'ची संख्या १० ते २० असायची. ती मात्र नक्कीच वाढली आहे. आता ही संख्या ५०, १०० किंवा त्यापेक्षाही अधिक असते; पण जिवलग भावबंध– ज्यांच्यासोबत आपण अगदी आरामदायी असतो– त्यांची संख्या मात्र वाढलेली नाही.

आज नातेबंध ज्या सहजतेनं जोडले जात आहेत ते पाहता, मैत्रीबंध काळ व वेळ या संदर्भात दीर्घ काळ टिकत असल्यामुळे, सध्या वाढत्या वयासोबत आणखी नवनवे मित्र/मैत्रिणी जोडणं अधिकाधिक आव्हानात्मक बनणार आहे. पण जर तुमच्या आजूबाजूची परिस्थिती बदलली आणि तुम्ही तुमच्या नोकरीमुळे अथवा कौटुंबिक कारणांमुळे तुम्ही शाळकरी मूल असताना मैत्री जोडण्याची जी कौशल्यं सहजप्रवृत्तीनं वापरत होता, तीच कौशल्यं वापरणं गरजेचं ठरेल. एखाद्याशी मैत्री जोडण्याची अतिउत्सुकता तुमच्यावरच उलटेल– तुम्ही सोळा वर्षांचे होता तेव्हासारखीच वयाच्या साठीतही!

'फ्रेंडशिफ्ट्स : द पॉवर ऑफ फ्रेंडशिप अ‍ॅन्ड हाऊ इट शेप्स अवर लाईव्ज' (Stamford, CT : Hannacroix Creek Books, Inc.) या माझ्या मैत्रीविषयक लोकप्रिय पुस्तकात मी म्हटलंच आहे त्यानुसार, आपण कुणाला मित्र/मैत्रीण मानतो आणि आपण 'मैत्री'ची व्याख्या कशी करतो, यामध्ये 'शिफ्ट्स' म्हणजेच बदल दिसतात. तसंच आपण एखाद्या व्यक्तीच्या कोणत्या गोष्टीला किंमत देतो किंवा एकूणच आयुष्यात काय महत्त्वाचं मानतो आणि आपल्याला आपल्या आयुष्यात

काय हवं आहे, हे प्रत्येकाच्या बाबतीत वेगवेगळं असतं.

'मैत्री' विषयावरील माझ्या समाजशास्त्रीय प्रबंध संशोधनात मला असं आढळलं आहे की, मैत्रीमध्ये 'शेअर्ड' मूल्यं असतील तर ती मैत्री दीर्घायुषी असते. पण मी माझ्या मैत्रीविषयक संपूर्ण लेखनात लोकांना सांगत असते की, तुमची मैत्री अल्पकालीन असो वा कायमची, ती आपल्या आयुष्यातील अनमोल बंधच असते. विशेषतः ती सकारात्मक मैत्री असते, तेव्हा तर हा भावबंध अमूल्यच असतो. समजा एखादी मैत्री कायम राखता आली नाही, तरी आपण त्या नात्यातून स्वतःबद्दल आणि एकूणच 'मैत्री' या विषयाबद्दल बरंच जाणून घेऊ शकतो. अपयशी मैत्रीच्या नैराश्याशी कसा सामना करावा आणि स्वतःला व तुमच्या त्या मित्र/मैत्रिणीला माफ कसं करावं, हे तुम्हाला या पुस्तकातून शिकता येईल. कारण या पुस्तकात नवे, सकारात्मक मैत्रीबंध जोडणं आणि जोपासणं याबद्दल मार्गदर्शन मिळेल.

मैत्रीचं मोल- मग ती मैत्री कितीही काळपुरती असो- कमी होऊ शकत नाही. जे लोक स्वखुशीनं अथवा परिस्थितीमुळे एकटे असतात; वैधव्य, घटस्फोट, किंवा प्रिय व्यक्तीपासून अलग झालेले असतात, अशा लोकांसाठी तर टिकून राहिलेली मैत्री सातत्यपूर्ण आधार ठरते. गेल्या वर्षी जर्मनीत फ्रँकफर्टमध्ये मला एक सुखी वैवाहिक जीवन असलेली बाई भेटली. तिला दोन 'टीनएज' मुलं होती. ती आइसलँडमध्ये राहत होती; पण तिच्या नवऱ्याला नोकरीमुळे वर्षातील बरेच महिने न्यूझीलंडमध्ये राहावं लागत होतं. त्या दरम्यान तिच्या कुटुंबाबरोबरच तिच्या मैत्रिबंधांनी तिचा एकटेपणा कमी करण्यास मदत केली.

असे मित्र आपल्या गरजेच्या वेळी आपल्यासोबत असणं, ही गोष्ट महत्त्वाची आहे का? दॅट्स ओके. कारण मैत्री ही अजूनही वैकल्पिक बाब मानली जाते, जरी ती महत्त्वाची असली तरी. जोडीदारानं अथवा आईवडिलांनी काय करणं अपेक्षित आहे या संदर्भात असतात तसे, 'मैत्री' या विषयात कोणतेही 'कायदे' नाहीत, जे आपल्याला पाळावे लागतात. मात्र, मी या पुस्तकात 'मैत्री शपथ' दिली आहे. जरी हे नातं वैकल्पिक असलं तरी, आपण आपल्या मित्र-मैत्रिणींशी व आपल्या मित्र-मैत्रिणींनी आपल्याशी बांधिलकी मानणं गरजेचं आहे, या गोष्टीचं स्मरण देण्याचं काम ही 'शपथ' उत्तमरीत्या करेल. आणि म्हणूनच आपण आपल्या मित्र-मैत्रिणींसाठी वेळ काढणं आवश्यक आहे, जरी आपल्याला आपल्या महत्त्वाच्या विषयांना म्हणजे- संगोपन, काम, सहचर- प्राधान्य द्यावं लागणार असलं तरी.

आपल्याला आपल्या समस्या सांगण्यासाठी सतत मित्र-मैत्रिणी लागत असतात, तसंच सिनेमाला जाण्यासाठीही.

'फ्रेंडशिफ्ट्स'मध्ये मी म्हटलंच आहे त्यानुसार पुरुष मैत्रीबंधांच्या बाबतीत अधिक आस्थेवाईक होत आहेत, फक्त जडणघडणीच्या काळात किंवा अविवाहित

असतानाच नव्हे, तर विवाह करून संसार थाटल्यानंतरही. आता स्त्रियांचं नोकरी-व्यवसायात अस्तित्व वाढलं आहे, तसंच त्या अधिक उच्च स्तरांवर पोहोचलेल्या आहेत. अशा परिस्थितीत त्या बेस्ट फ्रेंड अथवा सर्वांत जवळच्या मित्र-मैत्रिणीशी 'शेअर' करण्याच्या बाबतीत, तसंच कामाच्या ठिकाणी असो वा वैयक्तिक आयुष्यात, कुणाला मित्र/मैत्रीण मानायचं या बाबतीत अधिक सावध होत आहेत.

गेल्या दशकानं एका नव्या शब्दाचा जन्म पाहिला– फ्रेनिमी (frenemy). या पुस्तकात संघर्षात सापडलेली मैत्री वाचवण्याबद्दल आणि तुम्हाला एखाद्या मैत्रीची अखेर होऊ नये असं वाटतं असलं तरी, ती मैत्री तुटते तेव्हा त्या दुःखातून कसं वर यावं याबाबत सुचवलेल्या गोष्टी आता अधिक समयोचित बनल्या आहेत.

मैत्री, नकारात्मक मैत्रीबंधांचा सामना करणं आणि सकारात्मक मैत्रीबंध जोपासणं या बाबी आता पूर्वीपेक्षा अधिक महत्त्वाच्या बनल्या आहेत. लहान मुलं, किशोरवयीन आणि प्रौढ व्यक्तींमध्येसुद्धा छळणूक व मैत्रीविरोधी वर्तन वाढत चाललं आहे. हे सगळं अधिक हानिकारक बनलं आहे. कारण हे 'ऑनलाइन' आणि व्यक्तिशः करता येतं. त्यामुळे याचा बळी ठरणाऱ्या व्यक्तीला नकारात्मक संदेशांच्या भडिमारापासून स्वतःचा बचाव करणं अवघड होत चाललं आहे.

तुमच्या मैत्रीबंधांबद्दल माझ्याशी 'शेअर' केलं याबद्दल मी तुमची आभारी आहे. मी गेले दशकभर मैत्रीविषयक मार्गदर्शन करतेय. ज्या लोकांना मैत्रीमध्ये समस्या होत्या त्या फोनवरून, व्यक्तिशः भेटून किंवा परदेशी असणाऱ्यांशी स्काइपवरून सोडवण्याचा हा अनुभव खूप समाधानकारक आहे.

मैत्री आणि त्रासदायक मैत्रिबंधांना तोंड देणं, हा आंतरराष्ट्रीय आस्थेचा विषय बनला आहे. त्यामुळेच या पुस्तकाचे २६ भाषांत अनुवाद प्रसिद्ध झाले आहेत. आणखी बऱ्याच भाषांत अनुवादाचं काम सुरू आहे, तसंच इंग्रजीत आवृत्त्यांवर आवृत्त्या येत आहेत. यावरून हा विषय सीमा व संस्कृती ओलांडणारा आहे, हे लक्षात येईलच. तुमच्या प्रतिक्रियांचं स्वागत आहे, तसंच तुमच्या मैत्रीविषयक समस्या व तुम्ही त्यावर केलेली मात, याबद्दलही मला जरूर कळवा.

अधिक माहितीसाठी :

website : www.whenfriendshiphurts.com
tweets at www.twitter.com/drjanyager
E-mail : jyager@aol.com

– जॅन यॅगर, पीएच.डी.
ऑक्टोबर २०१२

अनुक्रमणिका

जेव्हा मैत्री अपकारक वळणावर येते...

काहींच्या लेखी 'जीवनभरची मैत्री' हे जीवनभराच्या लग्नासारखीच असते. अर्थातच, सकारात्मक, सुंदर मैत्री दोन्हीही व्यक्तींच्या दृष्टीनं लाभदायक असते. तो जीवनभराचा विणलेला गोफ असतो. पण मैत्रीची काही नाती नकारात्मक, विध्वंसक किंवा रोगट असतात. त्यांची अखेर व्हावी, हेच उत्तम. काही मैत्रीबंध असेही असतात की, तुम्ही सगळं काही ठीक सुरू आहे असं समजत असता, पण हाय!... अचानक तुमचा मित्र अथवा मैत्रीण तुमच्या फोनना उत्तरं देणं बंद करते, तुमच्या पत्रांची दखल घेत नाही आणि तुमच्या मैत्रीची अखेर होते. या गोष्टीला बरीच वर्षं उलटतात, तरी तुम्हाला अजूनही नेमकं काय कारण घडलं, ते कळत नाही... हा विचार वारंवार तुमच्या मनात डोकावत असतो.

दोन दशकं मी मैत्री या विषयावर संशोधन व लेखन करतेय. यादरम्यान मी पाहिलं आहे की, मैत्रीबद्दल जाणून घेण्यातला रस अधिकाधिक वाढतोय. यापूर्वी मानसशास्त्रज्ञ, मानसरोग चिकित्सक आणि समाजशास्त्रज्ञ (त्यांचा आई-वडील व मुलं किंवा पती-पत्नी नातेसंबंध यावर भर देण्याकडे कल असे.) या विषयावर क्वचितच लिहीत असत; पण आता लोकप्रिय मासिकं व दैनिक वृत्तपत्रं यांमध्ये मैत्री विषयावरचे लेख प्रामुख्यानं असतात, तसंच ते वेबसाइटवरही असतात. त्याचबरोबर आपण ज्याला मैत्री म्हणतो त्या आपल्याबरोबरच्या लोकांसोबतच्या सुंदर नात्यावर बरीच पुस्तकंही आहेत.

नक्कीच मैत्री या गोष्टीचा 'शोध' लागला आहे. अनेक अभ्यासकांनी छोट्या-छोट्या कहाण्यांतून आणि उदाहरणांतून मैत्रीची स्तुती केली आहे, तसंच समाजशास्त्रज्ञ व मानसशास्त्रज्ञ यांच्या विस्तृत व दर्जात्मक अभ्यासातूनही हीच गोष्ट दिसून आली आहे. अगदी एखादाच जिवलग मित्र असणं आणि आयुर्मर्यादा वाढणं, तसंच अधिक उत्तम मानसिक आरोग्य लाभणं आणि स्तनांचा कर्करोग अथवा हृदयविकाराच्या झटक्यातून वाचण्याची अधिक शक्यता यादरम्यान परस्परसंबंध असल्याचं त्यांच्या

अभ्यासातून दिसून आलं आहे.

'मैत्री अशी आणि तशी...' अशासारख्या पुस्तकाची काय आवश्यकता आहे? कारण, आपल्या जीवनात मैत्रीचं महत्त्व काय आहे या विषयावर जाणून घेण्याच्या उत्सुकतेच्या नादात, नकारात्मक मैत्री काय अनर्थ घडवू शकते, या मुद्द्याकडे फारसं लक्ष दिलं जात नाही. दुसरी गोष्ट अशी की, यामुळे अशा नात्यामध्ये स्वतःचाच शोध घेता येतो आणि अपायकारक मित्रापासून मुक्तता मिळवता येते. शिवाय, तुमची मैत्री नेहमीच तुमच्या अपेक्षेपेक्षा कमी दर्जाची राहिली असेल, तर अशा वेळी वरवर मलमपट्टी करत राहण्यानं दीर्घकालीन अपयशच पदरात पडेल. अशा वेळी तुम्ही तुमच्या आयुष्यातील नकारात्मक मैत्रीसंबंधात दडलेली कारणं शोधायला हवीत; तुम्ही अगदी मुळापर्यंत जायला हवं... तुमचे आई-वडील व तुम्ही, तुमची भावंडं यांच्याशी तुमच्या असलेल्या संबंधांपर्यंत.

हे पुस्तक तुम्हाला मैत्रीच्या नात्यातली गुंतागुंत समजून घेण्यात साहाय्यभूत ठरेल, आशेचा किरणही जागवेल, त्याचबरोबर तुम्हाला तुमच्या वृत्तीमध्ये कसा बदल करता येईल– फक्त मैत्रीसंबंधांपुरताच नव्हे– तर तुमच्या वाट्याला नकारात्मक मैत्रिबंधच का येत आहेत, हे समजून घेण्यासाठी आणि सकारात्मक मैत्रिसंबंध शोधून त्यांची जोपासना करण्यासाठी मार्गदर्शन करेल. सकारात्मक मैत्री जोडणं, याचा अर्थ नवे मित्र-मैत्रिणी शोधणं एवढाच नाही, तर तुमची आधीपासून ज्यांच्याशी मैत्री आहे त्यांच्याशी निराळ्या पद्धतीनं वागणं. अशा सकारात्मक मैत्रीचा तुमचं करिअर आमूलाग्र बदलण्यासाठी उपयोग होऊ शकतो. उदाहरणादाखल सांगायचं तर, माणसाला नोकरी मिळवण्यासाठी जशी मित्रांची मदत होऊ शकते, तसंच नोकरी मिळाल्यानंतर तुम्ही कंपनीत अथवा तुमच्या करिअरमध्ये किती जलद प्रगती करता, हेसुद्धा तुमची बुद्धिमत्ता व कौशल्यांइतकंच, कामाच्या ठिकाणी व व्यावसायिक क्षेत्रात तुमचे मित्र-मैत्रिणी कोण आहेत, यावर ठरतं. त्याचप्रमाणे, मित्र-मैत्रीण तुमच्या करिअरची गाडी रूळावरून घसरवू शकते किंवा तुमची नोकरी घालवू शकते. २३ वर्षांच्या मार्जोरीच्या (नाव बदलले आहे) बाबतीत नेमकं असंच घडलं. मार्जोरी शिक्षक सहायक म्हणून काम करत होती.

मार्जोरी म्हणते :

> *माझ्या सर्वांत जिवलग मैत्रिणीनं माझ्या बॉसला सांगितलं की, आमची वादावादी झाली आणि मी तिला चिडून चिट्ठी लिहिली. यामुळे मला कायमच भीती वाटते. आमची सहा वर्षं मैत्री होती आणि मी तिला कधीही दुखावणार नाही हे ती जाणून आहे, तरी ती असं म्हणाली. तिनं माझ्या बॉसला असं सांगितल्यामुळे, मी जिथं दीड वर्षं काम करत होते*

तिथून मला काढून टाकण्यात आलं. ती (माझी ती जिवलग मैत्रीण) पोलिसांतसुद्धा गेली; पण त्या चिठ्ठीत धमकीवजा काहीही नसल्याचं तिला सांगण्यात आलं. या सगळ्यांमागे एकच कारण होतं, ते म्हणजे तिची सतत स्पर्धा सुरू असे आणि हा जिंकण्याचा मार्ग आहे, असं तिला वाटत होतं.

दुर्दैवाची गोष्ट म्हणजे मार्जोरीचा अनुभव तुम्हाला वाटतो त्यापेक्षा जास्त नमुनेदार आहे. इलिनॉयस कॉर्पोरेशनमधल्या एका पंचेचाळीस वर्षीय विवाहित, भाषणलेखनाचं काम करणाऱ्या व्यक्तीला कामावरून काढून टाकण्यात आलं. कारण काय, तर तिथं काम करणाऱ्या एका मैत्रिणीला तिची कामगिरी चांगली नसल्याचं तपासणीत निष्पन्न होईल तेव्हा, कामावरून कमी केलं जाण्याचं भय ग्रासून आलं होतं. ही बाई एकटी होती... अविवाहित. तिनं स्वतःच्या असमाधानकारक कामगिरीचं खापर तिच्या बॉसवर- म्हणजे या प्रमुख भाषणलेखकावर फोडलं. या दोघांची मैत्रीही होती; पण तिनं त्याच्यावर तो तिच्यावर फिदा असल्याचा आरोप केला. त्याला ती 'लैंगिक छळ' म्हणत होती आणि त्यामुळे तिला कामावर लक्ष केंद्रित करणं अवघड होतंय, असं तिचं म्हणणं होतं. (तिचे हे आरोप सिद्ध झाले नव्हते, तरी तिच्या या जिवलग मित्राला मात्र आपल्या मैत्रिणीवर/कर्मचारी महिलेवर नीट देखरेख करता न आल्याबद्दल कामावरून कमी करण्यात आलं.)

कॅरोल नावाच्या एकोणचाळीस वर्षीय विवाहित स्त्रीला अखेर तिला हवं ते म्हणजे 'फ्लॉरिस्ट'चं काम मिळालं; पण कामाच्या ठिकाणी तिचा तीन मैत्रिणींनी इतक्या वाईट पद्धतीनं विश्वासघात केला की, तिला 'तीन आठवड्यांची वैद्यकीय रजा घ्यावी लागली.'

नोकरी जाणं किंवा आपल्या नावाला न पुसता येण्याजोगा कलंक लागणं, हे तर वाईट आहेच आहे; पण मैत्री अधिक काळ्याकुट्ट प्रसंगांना अंशतः कारणीभूत ठरू शकते, अशीही उदाहरणं आहेत. याचं निंद्य उदाहरण म्हणजे दोघा किशोरवयीन मुलांची मैत्री. त्यांनी त्यांच्या वर्गातल्या बारा मुलांचा आणि एका शिक्षकाचा भीषण खून करण्याचं आणि वीसएक जणांना जखमी करण्याचं दुष्कृत्य केलं होतं. त्यानंतर त्यांनी आत्महत्या केली. हा प्रकार एप्रिल १९९९ मध्ये कोलंबाईन, कोलोरॅडो इथल्या 'कोलंबाईन हायस्कूल'मध्ये घडला होता. या दोन मुलांची छळणूक होत होती, त्यांना वेगळं टाकलं जात होतं, त्यामुळे त्या दोघांनी एकत्र येऊन आपल्या मैत्रीच्या बळावर मोठा संहार आणि आत्महत्या करण्याची ताकद मिळवली असावी.

त्यानंतर, मार्च २०११ मध्ये पुन्हा असाच प्रसंग घडला. सॅन्टी, कॅलिफोर्निया

इथला एक पंधरा वर्षांचा मुलगा असाच छळणुकीचा बळी ठरला होता. त्यानं आपल्या चार मित्रांना आणि एका प्रौढ व्यक्तीला, वर्गमित्रांना गोळ्या घालण्याचा आपला बेत असल्याचं सांगितलं, पण नंतर 'मी फक्त गंमत केली' असंही सांगितलं. मात्र दुसऱ्या दिवशी त्यानं त्याचा हा बेत पूर्णत्वाला नेला... त्यानं वर्गातल्या दोन मुलांना गोळ्या घालून मारलं. यामध्ये तीन कुटुंब उद्ध्वस्त झाली. शाळेचं नाव बदनाम झालं. सारा समाज हादरून गेला, शोकमग्न झाला. त्या मुलाच्या मित्रांना– ज्यांना त्यानं 'मी फक्त गंमत केली' अशी खात्री दिली होती– दुसऱ्या शाळांत पाठवण्यात आलं. या मुलांनी त्यांच्या मित्राच्या या भयानक बेताची योग्य त्या अधिकाऱ्यांना कल्पना न दिल्याबद्दल वर्गातली मुलं त्यांचा सूड घेतील याची प्रशासनाला भीती वाटत होती.

नकारात्मक मैत्री आणि विश्वासघाताचे परिणाम शोधण्यासाठी आपल्याला खून आणि हिंसात्मक घटनांचीच गरज नाहीये. मी गेल्या दोन दशकांहून अधिक काळ मैत्री आणि मैत्रीचे नमुने (patterns) यावर संशोधन करतेय. मी अशा लोकांच्या मुलाखती घेतल्या आहेत, ज्यांचा 'मित्रानं' त्यांच्या 'रोमॅन्टिक पार्टनर'ला फूस लावून विश्वासघात केला आहे. इतर काहींच्या मैत्रीची अखेर झाली आहे ती अशा विश्वासघातामुळे– ज्यामुळे महत्त्वपूर्ण कामाला खीळ बसली आहे. मी अशा काही स्त्री-पुरुषांच्या मुलाखती घेतल्या आहेत, ज्यांनी मला सांगितलं की, 'फक्त आपल्यातच राहणं गृहीत असतं' अशी खास माहिती फोडून आमच्या मित्रानं/मैत्रिणीनं आमच्या करिअरची गाडी रूळावरून खाली उतरवली.

काहींनी तर सांगितलं की, आमच्या मित्र/मैत्रिणीनं आमचे पैसे चोरले.

मी माझ्या संशोधन प्रक्रियेत, मुलाखतींदरम्यान जे ऐकलं किंवा पाहिलं आहे ती विश्वासघाताची काही उदाहरणं :

- "मी जिच्याजिच्यात मला रस आहे असं दाखवलं, त्या प्रत्येक बाईचा माझ्या एका जवळच्या मित्रानं प्रणयी भावनेनं पिच्छा पुरवला." (चोवीस वर्षीय अविवाहित तरुण)
- "ती मला म्हणाली की, मी तुझ्या मित्राबरोबर झोपत होते आणि तिनं मला आपण 'शेअर' केलं पाहिजे हे पटवण्याचा प्रयत्न केला." (सदतीस वर्षीय घटस्फोटित माता.)
- "नोकरीच्या ठिकाणच्या माझ्या जवळच्या मित्रानं आमच्या बॉसकडे जाऊन, आम्ही दोघं जे काम करत होतो त्याबद्दल एकट्यानं श्रेय घेत सांगितलं. आपण स्वतःच त्या कामी पुढाकार घेतला असून, आपण एकटे ते काम कसं सांभाळत आहोत ते सांगितलं." (पंचावन्न वर्षीय, दोनदा घटस्फोट

घेतलेली महिला.)

- ''माझी एक जवळची मैत्रीण मी विवाहित असल्यामुळे माझ्यावर जळते.'' (चव्वेचाळीस वर्षीय विवाहित पुरुष.)
- ''मी ज्याच्याबरोबर लहानाची मोठी झाले त्या मित्रानं माझ्यावर विनाकारण शारीरिक हल्ला केला.'' (तेवीस वर्षीय विवाहित महिला.)
- ''एका तोंडओळखीच्या मैत्रिणीनं कामाच्या ठिकाणी माझ्याबद्दल अफवा पसरवायला सुरुवात केली.'' (पन्नास वर्षीय घटस्फोटित माता.)
- ''माझ्या बॅचलरेट पार्टीच्या रात्री माझ्या 'मेड ऑफ ऑनर'नं माझे पैसे चोरले.'' (तीस वर्षीय विवाहित शिक्षक.)
- ''जे काही घडलं त्यामुळे आता मी पूर्वीइतकी मोकळी नसते. आता मी तितकं मनमोकळेपणानं वागत नाही.'' (तिच्या जिवलग मैत्रिणीनं तिच्याबद्दल त्या अकरा वर्षांच्या असतानाचं एक संबोधन वापरल्यामुळे ती फार दुखावली होती.) (बत्तीस वर्षीय विवाहित माता.)

ब्रेन्डा या मिशिगनच्या चाळिशीतल्या वादक महिलेला वाटतं की, मत्सर एखाद्याच्या आत्मसन्मानाला धक्का लावू शकतो आणि मैत्री तोडू शकतो.

''माझं वजन दोनशे पौंड असायचं.'' ती म्हणते, ''आता माझं वजन एकशे पंचवीस पौंड झालं आहे. माझ्या मैत्रिणीचं वजन दोनशे पन्नास पौंड होतं. माझे पहिले काही पौंड घटल्याबरोबर ती माझ्यापासून शक्य तितकी दूर गेली.''

आपल्या 'रोमॅन्टिक पार्टनर'ची अथचा जोडीदाराची फसवणूक करण्यानं मैत्रीची अखेर होऊ शकते. एका एकतीस वर्षीय कलाशिक्षिकेनं तिच्याच नोकरीच्या ठिकाणी काम करणाऱ्या तिच्या 'खरोखर जवळच्या मैत्रिणीला' घर मिळत नव्हतं म्हणून आपल्या घरी राहू दिलं. त्या दरम्यान त्या मैत्रिणीनं या कलाशिक्षिकेच्या नवऱ्याशीच 'सूत जमवलं, एवढंच नाही तर त्यांचे संबंधही आले.' या मैत्रिणीनं नोकरीच्या ठिकाणीसुद्धा तिला दणका दिला. ही कलाशिक्षिका तिच्या विद्यार्थ्यांशी गैरवर्तन करते, त्यांना मारहाण करते, अशा धादांत खोट्या गोष्टी या मैत्रिणीनं पसरवल्या. या सगळ्यामुळे या कलाशिक्षिकेचं लग्न घटस्फोटाच्या मार्गावर आहे आणि मैत्रीला पूर्णविराम मिळाला आहे.

पण काही अत्यंत विध्वंसक किंवा अपायकारक मैत्री लक्षात येणं मुश्कील असू शकतं. त्याचं कारण असं की, जेव्हा मैत्री जुळत असते–'प्रियाराधना'च्या टप्प्यात, त्या वेळी तुमचा मित्र/मैत्रीण अगदी मोहक, नम्र आणि अगदी योग्य असेल, पण एकदा का तुमची मैत्री चांगली जुळली की तो/ती बदलू शकतात. मैत्री जुळण्यामुळे एखाद्याला अतिपरिचयाच्या समस्या घेरू शकतात. या भावनिक आवर्तात जे

सापडतात ते बदलू शकतात, तसंच त्यांचं एकमेकांशी वागणंही बदलू शकतं. मित्र अधिक जवळ येतात, त्यांची आणखी दाट सलगी होते, तशा अपेक्षाही वाढू शकतात. त्यामुळे अपेक्षाभंगांची शक्यता वाढते. हे मैत्रीबंध फुलू लागलेले असतात त्या सुरुवातीच्या टप्प्यापेक्षा आत्ताच्या टप्प्यावरचा अपेक्षाभंग जास्त क्लेशकारक होऊ शकतो.

शिवाय, विशिष्ट संदर्भात निर्माण झालेल्या मैत्रीत म्हणजे शाळेत किंवा कामाच्या ठिकाणी विविध प्रसंग उद्‌भवत असतात, तसंच त्यामध्ये इतर अनेक नातेबंधही येत असतात. अशा वेळी मैत्रीची गाडी रूळावरून खाली उतरवणारे संघर्ष निर्माण होऊ शकतात. त्यात भर म्हणजे, तुमची मैत्री जितकी दीर्घ काळ असते, तितकी तुमची मैत्री टिकवून ठेवण्यासाठीची गुंतवणूक अधिक असते; अशा वेळी तुम्ही नकारात्मक वर्तणुकीकडे दुर्लक्ष करण्याची किंवा स्पष्टीकरण देऊन मनातलं किल्मिष दूर करण्याचा प्रयत्न करण्याची शक्यता जास्त असते; पण तुम्ही (किंवा तुमचा मित्र/मैत्रीण) फक्त इतकंच करू शकाल आणि अशीच एखादी विश्वासघात करणारी कृती घडेपर्यंतच तुमची मैत्री टिकू शकेल. अशा वेळी परिस्थितीकडे लक्ष देऊन गुंता सोडवला नाही, तर मैत्रीची अखेर होईल.

मैत्री अतिशय घनिष्ठ होऊ शकते आणि विश्वासघात, अपेक्षाभंग किंवा अपेक्षापूर्ती न झाल्यामुळे मैत्रीच्या नात्याची पूर्ण अखेर झाली नाही तरी मित्र अथवा मैत्रिणीकडून अपेक्षा कमी होऊ शकतात. एका त्रेचाळीस वर्षीय मार्केट रिसर्चर व्यक्तीच्या बाबतीत असंच घडलं. त्यानं त्याच्या मित्राला त्याच्या वतीनं एका प्रकल्पासाठी मुलाखती आयोजित करण्यासाठी एकशे पन्नास डॉलर्स दिले; पण त्याच्या त्या जिवलग मित्रानं ते पैसे खिशात घातले आणि कबूल केलेलं ते काम केलंच नाही. त्यांची मैत्री जरी तुटली नसली तरी, त्यांची 'बऱ्याच वर्षांत' भेट झालेली नाही; मग अशी मैत्री जवळची कशी म्हणायची, असा प्रश्न पडतो.

मित्राकडून झालेल्या विश्वासघाताचा शेवट अगदी खुनासारख्या क्रूरतेनंही होऊ शकतो . सव्वीस वर्षीय डॉन विवाहित आहे आणि पिताही आहे. त्याच्या पत्नीवरून त्याची आणि त्याच्या जवळच्या मित्राची वादावादी झाली. त्या भांडणात त्याच्या हातून मित्राचा खून झाला. तो पंधरा वर्षांची जन्मठेपेची शिक्षा भोगतोय. तो म्हणतो, "मी गावाला गेलेलो असताना तो माझ्या बायकोला भेटत होता आणि शेवटी ती त्याच्याबरोबर पळून गेली."

समजा अशी अगदी खून करण्याइतकी मजल गेली नाही, तरी मित्रामुळे वैतागलेली व्यक्ती अगदी गैरसमज झाला असला तरीसुद्धा तीव्र आणि चक्क गुन्हेगारी कृतीसुद्धा करायला प्रवृत्त होऊ शकते. एका अडतीस वर्षीय विवाहित परिचारिकेच्या बाबतीत असंच घडलं. नोकरीच्या ठिकाणी तिच्या मैत्रिणीनं तिच्याबद्दल खोटंनाटं पसरवून तिच्या पाठीत खंजीर खुपसला आणि स्वतः मुख्य परिचारिकेची मर्जी संपादन केली.

त्यामुळे मुख्य नर्सला ती आवडेनाशी झाली. असाच अनुभव एका एकोणपन्नास वर्षीय 'सिंगल' स्त्रीला आला. तिच्या मत्सरी व संतप्त मैत्रिणीनं तिचे दागदागिने चोरले.

माझ्या 'मैत्री' विषयावरच्या विस्तृत संशोधन, लेखनामुळे, तसंच या विषयातील माझ्या अभ्यासामुळे, तसंच माझ्या या विषयावरील कार्यशाळा व व्याख्याने यांमुळे, मला 'मैत्री'बद्दल चर्चा करण्यासाठी बऱ्याचदा टॉक शोजमध्ये आमंत्रणं येतात. या विषयावर लिहिणारे पत्रकार खूपदा माझी मुलाखत घेत असतात. त्यामध्ये ते नकारात्मक मैत्री कशी ओळखावी, तिच्यावर मात कशी करावी, याबद्दल बरेच प्रश्न विचारतात. त्यावरून मला अशा प्रकारच्या पुस्तकाची गरज लक्षात आली. पण मला त्याहीपुढे जायचं होतं : मला लोकांना हे समजून घेण्यात मदत करायची आहे की, अखेर आपला विश्वासघात करणारे मित्र त्यांनी का जोडावेत? मैत्रीमध्ये विश्वासघात ही गोष्ट आज कधी नव्हे इतकी व्यापक बनली आहे. या वस्तुस्थितीमागचे सामाजिक प्रवाह जाणून घेण्यात मला त्यांना मदत करायची आहे.

बऱ्याचदा अपयशी मैत्रीसंबंधात जी अवघडलेली आणि लाजिरवाणी भावना ग्रासून येते, ती दूर सारायला मदत करणं, हाही माझ्या या पुस्तकामागचा उद्देश आहे. काही जणांच्या दृष्टीनं, मैत्री तुटल्याचं कबूल करणं हे लग्नं तुटल्याचं कबूल करण्यासारखंच झालं आहे. गेल्या दोन दशकांहून अधिक काळ मैत्री या विषयावर तिच्या बाजूनं लिहिताना, चर्चा करताना आयुष्यभराची मैत्री ही काल्पनिक गोष्टीसारखी समोर आली आहे... जसं काही जणांच्या बाबतीत आयुष्यभराच्या लग्नबंधनाचं उत्कृष्ट उदाहरण हे अवास्तववादी वास्तव बनलं आहे, तसंच.

मैत्रीच्या नात्याची अखेर होऊ नये किंवा ते अपयशी ठरू नये अशा अद्‌भुतरम्य कल्पनेमुळे, ज्या लोकांनी मैत्रीला पूर्णविराम देणं आवश्यक आहे; पण तरीही जे ती टिकवून धरत आहेत, अशा लोकांच्या आयुष्यात विनाकारण क्लेश निर्माण होऊ शकतात. ते हे नातं समजून घेण्याऐवजी काल्पनिक गोष्टीलाच कवटाळून बसतात. पण जर सगळे मैत्रीबंध अथवा सगळी लग्नं आयुष्यभर टिकणारी नसतील, तर त्यात विश्वास ठेवण्याजोगं काय उरतं?

'मैत्री अशी आणि तशी...' या पुस्तकाचा हेतू आहे, तुम्हाला विध्वंसक वा अपायकारक मैत्री ओळखण्यासाठी आणि तिच्यावर यशस्वीपणे मात करण्यासाठी आयुधं देणं. या वाचनानं तुम्हाला- विशेषतः तुमचे स्वतःचे अथवा तुमच्या जवळच्या लोकांचे मैत्रीबंध कशामुळे संपले अथवा संपायला हवे होते, आणि अशा प्रकारे मैत्रीची अखेर झाल्यानंतर त्याला कसं तोंड द्यायचं, याबद्दल बरंच काही समजेल. शिवाय, जर तुम्हाला नकारात्मक मैत्री जोडण्याची सवय असेल, तर हे पुस्तक तुम्हाला सकारात्मक व निरोगी मित्र निवडायला मदत करेल. असे मित्र/ मैत्रिणी तुमचं व्यक्तिगत जीवन समृद्ध बनवतील आणि तुम्हाला जलद गतीनं

यशस्वी होण्यासाठी व करिअरमध्ये पुढे जाण्यासाठी साहाय्य करतील.

कदातिच असंही घडलं असू शकेल की तुम्ही आत्ता अथवा भूतकाळात अजाणता अथवा मुद्दाम एखाद्या मित्राचा विश्वासघात केला असेल. ज्या माणसानं विश्वासघात केला असेल त्याच्यावर या विश्वासघाताचा होणारा परिणाम समजून घेण्यानं, तसंच ज्याचा विश्वासघात केला आहे त्या व्यक्तीवर त्याचा काय परिणाम झाला आहे हे समजून घेण्यामुळे अतिशय महत्त्वाची भावनिक ऊर्जा मोकळी होऊ शकते, जी एरवी अपराधीपणाचा सल, पश्चात्ताप, दुःख किंवा विश्वासघाताशी निगडित भावनांमध्येच वाहून गेली असती. तुम्ही जर तुमच्या मित्राचा/मैत्रिणीचा विश्वासघात केला असेल, तर तुम्ही स्वतःला माफ करायला शिकू शकता; आणि समजा तुमचा विश्वासघात झाला असेल, तर विश्वासघात करणाऱ्याला माफ करण्याचा आपल्याला काय उपयोग होऊ शकेल, या गोष्टीचा तुम्ही विचार करू शकता.

आपल्यापैकी बहुतेकांना आधार देणारे, आपली काळजी करणारे, विश्वासू मित्र लाभलेले आहेत. सकारात्मक मैत्री जोडण्याची आणि टिकवण्याची प्रक्रिया याबद्दल सांगणारी, तसंच मैत्रीचे फायदे सांगणारी आज खूप पुस्तकं उपलब्ध आहेत. (त्यामध्ये, Friendshifts[a] : The Power of Friendship and How It Shapes Our Lives या माझ्या पुस्तकाचाही समावेश आहे.)

पण आपल्या मित्रानं/मैत्रिणीनं आपला विश्वासघात केला आहे असं तुम्हाला वाटत असेल तर तुम्ही मदतीसाठी कुठं जाणार? विश्वासघात म्हणजे– ज्या मित्रावर अथवा मैत्रिणीवर तुमची आधार, प्रेम, आपुलकी, विश्वास, निष्ठा, स्नेह अथवा आदर या दृष्टीनं भिस्त होती, त्यानं अथवा तिनं कोणत्या तरी मार्गानं तुमचा विश्वास तोडणं. तिनं कदाचित तुमचा विश्वास तोडला असेल किंवा तुमच्याबद्दल खोटंनाटं सांगितलं असेल, तुमच्या इतर व्यक्तिगत नात्यांना झळ पोहोचवली असेल किंवा कदाचित तुम्हाला तुमच्या नोकरीची किंमत चुकवायला लावली असेल, तुम्हाला भावनिक गरज असेल अशा वेळी कदाचित तो तुमच्या वेळेला आला नसेल, त्यानं तुमचे पैसे घेतले असतील, त्यानं तुमच्या 'रोमॅन्टिक पार्टनर'चं अथवा तुमच्या जोडीदाराचं प्रेम हिरावलं असेल किंवा वाइटात वाईट म्हणजे त्यानं तुम्हाला शारीरिक इजा केली असेल किंवा तो एखाद्याच्या मृत्यूला कारणीभूत ठरला असेल.

हे 'मित्र' खरंच कधी मित्र होते का? एखादा 'मित्र' अशी विश्वासघातकी कृती कशी काय करू शकतो? ही मैत्री विध्वंसक अथवा अपायकारक दिशेनं निघाली होतीच, की काळाच्या ओघात असं घडलं? याला चुकीचं वळण कुठं लागलं? आणि याची अखेर करणं, हाच याला तोंड देण्याचा सर्वांत चांगला मार्ग असेल, तर तुम्ही हे संपवण्याचा कोणता मार्ग निवडाल? जर हे सगळं या मार्गावर गेलं तर तुम्ही या संदर्भात माणसं ओळखायला कसं शिकाल, ज्यायोगे तुम्ही नुकसानदायी अथवा विश्वासघातकी मैत्री टाळू शकाल?

या प्रश्नांची उत्तरं देण्याखेरीज, या पुस्तकाचं आणखी एक उद्दिष्ट म्हणजे या मुद्द्यांबाबत तुम्हाला स्वतःलाच प्रश्न विचारायला आणि त्यांची उत्तरं स्वतःच शोधायला प्रवृत्त करणं. तुमच्यापैकी काही जण हा प्रवास पूर्णतः स्वतःच्या स्वतः करू शकतील, तर काहींना या प्रवासात कुणाची तरी मदत मिळावी असं वाटेल.

मैत्रीमध्ये विश्वासघात या विषयावर फार थोडे लोक खुलेपणे बोलायला तयार असतात, पण हा विषय आपल्या सर्वांशीच निगडित असतो. आवश्यकता असेल तर या संदर्भात नाव गुप्त राखलं जाईल आणि गोपनीयताही राखली जाईल असं सांगितल्यानंतर मला आढळलं की, स्त्री-पुरुष, मुलं-मुली यांना या विश्वासघाताबद्दल फक्त बोलायचंच नव्हतं, तर त्यांना त्यांच्या तीव्र भावनांना वाट मोकळी करून देण्यासाठी खरं तर त्याबद्दल बोलण्याची गरज होती. माझ्या सर्वांत अलीकडच्या, मैत्रीविषयक सर्वेक्षणात, 'तुमच्या तोंडओळखीच्या, जवळच्या अथवा सर्वांत जिवलग मित्र/मैत्रिणीनं कधी तुमचा विश्वासघात केला आहे का?' या प्रश्नाचं १८० पैकी १७१ लोकांनी उत्तर दिलं. त्यांपैकी ११६ (६८ टक्के) लोकांनी 'होय' असं उत्तर दिलं आणि फक्त ५५ जणांनी (३२ टक्के) 'नाही' असं उत्तर दिलं.

विश्वासघात शब्दाची अशीही व्याख्या होऊ शकते की, जेव्हा तुमचा मित्र/मैत्रीण तुम्हाला निराश करतात, ते भावनिकदृष्ट्या व प्रत्यक्षातही तुमच्यासाठी हजर नसतात; एखादा मित्र/मैत्रीण तुमच्याशी मैत्री तोडतो; पण तरीही तुम्हाला ती तशीच सुरू राहावी असं वाटत असतं (आणि कधी-कधी तुम्हाला या मैत्रीची अखेर का झाली हे कधीच कळत नाही.) कोलोरॅडोच्या एका तरुण विवाहितेला असाच अनुभव आला. एका प्रातःकालीन टॉक शोमध्ये 'मैत्री' या विषयावर माझी मुलाखत पाहिल्यावर तिनं मला पत्र लिहिलं होतं. मी त्या टॉक शोमध्ये, कधी-कधी 'मैत्रिबंध' कसे तुटतात आणि काही 'मैत्रिबंध' तुटणंच ठीक आणि नॉर्मल असतं, विशेषतः जर ते तुमच्या चुकीमुळे तुटत नसतील तर– अशा मुद्द्यांवर चर्चा करत होते. ही चर्चा तिच्या काळजाला इतकी भिडली होती की, तिनं मला 'आभार' व्यक्त करणारं कार्ड पाठवलं होतं. त्या शोमध्ये मी जी बाजू मांडली, ती तिला किती अर्थपूर्ण वाटली त्याबद्दल तिनं लिहिलं होतं. तिची एक मैत्री तुटली होती आणि त्याबद्दलचे विचार तिच्या मनात पुनःपुन्हा घुटमळत असायचे. ही मैत्री का तुटली ते तिला कधीच कळलं नव्हतं. या विचारांनी ती रात्री टक्क जागून काढत होती.

समजा एखाद्या मित्र/मैत्रिणीनं तुमच्याशी मैत्री तोडली आणि त्यानं/तिनं मैत्री का तोडली असेल हाच विचार तुमच्या मनात घर करून राहिला असेल, तर बहुधा तुम्हाला या विचारामागच्या कारणाला तोंड द्यावं लागेल. हेच दुसऱ्या शब्दांत सांगायचं, तर तुम्हाला याचं कारण कदाचित कधीच समजू शकणार नाही. (अपयशी मैत्रीच्या विचारांतून मुक्तता कशी मिळवायची, यावर पुस्तकात पुढे चर्चा आहे.)

मात्र, मैत्रीची अखेर करण्याचा निर्णय जर तुमचा असेल, अगदी नकारात्मक

मैत्रीतसुद्धा, तर तुम्ही संभाव्य सूडनाट्य टाळण्याबाबत दक्ष राहिलं पाहिजे. लक्षात ठेवा, तुमचा मैत्रीचा शेवट करण्याचा निर्णय जितका महत्त्वाचा असेल, तितकाच तुम्ही तो कसा अमलात आणता, हेही तितकंच महत्त्वाचं असेल. कारण, तुमच्याशी मैत्री असलेली व्यक्ती तुमचा उत्कर्ष होणार की नाही हे ठरवण्याच्या, तुमच्या कंपनीला महत्त्वाचं मोठं कॉन्ट्रॅक्ट मिळणार की नाही किंवा तुम्हाला नोकरीत बढती मिळणार की नाही याचा निर्णय घेण्याच्या पदावर असू शकते.

इतक्या वर्षांत मी अतिशय जिवलग असलेले कित्येक मैत्रीबंध तुटलेले पाहिले आहेत. मैत्रीची अखेर करणारी मी असेन, तर अशी परिस्थिती हाताळण्याचा कुठला दुसरा मार्ग नाही का, असा विचार माझ्या मनात आलाय. आणि जर मैत्री तोडण्याचा निर्णय माझा नसेल तर मला गोंधळल्यासारखं झालंय, संताप आलाय आणि विश्वासघात झाल्याची भावना ग्रासून आलीय. त्यामुळे मैत्रीमधल्या विश्वासघाताबद्दल मला पडलेल्या प्रश्नांची उत्तरं माझी मला शोधायची होती, तसंच जर नकारात्मक मैत्री असेल तर अशा संपवायलाच हव्या अशा नात्याची अखेर करण्याचा अधिक चांगला मार्ग कुठला, तेही ठरवायचं होतं.

मी याबद्दल संशोधन करून हे पुस्तक लिहिलं... माझ्या स्वतःच्या प्रश्नांना उत्तर देण्यासाठी, तसंच या संदर्भात मला पत्रांद्वारा, इ-मेलद्वारा व माझ्या मैत्रीविषयक व्याख्यानानंतरच्या प्रश्नोत्तर सत्रांमध्ये मला नेहमी विचारल्या जाणाऱ्या प्रश्नांना उत्तरं देण्यासाठी... मैत्रीमध्ये आपल्या मित्र/मैत्रिणींना दुखावणारी कृती काही जण का करतात, मित्र परस्परांचा विश्वासघात का करतात, एखादी व्यक्ती नकारात्मक मैत्रीकडे का वळते, विध्वंसक मैत्रीपासून दूर कसं व्हायचं, आपल्या व्यक्तिगत जीवनात व करिअरमध्ये तुम्ही सकारात्मक मैत्री कशी शोधायची व तिची जोपासना कशी करायची... अशा अनेक प्रश्नांची उत्तरं त्यात आहेत.

अधिक चांगली मैत्रीण होण्याच्या दृष्टीनं मी स्वतःत कसा बदल घडवला, तसंच गेल्या दोन दशकांहून अधिक काळ मी जे मूलभूत संशोधन केलं व निरीक्षणं नोंदवली, त्यांनी या पुस्तकाचा पाया रचला. या प्रवासात मी मैत्रीबद्दल जे काही शिकले त्यानं माझं जीवन (त्यामध्ये माझं करिअर, माझ्या आयुष्यातली मैत्रीसह सगळी नातीही आली) जसं समृद्ध केलं तसंच तुमचंही व्हावं, तुम्हालाही निरोगी मैत्रीबंधांतले आनंदाचे तुषार लाभण्यात साहाय्य लाभावं, असं मला वाटतं. 'मैत्री अशी आणि तशी...' वाचताना तुमच्या लक्षात येईलच, कधी कधी इतर कुणी, अथवा आपली मैत्री बदलावी अशी अपेक्षा करण्यापूर्वी आपल्यातच बदल घडायला सुरुवात झाली पाहिजे.

■

भाग १

मैत्री : मूलभूत बाबी

मित्र म्हणजे काय?

मित्रांसारख्याच मैत्रीच्या व्याख्याही अनेक होऊ शकत असल्या, तरी या नात्याचे चार मूलभूत घटक असतात :

- हे नातं अशा किमान दोन व्यक्तींमध्ये असतं, ज्यांचं एकमेकांशी रक्ताचं नातं नाही.
- हे वैकल्पिक अथवा आपखुशीचं असतं.
- हे नातं कायदेशीर करारावर आधारित नसतं.
- हे नातं देवाण-घेवाणीचं म्हणजेच परस्परपूरक असतं.

या गोष्टीवर अनौपचारिक एकमत दिसतं की, मित्र/मैत्रिणी प्रियकर-प्रेयसी असू नयेत अथवा त्यांच्यात लैंगिक संबंध असू नयेत किंवा हे नातं मैत्रीपेक्षा काहीतरी अधिक पायरीवर जाऊ नये.

या मूलभूत सिद्धान्तापलीकडे, मैत्रीमध्ये काय काय असावं– म्हणजे विश्वास, परानुभूती, प्रामाणिकपणा, गोपनीयता राखणं, प्रेम, आस्था, एकमेकांचे 'सोल मेट्स' किंवा नातेवाइकांसारखं असणं, ज्याच्याशी बोलावं, ज्याच्यासोबत काही गोष्टी कराव्यात, ज्याच्या खांद्यावर विश्वासानं मान टेकवावी असं कुणीतरी असणं, अशी कुणीतरी व्यक्ती जी निरर्थक वचनं देणार नाही, तर खरोखर सोबत करेल – याबद्दल विस्तृत मतप्रवाह आहेत.

यातील शब्दांपलीकडला; पण बहुधा सर्वांत महत्त्वाचा घटक म्हणजे, मित्र/मैत्रीण म्हणजे अशी व्यक्ती- जिला तुम्ही आवडता आणि तीही तुम्हाला आवडते. जिच्याशी तुम्ही सकारात्मक 'रासायनिक अभिक्रिया' 'शेअर' करता.

तुमची मित्र/मैत्रिणीशी किती जवळीक आहे, यासाठी 'मित्र' ही संज्ञा तीन स्तरांत विभागणं सोयीचं असतं : कॅज्युअल, क्लोज आणि बेस्ट. म्हणजेच

थोडीफार मैत्री, जवळची मैत्री आणि सर्वांत जवळची मैत्री.

'कॅज्युअल मित्र' ही तोंडओळख या स्तरापुढची मोठी पायरी असते. ही मैत्री अगदी दाट सलगीची किंवा अगदी खास, जवळची वगैरे नसली तरी कॅज्युअल मित्रांमध्ये भावबंध असतात. या प्रकारातली मैत्री काळासोबत जवळची किंवा सर्वांत जवळची या स्तरावर जाऊन अगदी दृढ होऊ शकत असली तरी कॅज्युअल स्तरावर राहणारे मैत्रीबंधही असतातच. विशेषतः बिझनेसमध्ये जवळच्या अथवा सर्वांत जवळच्या मैत्रीपेक्षा कॅज्युअल मैत्री बऱ्याचदा आढळते आणि तिला जवळच्या अथवा सर्वांत जवळच्या मैत्रीपेक्षा अधिक पसंती लाभते.

या प्रकारची मैत्री जवळच्या किंवा सर्वांत जवळच्या मैत्रीपेक्षा कमी सलगीची असली तरी परस्परांबद्दलचा विश्वास आणि एकमेकांना खरंखुरं आवडणं गरजेचं असतं. निरोगी व सकारात्मक कॅज्युअल मैत्रीत हे असावं.

पासष्ट वर्षांच्या, दोनदा घटस्फोट घेतलेल्या, वित्त सल्लागार पेनी म्हणतात, "मला कॅज्युअल मित्र-मैत्रिणी खरंच आवडतात." पेनींना एक मित्र आहे, पण त्या एकट्याच राहतात. दर बुधवारी रात्री त्या त्यांच्या मैत्रिणीसमवेत जेवायला जातात. त्यांची मैत्रीण त्यांच्याच वयाची आहे. ती विवाहित आहे. तिला संध्याकाळी बाहेर जायला वगैरे सहसा जमत नाही; पण तिच्या नवऱ्याची– त्यानं व्हिएतनाम युद्धात सेवा बजावली आहे– सैनिकांबरोबर दर बुधवारी रात्री मीटिंग असते. पेनी आणि त्यांची ही मैत्रीण जेवायला बाहेर जातात तेव्हा मुलांबद्दल, नातवंडांबद्दल बोलतात. तसंच दोघींच्या समान आवडीच्या विषयावर म्हणजे 'ॲन्टिक्स'बद्दल बोलतात. पेनींची मैत्रीण ॲन्टिक संग्रहावर न्यूजलेटर लिहिते. पेनी परदेश दौरेही खूप करतात. सध्याच्या त्यांच्या अतिशय दगदगीच्या आयुष्यात त्यांच्यापाशी जवळच्या किंवा सर्वांत जवळच्या मैत्रीसाठी फार थोडा वेळ किंवा भावना असतात; त्यांना आपली कॅज्युअल मैत्रीच बरी वाटते.

तुमच्या जवळच्या मित्र/मैत्रिणीशी मनाच्या अगदी खोल गाभ्यातले, सर्वांत खासगी विचार किंवा गुपितं (आपली इच्छा असेल) 'शेअर' करताना अवघडल्यासारखं होता कामा नये, अगदी सहजपणे ते बोलता यायला हवं, हे गृहीतच असतं. आपल्या इतर भूमिकांच्या-कामगार, जोडीदार, भावंडं, मातापिता चढाओढीच्या मागण्यांमुळे आपल्याला एकावेळी अगदी मोजके मित्र सांभाळणं शक्य असतं, असं बऱ्याच जणांना वाटतं. जर जवळचे काही मित्र/मैत्रिणी दूर अंतरावर राहत असतील तर जवळच्या असणाऱ्या आणखी काही मित्र/मैत्रिणींसाठी वेळ व ऊर्जा मिळू शकेल, पण काही मोजकीच माणसं १० ते २० जवळचे मित्र/मैत्रिणी अगदी आरामात सांभाळू शकतात – ४ ते ६ हा आकडा सर्वसामान्यतः आढळतो– तर १०, २० किंवा त्याहून अधिक कॅज्युअल मित्र/मैत्रिणी असणं तसं दुर्मीळ नसतं;

विशेषतः विद्यार्थी, कामगार अथवा एखाद्या व्यवसाय-उद्योगाच्या मालकांच्या बाबतीत. (या पुस्तकासाठी १८० मैत्रीबंधांचा अभ्यास करताना, जवळचे, सर्वांत जवळचे व कॅज्युअल मित्र/मैत्रिणी यांची आढळलेली सरासरी संख्या होती : ६ जवळचे, २ सर्वांत जवळचे व २६ कॅज्युअल.)

जवळच्या मित्र/मैत्रिणीकडून असणाऱ्या काही टिपिकल अपेक्षा :

- 'जवळचा मित्र म्हणजे आपण ज्याच्या सोबत आपल्या खऱ्या रूपात असू शकतो अशी व्यक्ती.' (मासिकासाठी लेखन करणारा पंचेचाळीस वर्षीय विवाहित कर्मचारी.)
- 'जवळचा मित्र म्हणजे विशेष गरजेच्या वेळी ज्याच्याकडे जाता येऊ शकतं अशी व्यक्ती.' (३६ वर्षीय, विवाहित, कॉलेज प्रोफेसर.)
- 'जवळचा मित्र म्हणजे न्यायनिवाडा न करता तुमचं बोलणं लक्षपूर्वक ऐकतो, तुम्ही आपल्या अडचणी सांगत असता त्या वेळी आपल्या समस्या सांगण्यासाठी तुमचं बोलणं मध्येच तोडत नाही, अशी व्यक्ती. तो किंवा ती निःस्वार्थी असावेच लागतात.' (चव्वेचाळीस वर्षीय घटस्फोटित महिला उद्योजक.)

सर्वांत जवळचा मित्र अथवा मैत्रिणीला म्हणजेच 'बेस्ट फ्रेंड'ला जवळचा मित्र/मैत्रीण असण्यासाठी आवश्यक असणारे सर्व निकष लागू असतातच, शिवाय त्याला/तिला 'अग्रगण्य' असण्याचा अतिरिक्त विशेष गुणही असावा लागतो. मी बऱ्याचदा विवाहित जोडप्यांना, त्यातसुद्धा विशेषकरून पुरुषांना आपल्या पत्नीचा उल्लेख 'माय बेस्ट फ्रेंड' असा करताना ऐकलं आहे; पण तांत्रिकदृष्ट्या जोडीदार हा 'बेस्ट फ्रेंड' होऊ शकत नाही, तो फक्त 'बेस्ट फ्रेंड'सारखा असू शकतो.

पत्नीला 'बेस्ट फ्रेंड'चा चुकीचा शिक्का लावणं किती सार्वत्रिक आहे हे 'अ वुमन्स गाईड टु बिईंग अ मॅन्स बेस्ट फ्रेंड' या मायकेल लेविन यांच्या पुस्तकात समजतं. उत्तम जोडीदार कसं व्हावं याबद्दलचं हे पुस्तक आहे.

मुलाखती व सर्वेक्षणांमध्ये, विवाहित पुरुष आपण आपल्या पत्नीला 'बेस्ट फ्रेंड' मानत असल्याचं चटकन सांगतात. उदाहरणादाखल सांगायचं तर, माझ्या मैत्रीविषयक सर्वेक्षणात ३१ वर्षीय ग्रेगरी (ते एका प्रकाशन संस्थेचे प्रमुख आहेत. या प्रकाशन संस्थेत आठ कर्मचारी आहेत.) यांनी 'तुम्हाला तुमचा सर्वांत जवळचा अथवा सर्वांत जिवलग मित्र कसा भेटला?' या माझ्या प्रश्नाला उत्तर दिलं की, ''माझ्या पत्नीखेरीज सध्या माझा सर्वांत जवळचा मित्र आहे माझा बिझनेस पार्टनर.''

एकंदर इतिहास पाहता, एकापेक्षा जास्त जवळचे मित्र/मैत्रिणी असण्याच्या

ओढाताणीतून समस्याच निर्माण झाल्या आहेत. या संदर्भात फ्रेंच निबंधकार मिशेल डी मॉन्टेन यांचे चिरंतन शब्द आठवतात, 'ऑफ फ्रेंडशिप' या त्यांच्या सुप्रसिद्ध निबंधात ते म्हणतात, "समजा तुम्हाला दोघांनी एकाच वेळी हाक दिली तर तुम्ही त्यातल्या कुणाकडे धावणार? समजा त्यांनी तुमच्याकडून एकाच वेळी वेगवेगळी मदत मागितली तर तुम्ही ती कशी करणार?समजा त्यातल्या एकानं तुम्हाला एखादं गुपित सांगितलं आणि ती गोष्ट दुसऱ्याला समजणं त्याच्यासाठी उपयुक्त असलं तर अशा वेळी तुम्ही स्वतःची सोडवणूक कशी करून घेणार? एकच मैत्री असेल तर इतर सगळी बंधनं नाहीशी होतात."

विकी नामक पश्चिमी युरोपमध्ये राहणाऱ्या, नोकरी करणाऱ्या, एका 'सिंगल' महिलेनं तिची 'बेस्ट फ्रेंड'बद्दलची कल्पना मला सांगितली. बऱ्याच जणांची अशीच कल्पना असावी. ती म्हणाली की, 'सायबिल' या दूरचित्रवाहिनीवरच्या विनोदी कार्यक्रमाच्या मध्यवर्ती कल्पनेसारखी मैत्री आपल्यालाही लाभावी, असं तिला वाटतं. हा कार्यक्रम युरोपमध्ये अजूनही प्रक्षेपित होत होता.

विकी म्हणते :

कथेचं मुख्य मध्यवर्ती सूत्र म्हणजे सायबिलची- तिच्या जिवलग मैत्रिणीशी- मरियनशी असणारी मैत्री. त्यांचं नातं आणि त्यांची साहसं मला विशेष आवडतात. कधी कधी माझ्या मनात येतं, दररोज तुमच्या घरी येणारी आणि प्रत्येक गोष्ट तुमच्याशी 'शेअर' करणारी 'बेस्ट बेस्ट फ्रेंड' असली तर किती छान होईल!

पण हाय! ही सर्वांत जवळची मैत्री लाभते तेव्हा तुम्ही आयुष्याच्या कोणत्या टप्प्यावर असाल? बहुतेकांच्या बाबतीत ती आयुष्याच्या सुरुवातीच्या काळात म्हणजे शालेय जीवनादरम्यान, तसंच लग्नाआधी किंवा लग्नानंतर, एकटेपणाच्या काळात असू शकते. बहुतेक जणांच्या बाबतीत काम, त्यांच्यावर अवलंबून असणारी मुलं आणि त्यांचे प्रेमसंबंध या गोष्टींची मुख्य चढाओढ सुरू असेल तर सर्वांत जवळची मैत्री टिकवणं मुश्कील असतं.

विकी म्हणते की, सायबिल व तिची बेस्ट फ्रेंड मरियन यांच्यातली मैत्री अतिशय दृढ होण्यास परिस्थिती साहाय्यभूत होते :

या दोघींना अशा दृढमूल भावबंधांमध्ये मोठ्या प्रमाणात पूर्वाकांक्षित गोष्टी आहेत : या दोघीही पन्नाशीच्या वाटेवर आहेत, त्यांची मुलं मोठी

होऊन घराबाहेर पडलेली आहेत. दोघीही घटस्फोटित आहेत. मरियन खूप श्रीमंत आहे, स्वतंत्र आहे. तिचा नवरा प्लॅस्टिक सर्जन होता. तिला स्वतःच्या उपजीविकेसाठी काम करावं लागत नाही. ही अर्थातच 'फन फिक्शन' कथा आहे!

वेल, आयुष्यात पुढे काय वाढून ठेवलंय ते मला माहीत नाही. कदाचित कधीतरी मलाही अशी व्यक्ती पुन्हा भेटेल. आपण कधीही आशा सोडू नये, नाही का? होय, आयुष्यात बेस्ट फ्रेंड भेटणं किती मौजेचं असेल!

विश्वास

मैत्रीसाठी विश्वास असावाच लागतो, याच्याशी बहुतेक जण सहमत असतात. पण मित्र/मैत्रिणीशी 'शेअर' करणं, तुमचे विचार अथवा खास माहिती त्याला/तिला विश्वासानं सांगणं, हे दोन्ही बाजूंनी घडायला हवं. तुमची गुपितं तुम्ही तुमच्या मित्राला/मैत्रिणीला सांगणार असाल, तर त्याची/तिची तुमच्याशी अशाच विश्वासानं वागायची तयारी आहे का, हा प्रश्न तुम्ही स्वतःला विचारा.

विश्वास संभाव्य विश्वासघातासाठी मंच तयार करतो. पाच मोठ्या मुलांची आई असलेली जिल ही सत्तेचाळीस वर्षीय विवाहित उद्योजक तिच्या बालपणीच्या अनुभवांबद्दल सांगते. त्यातलाच एक अनुभव म्हणजे तिच्या एका जिवलग मैत्रीची अनपेक्षित अखेर. ही अखेर का झाली याचं तिला कारणही सांगता येत नाही; पण यामुळे तिला तिच्या नवऱ्याखेरीज कुणावरच विश्वास ठेवणं कठीण झालं आहे.

जिल मान्य करते की : 'तुम्हाला लोकांवर विश्वास ठेवावा लागतो.' पण सध्या तिला ते शक्य होत नाही. बालपणीच्या कटू अनुभवांच्या आठवणींवर आणि त्यामुळे तिच्या मित्र-मैत्रिणी जोडण्याच्या क्षमतेवर आलेल्या मर्यादांवर मात करण्यासाठी, १९९० सालापासून थेरपिस्टचा सल्ला घेतेय. ती मनातल्या या साशंकतेवर उपाय करतेय. "मित्र म्हणजे काय?" जिल प्रश्न करते आणि त्याचं तत्परतेनं उत्तरही देते, "हे पाहा, मला नाही माहीत; पण माझी मित्र/मैत्रीण या व्यक्तीबद्दल अशी कल्पना आहे की, ज्याला/जिला तुम्ही काहीही सांगू शकता... आणि मी तेच नाही करू शकत."

खरं तर, आपण आपल्या मित्रांवर विश्वासानं काय सोपवतोय, त्यांच्याशी काय 'शेअर' करतोय याचा सावधपणे विचार केला तर विश्वासघाताची भीती काही प्रमाणात कमी होऊ शकेल. मैत्री पारखून घेतल्याखेरीज आणि आपण ज्याच्यावर पूर्णतः विश्वास टाकतोय, तो खरंच जवळचा अथवा सर्वांत जवळचा मित्र आहे याची पूर्णतः खात्री असल्याखेरीज मित्रांशी 'शेअर' करणं टाळा. जे मित्र खाली नमूद

केलेल्या मुद्द्यांपैकी कोणत्याच मुद्द्याच्या कसोटीला उतरलेले नाहीत त्यांच्यावर भरवसा ठेवू नका :

- व्यावसायिक गुप्त बाबी – या गोष्टी खुल्या झाल्यास विश्वास व नीतिमूल्यांचं उल्लंघन ठरेल.
- प्रेमसंबंधांमध्ये जोडीदाराच्या लैंगिक कृतीचे तपशील.
- इतर कुणाला तरी अडचणीत आणू शकतील अशी गुपितं.
- ज्या गोष्टी बातम्यात पुनःपुन्हा दाखवल्या जाणं किंवा राष्ट्रीय वृत्तपत्रात अथवा इंटरनेटवर प्रसिद्ध होणं तुम्हाला आवडणार नाही.

हे शब्द कठोर वाटत असतील तर त्याचं कारण म्हणजे यामागचा उद्देश, हा जागं करणारा गजर आहे. विशेषतः अमेरिकेत आपण कुणालाही पटकन 'मित्र' म्हणतो. मैत्री या संदर्भात विचार करता, स्त्री-पुरुष व्यावसायिक आणि व्यक्तिगत गुप्त गोष्टी 'शेअर' करतात, एवढंच नव्हे, तर सर्जनशील कल्पना आणि प्रकल्पसुद्धा 'शेअर' करतात. अशा वेळी स्पर्धेचा मुद्दा आल्यास त्यामुळे करिअरचं नुकसान होऊ शकतं; पण त्या व्यक्तीनं आपण विश्वासू मित्र असल्याचं किती वेळा सिद्ध केलेलं असतं?

तुमची ज्या मित्र/मैत्रिणींशी कसोटीवर उतरलेली, दीर्घ काळ, जवळची आणि सर्वांत घनिष्ठ मैत्री असते, त्याच्यावर/तिच्यावर विश्वास ठेवताना काही अपेक्षा आणि गृहीतकं असतात. मात्र ज्या मैत्रीची अजून पारख झालेली नाही, अशा तुलनेनं नव्या मित्र/मैत्रिणीच्या बाबतीत, त्याच्या/तिच्या व्यक्तिमत्त्वाबद्दलची, मूल्यांबद्दलची अतिशय महत्त्वपूर्ण माहिती तुम्ही अधिक जाणून घेत असता.

परानुभूती

परानुभूती म्हणजे दुसऱ्याचा दृष्टिकोन समजून घेण्याची क्षमता. कुणासाठी तरी मनात सहानुभूतीची भावना असणं, त्या व्यक्तीविषयी काही वाटत असणं, तिच्याबद्दल आस्था असणं, अशी सगळी स्वभाववैशिष्ट्यं जी मित्र/मैत्रिणीमध्ये, विशेषत: जवळच्या मित्र/मैत्रिणींमध्ये, असावीत असं आपल्याला फार वाटत असतं. अर्थात, मित्रासाठी परानुभूतीची भावना त्याच्या अथवा तिच्याबद्दलच्या खोलवर भावनेतून निर्माण होते; पण त्यामध्ये इतरांचं म्हणणं ऐकून घेण्याची मूलभूत कुवत आणि त्या व्यक्ती ज्या अवस्थेतून जात आहेत त्याबद्दलची खरीखुरी आस्था यांचंही प्रतिबिंब दिसतं.

'तुम्हाला मित्र जोडण्याच्या बाबतीत कोणती गोष्ट शिकावीशी वाटते?' या प्रश्नावर एक मध्यमवयीन माणूस म्हणाला होता : "ऐकून घेणारी आणि बोलणारीही

व्यक्ती कशी शोधायची ही गोष्ट.''

प्रामाणिकपणा

प्रामाणिकपणा हा वादग्रस्त विषय आहे. मी जेव्हा 'मैत्री'बद्दल बोलते, तेव्हा मला ही संकल्पना सांगावीशी वाटते : जवळचा किंवा सर्वांत जवळचा मित्र/मैत्रीण म्हणजे अशी व्यक्ती, जिच्याशी आपण काहीही 'शेअर' करू शकतो असं तुम्हाला वाटतं, पण ते खरंच करावं का हे तुम्ही ठरवता. एक उदाहरण देते : तुमच्या मैत्रिणीनं घातलेले कपडे तुम्हाला आवडलेले नाहीत.

ती विचारते, ''मी कशी दिसतेय.''

आता यावर 'ठीक' किंवा 'मला हा पोशाख अजिबात आवडत नाही' असं उत्तर देणं प्रामाणिकपणाचं आहे, पण असं उत्तर देणं व्यावहारिक चतुराईचं ठरेल का? हे तुमच्या मैत्रीसाठी किंवा मैत्रिणीसाठी सर्वांत लाभदायक ठरेल का?

सत्य कथन करणं हा जवळच्या अथवा सर्वांत जवळच्या मैत्रीतला आणि अगदी विश्वासार्ह कॅज्युअल मैत्रीतलासुद्धा अर्थातच महत्त्वाचा भाग असतो, पण व्यवहारचातुर्य दाखवून काही गोष्टी किंवा माहिती कधी टाळावी लागेल ?आणि अप्रामाणिकपणा कधी होईल?

मी मैत्री या विषयावर तीन स्त्रियांशी बोलले. या तिघीही तिशीच्या जराशा कमी-अधिक वयाच्या होत्या. त्यांनी मला त्यांना 'मैत्री' या विषयावर त्यांना शिकायचे असलेले तीन महत्त्वाचे मुद्दे सांगितले : त्यांतले दोन मुद्दे प्रामाणिकपणाबद्दलचे होते. 'एकमेकांशी किती प्रामाणिक राहायचं' आणि 'आणखी प्रामाणिक व्हायला शिकायचं.' (तिसरा मुद्दा होता अडचणी आणि मैत्री एका वेळी सांभाळण्याचा.)

त्यांच्यापैकी एक जण एका फॅशन कंपनीत खासगी समुपदेशक होती. ती तेहतीस वर्षांची होती. तिच्या लग्नाला दहा वर्षं झाली होती. ती म्हणाली, ''मी माझ्या मैत्रिणींना विचारते, तुम्हाला काय ऐकायचं आहे? मला खोटं बोलणं कठीण जातं. मी व्यवहारचतुरपणे वागण्याचा प्रयत्न करते.''

मैत्रीमध्ये प्रामाणिकपणा ही गोष्ट पोशाखावर किंवा केशरचनेवर शेरा देणं यापेक्षा बरीच सखोल असते. यामध्ये तुम्ही दोघं/दोघी परस्परांशी आपल्या भावना शेअर करू शकता की नाही... तुमचे विचार, मतं आणि स्वप्नं एकमेकांना सांगू शकता की नाही, ही गोष्ट महत्त्वाची असते. आपण मोकळेपणानं आणि प्रामाणिकपणे बोलू शकतो; आपल्याला कुणीही हसणार नाही किंवा आपल्या बोलण्याचे विपरीत परिणाम घडणार नाहीत, आपण जे शेअर केलं आहे ते आपल्या परवानगीविना इतरांपर्यंत पोहोचणार नाही, ही गोष्ट गृहीतच असावी लागते.

गोपनीयता

विश्वास व प्रामाणिकपणा हे जवळच्या मैत्रीतले दोन महत्त्वाचे घटक मानले, तर त्यापुढचा घटक म्हणजे मित्र/मैत्रिणीची गुपितं गुपितच राखता येणं. मित्र/मैत्रिणीनं विश्वासानं सांगितलेली एखादी खासगी आणि खास माहिती गुपित राखणं ही गोष्ट वेगळी आणि मित्र-मैत्रीण अथवा इतर लोकांना संकटात टाकू शकेल अशी धोकादायक बाब गुप्त राखणं, ही गोष्ट वेगळी. काही समुहांनी व पोलीस खात्यांनी, विशेषतः शाळेतील वाढत्या हिंसाचाराच्या पार्श्वभूमीवर 'हॉटलाइन्स' कार्यान्वित केल्या आहेत. ज्यावर एखादा गुन्हा अथवा प्राणघातक कृती घडल्यानंतर किंवा घडत असतानाही कुणीही व्यक्ती अगदी निनावीसुद्धा माहिती देऊ शकते.

मी इथं उल्लेख केलेलं गुपित अथवा गुप्त गोष्ट या प्रकारची नाही. मी इथं ज्या व्यक्तिगत स्तरावरील गुप्त गोष्टी खुल्या करण्याचा उल्लेख करतेय ते वेगळं असतं, अगदी निरुपद्रवी. जी व्यक्ती गुपित 'शेअर' करतेय, ती व्यक्ती सोडून इतरांच्या दृष्टीनं तर ते अगदी अर्थशून्य अथवा फालतू असतं. दुसऱ्याशी बोलून आपलं मन हलकं करण्याचा एखाद्या व्यक्तीचा प्रयत्न मात्र यशस्वी होऊ शकतो.

दुर्दैवानं, गुपित ऐकणाऱ्या माणसाला मात्र ते ओझं सहन होण्यापलीकडचं वाटू शकतं. त्यामुळे, इतर कुणाला ते सांगण्याचा परिणाम म्हणून 'हॉट पोटॅटो इफेक्ट' म्हणजेच अतिशय अवघड अवस्था होऊ शकते... ते गुपित आकसानं फोडणं किंवा मित्र/मैत्रिणीचा विश्वासघात करणं, यापेक्षा त्या गुपिताचं ओझं उतरवण्यासाठी हा मार्ग निवडला जाऊ शकतो.

पण जे गुपित सांगितलेलं असतं ते त्या मित्र/मैत्रिणीच्या दृष्टीनं अतिशय महत्त्वाचं आणि अर्थपूर्ण असतं. ते त्या मित्र/मैत्रिणीच्या परवानगीविना इतरांसमोर फोडण्यानं, मैत्रीतील अत्यंत महत्त्वाच्या विश्वास व खासगीपणाचा आदर यासारख्या घटकांचा भंग होतो.

नेदरलँड्समधील एक ४७ वर्षीय अविवाहित चित्रपट दिग्दर्शक म्हणतो, "मी माझ्या एका मित्राला (माझ्या हातून घडलेल्या) एका लाजिरवाण्या चुकीबद्दल सांगितलं आणि हे कुणाला सांगायचं नाही असं त्याच्याकडून कबूल करून घेतलं. मला काही घडलेली गोष्ट बरी वाटत नव्हती, पण माझ्या त्या मित्रानं ती ताबडतोब फोडली."

आपल्या चुकांची कबुली देणं किंवा मनातलं बोलणं या गोष्टी, मित्राशी अधिक जवळीक निर्माण करण्याचा मार्ग म्हणूनही केल्या जातात.

"मी आजवर कधीच कुणाला सांगितलं नाही ते तुला सांगणार आहे." हे वाक्य, विशेषतः ते खरं असतं तेव्हा, नक्कीच मैत्री तू आणि मी विरुद्ध जग या

टप्प्यापर्यंत मजल गाठण्यासाठी मदत करते. किमान या एका गुपितापुरतं तरी. हे गुपित काहीही असू शकतं. अगदी मनाच्या खोलवरच्या गाभ्यातल्या एखाद्या गोष्टीपासून ('मी अमकीतमकीच्या प्रेमात पडलोय, पण हे तिला कसं सांगावं ते कळत नाहीये.') ते एखादा गोंधळ होण्यापर्यंत. ('आज माझी दातांची अपॉईंटमेन्ट होती, पण मी ते पूर्ण विसरून गेले, आजपर्यंत माझं असं कधीच झालं नव्हतं.') किंवा एखादं स्वप्न वा ध्येय ('मला रॉक स्टार व्हायचं आहे...') असं काहीही.

जवळचा अथवा सर्वांत जवळचा मित्र अशा सगळ्या गोष्टी गुप्त ठेवेल आणि मनाच्या अगदी खोलवरच्या कप्प्यांतले विचार ते कितीही फालतू वाटले तरी-'शेअर' करण्याबद्दल समोरच्याला कमी लेखणार नाही.

अर्थात एखादं गुपित ऐकत असताना मित्रांनीसुद्धा काही गोष्टी लक्षात घेण्याची आवश्यकता असते. जर एखादा मित्र म्हणाला की, "मला तुला काही सांगायचं आहे; पण ते तू दुसऱ्या कुणाला सांगणार नाहीस असं वचन दे." आणि तुमचं जर तुमच्या जोडीदारापासून काहीही लपवून न ठेवण्याचं 'नो सिक्रेट्स' धोरण असेल, तर तुम्ही ते गुपित ऐकण्याआधी तुमच्या मित्राला त्याबद्दल सांगायला हवं.

"मी बाकी कुणाला सांगणार नाही, पण माझ्या पतीला/पत्नीला त्याबद्दल सांगेन कारण आम्ही एकमेकांपासून काहीही अजिबात लपवत नाही आणि माझा पती/पत्नी याबद्दल खात्रीनं गुप्तता पाळेल."

हे सांगूनही तुमच्या मित्राला तुमच्याशी 'शेअर' करायचं नसेल तर ठीक आहे; पण तुम्ही याबाबत दक्ष असण्याची गरज आहे.

आपलं एखादं गुपित शेअर करणं आणि मित्रानं तुम्हाला न हसता, कमी न लेखता, न्यायनिवाडा किंवा टीका न करता ते स्वीकारणं, हा टिकाऊ व दृढ मैत्री समृद्ध करणारा व तिचा पाया आणखी मजबूत करणारा मुद्दा आहे. एखादं गुपित शेअर करणं आणि ते गुपित गुपितच राखणं, यामुळे मैत्रीचे बंध आणखी बळकट होऊ शकतात. दोनपेक्षा अधिक व्यक्तींची मैत्री अत्यंत जवळिकीची राखणं फारच कठीण जाण्याचं हे एक कारण आहे. एखादं गुपित शेअर करायचं, पण ते सगळ्यांशी करायचं नाही, यामुळे फाटाफूट आणि संघर्ष निर्माण होऊ शकतात. त्यामुळेच मित्रांच्या समूहातली संख्या वाढली की, तिथं एकमेकांशी शेअर केल्या जाणाऱ्या गोष्टी आणखी वरवरच्या होतात आणि आत्मीयता कमी होते. अशा वेळी मित्र एकत्रितरीत्या जे काही करतात, त्यामध्ये आपुलकीची देवाण-घेवाण आणि भावनिक आधारापेक्षा एकत्रित मिळून करण्याच्या कृतीवरच लक्ष एकवटलेलं दिसतं.

समान सूत्रं

'समान सूत्रं' हा सकारात्मक वा निरोगी मैत्रीचा आणखी एक महत्त्वपूर्ण घटक

आहे : तुम्ही आणि तुमचा मित्र/मैत्रीण यांच्यामध्ये सारख्याच असणाऱ्या भावना, अनुभव, संकल्पना अथवा श्रद्धा. तुम्ही दोघांनी पूर्णतः सारखंच असण्याची गरज नाही. एकमेकांच्या आस्थेच्या गोष्टी, कार्य-कृती आणि संभाषण यांद्वारा तुमच्यात मैत्रीबंध निर्माण होणं आणि ते मजबूत होणं, हे पुरेसं आहे.

समान सूत्रांचा विस्तार हा मैत्रीतला खूप महत्त्वाचा भाग आहे. बऱ्याचदा तो गृहीतच धरला जातो. तो शब्दांत मांडणं खूप कठीण आहे. तुम्ही व तुमचा मित्र परस्परांना आवडता किंवा एकमेकांवर प्रीतीसुद्धा करता, अशी ही भावना असते.

एकोणपन्नास वर्षांची बोनी अविवाहित आहे. तीस वर्षांपूर्वी तिची कॉलेजच्या वसतिगृहात तिच्यासोबत राहणाऱ्या रेगिनाशी ओळख झाली. रेगिना आता विवाहित आहे. तिला दोन मोठी मुलं आहेत. रेगिना दूरच्या राज्यात राहते. बोनीच्या पस्तिसाव्या वाढदिवसानंतर या दोघींची भेटसुद्धा झालेली नाही; पण दोघी दर आठवड्याला फोनवरून संपर्कात असतात. दोघीही एकमेकींना आवडतात, या भक्कम पायावर त्यांच्यामध्ये जबरदस्त भावबंध आहेत.

त्याबद्दल बोलताना बोनी म्हणते,

> *"ती माझी सर्वांत जवळची मैत्रीण नसली, तरी सर्वांत जवळच्यापैकी आहे. एका अर्थानं मला तिच्यापासून खूप दूर असल्यासारखं वाटतं, कारण आमची इतका दीर्घ काळ भेट झालेली नाही; पण मला तिच्याशी माझे खूप मजबूत भावबंध आहेत असंही वाटतं, कारण अगदी सुरुवातीपासूनच आमच्या भावबंधांचा दृढमूल गोफ विणलेला आहे."*

किती मत्सर अति म्हणायचा?

सर्वसाधारणपणे तुमच्या मित्रांनी काहीतरी मिळवलं- साध्य केलं की, तुम्हाला नेहमी मनापासून आनंद होतो... त्यांनी पंचवीस पौंड वजन घटवलं, एखादं बक्षीस मिळवलं, त्यांना बढती मिळाली, त्यांना बाळ झालं, त्यांचं लग्न झालं किंवा ते स्पेनमध्ये स्वप्नातल्या सहलीला निघाले आहेत की, तुम्हाला आनंद वाटतो. हां, त्यामध्ये मत्सर, हेवा किंवा स्पर्धेची कळ असू शकेल, पण ती तुमच्या मित्रासाठीच्या आनंदाच्या मार्गात येत नाही. काही जणांच्या लेखी, मित्राला यश लाभतं तेव्हा आपला मत्सर ताब्यात ठेवता येणं, हा चांगला मित्र बनण्याचा भाग असतो.

एका सौंदर्यप्रसाधन कंपनीत विक्री विभागाच्या उपाध्यक्षपदी असणारी, छत्तीस वर्षीय पॅट्रीसिया ही विवाहिता म्हणते,

"चांगली मैत्रीण तुमच्या पडत्या काळात तुम्हाला सोडून जाणार नाही आणि तुमच्या यशामुळे मत्सरानं जळत पाठ फिरवणार नाही."

प्रत्येक निरोगी मैत्रीत थोडासा मत्सर किंवा हेवा, तसंच चढाओढ अर्थातच असणार. पण अगदी थोड्या प्रमाणात या भावना अगदी कुटुंबातल्या लोकांबद्दल किंवा प्रेमसंबंधांमध्येसुद्धा असणं सहज स्वाभाविक आहे. मत्सर, हेवा आणि चढाओढ यांमुळे माणूस स्वतःसाठी जे मिळवू इच्छित असतो ते मिळवण्याच्या प्रयत्नांना लागतो. निरोगी मैत्रीत फरक असतो तो त्याचा स्तर व प्रमाण या संदर्भात : म्हणजे मत्सर, हेवा अथवा चढाओढ असते ती किती आणि किती वेळा? ती नैमित्तिक असते, का कायमच असते, त्यामध्ये क्षूद्र वृत्ती असते का?

मेरी ॲलिस केलॉग ही लेखिका तिच्या 'व्हेन टू ब्लू टर्न्स ग्रीन' या लेखात म्हणते,

> *''माझ्या मते, आयुष्यातील यशांचा एकत्र आनंद घेण्याच्या दोघांच्याही क्षमतेवर खरी मैत्री अवलंबून असते; पण जर माझ्या वैयक्तिक समस्यांमुळे माझ्या मनात त्या क्षणी नेमकी आनंदाची भावना नसली तरी किमान मी हेवा बाजूला सारण्याचं बळ एकवटलं पाहिजे आणि नात्यात मिठाचा खडा पडू देता कामा नये. ही गोष्ट करणं सोपं नाही; पण मैत्री म्हणजे काय हा विचार डोळ्यांपुढे ठेवण्याचा प्रयत्न करण्यानं (आणि त्यापेक्षा महत्त्वाचं म्हणजे जर ती मैत्री माझ्या आयुष्यातून अकस्मात गेली तर काय होईल याच्या विचारानं) 'माझं काय' या विचाराच्या भुताला त्याच्या जागी ठेवता येईल.''*

दिखाऊ मित्र : चढत्या व पडत्या काळातले

तुम्हाला कॅज्युअल, जवळचे व सर्वांत जवळचे अशी मित्रांची वर्गवारी करण्याबरोबरच 'दिखाऊ मित्र' ओळखायला व लक्षात घ्यायला शिकायचं असेल. अशा नातेबंधांमध्ये अशी स्वाभाविक वैशिष्ट्यं असतात, ज्यामुळे 'ही मुळात मैत्रीच नव्हती' हे अखेर सिद्ध होतं.

या प्रकरणात सुरुवातीला म्हटल्याप्रमाणे, एखाद्या नातेसंबंधाला मैत्री म्हणताना ते परस्परपूरक असणं गरजेचं असतं.

मैत्री जोडण्याची व ती टिकवण्याची इच्छा दोघांकडूनही व्यक्त झाली पाहिजे. याच्या बरोबर उलट अवस्था दिखाऊ (अथवा चुकीच्या) मैत्रीबंधांत असते. त्यामध्ये दोन्ही बाजू समान नसतात. दिखाऊ अथवा ढोंगी मैत्री एकतर्फी असते.

दिखाऊ मैत्रीचे दोन मूलभूत प्रकार असतात. चढत्या काळातले मित्र आणि पडत्या काळातले मित्र.

चढत्या काळातले मित्र हा 'मित्राचा' नेहमी आढळणारा विध्वंसक अथवा

अपायकारक प्रकार होय : म्हणजे, सगळं काही आलबेल असतं तेव्हा हजर असणारा, पण 'बिकट वाट' सुरू झाली की गायब होणारा. असा मित्र कसा ओळखायचा? कोणत्या प्रकारचं संशयास्पद वर्तन दिखाऊ मैत्रीचं लक्षण आहे, हे कसं ओळखायचं?

यासाठी, सर्वप्रथम तुम्ही यामध्ये काही 'पॅटर्न' आहे का ते पाहिलं पाहिजे. म्हणजे, तुमची मैत्रीण एरवी हजर असते; पण जेव्हा तुम्हाला मैत्रिणीची गरज असते तेव्हा ती कायम गायब होते किंवा म्हणते, "सॉरी हं, आत्ता या खेपेला नाही; पण पुढच्या वेळी मी तुला नक्की मदत करीन." आणि पुढच्या वेळी नेहमी याचीच पुनरावृत्ती होते.

आपला मित्र/मैत्रीण खरोखरच दिखाऊ आहे आणि त्यामुळे खरं तर तो/ती मित्र/मैत्रीणच नाहीये, असं तुम्हाला वाटत असेल, तर आधी तुम्ही स्वतःलाच काही प्रश्न विचारा आणि त्यांची शक्य तितक्या प्रामाणिकपणे उत्तरं द्या. तुमच्याच अपेक्षा अति आहेत का, तुमचा मित्र/मैत्रीण तुम्हाला जे देऊ शकते त्याबद्दल तुमच्या अवास्तव कल्पना आहेत का, तुम्ही तुमच्या कुटुंबातल्या सदस्याकडून अथवा जोडीदाराकडून ज्या पद्धतीनं मदतीची अपेक्षा करणं योग्य ठरेल तशा अपेक्षा तुम्ही मित्र/मैत्रिणीकडून करत आहात का, बँक-थेरपिस्ट-डॉक्टर किंवा काळजीवाहू म्हणून तुम्ही मित्राचा गैरवापर करत आहात का, तुमच्या मित्रानं गायब होण्याला योग्य कारण असणारी खरीखुरी आव्हानं किंवा अपेक्षा, मागण्या आहेत का?

जर तुम्ही मित्राकडून अपेक्षांच्या बाबतीत, तसंच एकूण मैत्रीकडून काय अपेक्षा ठेवाव्यात या बाबतीत वास्तववादी असाल आणि तरी तुमचा मित्र वेळेला तुमच्यासाठी हजर नसेल, तर अशी व्यक्ती 'चढत्या काळातला मित्र' आहे असं समजायला हरकत नाही. पण लबाडी, बेइमानी करुन तुमची व्यक्तिगत नाती आणि करिअरही धोक्यात आणणाऱ्या विश्वासघाती मैत्रीपेक्षा अशी मैत्री तुलनेनं कमी त्रासदायक असते.

अशा चढत्या काळातल्या मैत्रिणीशी अधिक खोलवर गुंतण्याआधी सावध होण्याचा सर्वोत्तम मार्ग म्हणजे आपल्याकडे लक्ष द्यावं किंवा मदत करावी अशा तुमच्या साध्याशा विनंतीला ती कुठल्या पद्धतीनं प्रतिसाद देते यावर बारकाईनं लक्ष ठेवणं. तुम्ही बोलत असता तेव्हा ती ऐकून घेते का, का तिला स्वतःला काय सांगायचं आहे ते जास्त महत्त्वाचं वाटतं? छोट्या छोट्या विनंतीकडे लक्ष दिलं जातं, का त्याकडे दुर्लक्ष केलं जातं? ती तुमचा अपेक्षाभंग का करतेय हे सांगण्यासाठी तिच्याकडे एकच सबब असते का?

चढत्या काळातल्या मित्रापेक्षा जास्त धोकेबाज प्रकार म्हणजे फारसा परिचयाचा नसलेला पण नुकसान करण्याचं बरंच सामर्थ्य असलेला पडत्या काळातला मित्र.

हा मित्र असे मानसिक खेळ खेळतो की, तुमच्या नकळत तो तुमच्या विकासावर दुष्परिणाम घडवू शकतो, मग तुमच्या आत्मसन्मानाबद्दल तर बोलायलाच नको. या मित्राला तुम्ही अडचणीत असणं व तुमचा पडता काळ असणं गरजेचं वाटतं.

विशेषतः तुमच्या आयुष्यातल्या खडतर काळात तुमची भेट झाली व तुमची मैत्री झाली, तर हा मित्र तुम्हाला अगदी स्पष्ट आणि अतिशय हुशारीनं संदेश देतो की, सगळं आलबेल असेल त्या वेळी तो तुमच्यासोबत असणार नाही. हा मित्र प्रत्यक्ष वा अप्रत्यक्षरीत्या तुमची नाती अथवा करिअर वाईट अवस्थेत नेण्याचा प्रयत्नही करू शकतो. पडत्या काळातले दिखाऊ मित्र तुम्हाला चुकीची माहिती देऊन, नव्या व्यवसायात अयोग्य गोष्टी सुचवून अथवा नकारात्मकता वा परस्परविरोधी भावनांची छटा असणाऱ्या शिफारशी अथवा संदर्भ देऊन तुमच्या वैयक्तिक अथवा व्यावसायिक जीवनात अडचणीचे प्रसंग वा अरिष्ट निर्माण करू शकतात.

एखादा मित्र खरोखर पडत्या काळातल्यापुरता मित्र आहे का, हे ठरवण्यासाठी स्वतःलाच काही प्रश्न विचारा :

- व्यक्तिगत स्तरावर अथवा बिझनेसमध्ये, या मित्राच्या सूचनांमुळे तुमच्यावर एकपेक्षा जास्त वेळा अडचणीचे प्रसंग ओढवले आहेत का?
- ज्या वेळी तुमच्या बाबतीत प्रतिकूल गोष्टी घडत असतात तेव्हा हा मित्र तुमच्यासाठी जास्त हजर असतो, का सगळं ठीकठाक असतं तेव्हा जास्त हजर असतो?
- तुम्ही खिन्न मनोवस्थेत असता तेव्हा तुमच्या पाठीवर धीराचा हात ठेवण्याऐवजी, तुम्ही जेव्हा चांगली बातमी सांगता तेव्हा तुम्हाला जरा जास्तच मत्सर किंवा चक्क संतापसुद्धा जाणवतो का?

एखादी अपरिचित व्यक्ती मित्र कशी बनते

अपरिचित व्यक्ती ते तोंडओळख ते मैत्री ही वाटचाल कशी घडते, त्या प्रक्रियेबद्दल समाजशास्त्रज्ञांनी, तसंच मेरी के शॅनलेसारख्या लेखकांनीही लिहिलं आहे. 'शी टॉट मी टू ईट आर्टिचोक्स' या पुस्तकात मेरी के शॅनले यांनी ही प्रक्रिया फार सोप्या व सुंदर शब्दांत सांगितली आहे.

Friendshifts[३] या माझ्या पुस्तकात मी एक तक्ता दिला आहे. त्यावरून लक्षात येते की, मैत्री सहवासातून (म्हणजे शेजारी राहणं, एकत्र काम करणं, शाळेला एकमेकांसोबत जाणं, एकाच समितीवर काम करणं) परिचयापर्यंत विकसित होते. त्या टप्प्यावरून तिचा विकास सुरू होतो किंवा होत नाही. अशा वेळी जर परिस्थितीत रचनात्मक बदल झाले– म्हणजे एखादा मित्र पहिली जागा सोडून

दुसरीकडे राहायला गेला किंवा त्यानं दुसरी नोकरी धरली, तर असे बदल उमलत्या मैत्रीची परीक्षा घेतील. अशा परिस्थितीत मैत्री ठेवणं सोयीचं होणार नसूनही ती टिकेल का? ती आत्ता आहे तशीच राहील का? ती 'संपर्कच नाही' या मुद्द्यात विरून जाईल आणि अखेर संपून जाईल, की ती बहरत राहील आणि कॅज्युअल, जवळची, वा सर्वांत जवळची मैत्री होईल?

मित्र/मैत्रीण निवडले का जातात? त्याबाबतीत सूत्र जुळावे लागते... एखाद्या रासायनिक अभिक्रियेसारखं तुमच्या मनात आणि तुमच्या संपूर्ण अस्तित्वातच त्या व्यक्तीबद्दल तुम्हाला 'क्लिक' होणारं असं काहीतरी असतं. मैत्री हे त्याच भावनेचं रूप असतं, मग तुम्ही परस्परांसारखेच असा वा अगदी विरुद्ध; तुम्हाला रस अथवा स्वारस्य असलेल्या गोष्टी समान असोत वा विरुद्ध. मैत्री या विषयावरील माझ्या संशोधनातून आणखी एक महत्त्वाचा मुद्दा समोर आला आहे, तो म्हणजे समान मूल्यं. हा मैत्री दीर्घायुषी होण्यातील सर्वांत महत्त्वाचा घटक असतो. त्यामुळे तुमची आणि त्या व्यक्तीची मतं, जग व नातेसंबंध याबाबतीतला मूलभूत दृष्टिकोन समानच असेल, तर तुम्ही सुरुवातीला एकमेकांकडे ओढले जाता. (मैत्री कशी बहरते याबद्दल प्रकरण ८ 'चांगले मित्र शोधताना...'मध्ये अधिक माहिती आहे.)

दोघं, तिघं आणि गट

बऱ्याचदा तुमची एकाच नव्या व्यक्तीशी नव्हे तर दोन, तीन किंवा त्यापेक्षा जास्त व्यक्तींशी मैत्री होते. मैत्री म्हटलं की बऱ्याचदा आपल्या डोळ्यांपुढे दोन व्यक्तींची मैत्री येते; पण एका गटातल्या मित्र-मैत्रिणींच्या संख्येनुसार प्रत्येक मैत्रीचा नमुना अपूर्व असतो. दोन व्यक्तींच्या मैत्रीमध्ये, अगदी जवळची मैत्री होण्याची किंवा 'बेस्ट फ्रेंड' बनण्याची शक्यता अधिक असते. त्यामध्ये दाट सलगी व विश्वासाचं नातं असण्याची शक्यता सर्वाधिक असते. पण तसं घडणं दोन्ही व्यक्तींवर अवलंबून असल्यामुळे, जर त्यांच्यामध्ये भांडण झालं अथवा त्या व्यक्ती वेगळ्या झाल्या तर ही मैत्री विरून जाण्याची शक्यता खूप असते.

दोन व्यक्तींच्या मैत्रीपेक्षा तीन व्यक्तींची मैत्री सांभाळणं सोपं असतं; कारण यातील व्यक्ती एकमेकांबद्दल सांगू शकतात. त्यामुळे तिघांनाही एकमेकांबद्दल समजू शकतं. ("मी तिच्याशी बोलले तेव्हा तिनं तुला सांगायला सांगितलं आहे की..." किंवा "क्ष आणि मी भेटलो होतो तेव्हा तुम्ही दोघं अमुक ठिकाणी गेला होता, तेव्हाची आठवण निघाली..." अशा प्रकारे;) पण जवळीक या संदर्भात मात्र दोन व्यक्तींच्या मैत्रीपेक्षा तीन व्यक्तींची मैत्री अधिक आव्हानात्मक असते; कारण त्यातील एका व्यक्तीला उर्वरित दोन व्यक्तींशी सारखंच बोलावं लागतं, त्यांच्यामध्ये स्पर्धा अथवा मत्सर असू शकतो. शिवाय, दोन्ही व्यक्तींमध्ये समानच असणारी मैत्री

अशी कुठली गोष्ट अस्तित्वात नसते असं म्हटलं जातं; उलट ती 'मित्राची जोडी अधिक एक व्यक्ती' असते. मग त्यामध्ये 'जोडी' कोण आणि 'जादा' व्यक्ती कोण, ते त्यातील व्यक्तींची वेळ व भावना या संदर्भातल्या उपलब्धतेवर बदलू शकेल.

रोजाली या चौतीस वर्षीय विवाहित जनसंपर्क व्यवस्थापिकेचं उदाहरण पाहा. त्यांचा तीन मैत्रिणींचा गट होता; पण ही मैत्री तुटली. त्याबद्दल रोजाली म्हणते :

> *आमचं त्रिकूट होतं. मी आणि एक मैत्रीण तिसऱ्या मैत्रिणीला बाजूला टाकतोय असं माझ्या लक्षात येऊ लागलं. खरं तर माझी ती मैत्रीणच आमची गटप्रमुख होती आणि ती जाणीवपूर्वक त्या तिसऱ्या मैत्रिणीला दूर ठेवतेय हे माझ्या लक्षात आलं तेव्हा, आपण तिच्यावर विश्वास ठेवता कामा नये, असं मला वाटू लागलं. मनातल्या या अविश्वासाच्या भावनेमुळेच अखेर मी मैत्री तोडली. मला वाटत होतं की, जर ती आमच्या त्या तिसऱ्या मैत्रिणीच्या बाबतीत अशी दुष्टपणे वागू शकते, तर एक दिवस माझ्याशीही असंच वागायला मागेपुढे पाहणार आहे का?*

चार किंवा त्यापेक्षा जास्त मित्र-मैत्रिणींच्या गटाचे बरेच फायदे असतात. त्यामध्ये स्नेह व परस्पर विश्वासाची भावना असते, आपण मित्र-मैत्रिणींच्या एका गटाचा भाग आहोत, नव्हे एका निवडक गटाचा भाग आहोत, अशी जाणीव असते. अशा गटात व्यक्तींची संख्या जास्त असल्यामुळे तुम्हाला मित्र/मैत्रिणीची सोबत मिळण्यासाठी अधिक पर्याय मिळू शकतात... म्हणजे बाकी मित्र कामात असले तरी तुम्हाला एखाद्या मित्र/मैत्रिणीला भेटता येऊ शकतं. दोन किंवा तीन व्यक्तींच्या मैत्रीमध्ये जवळीक अथवा भावबंधांबद्दलची जी टिपिकल भावना असते, ती अशा गटामध्ये बरीच समतोल असते.

कळप

काही वेळा म्हणजे तुम्ही शाळेत असताना किंवा कामाच्या ठिकाणी तुम्हाला बरेच सहकारी असतात अशा वेळी, आपणही तिथल्या कळपाचा भाग असणं, हे सर्वांत आवश्यक वाटत असतं. आपण तिथल्या लोकांना आवडतो, आपलं नाणं खणखणीत आहे, असं समजण्याचा तो एकमात्र मार्ग असतो. त्या कळपाचा अगदी वरवर का होईना पण भाग असण्यानं, माणसाला आपण स्वीकारार्ह आहोत, महत्त्वाचे आहोत असं वाटतं. जेव्हा किशोरवयीन अथवा प्राथमिक शाळकरी मुलांमध्ये हिंसाचार उफाळतो, तेव्हा बऱ्याचदा एक वरवरचं कारण दिलं जातं की,

गैरकृत्य करणाऱ्या या मुलांना शाळेत 'चांगली' संगत नव्हती, त्यामुळे त्यांची माथी भडकली. अर्थात, अशा भयानक हिंस्र कृत्यांमागे यापेक्षा सखोल कारणं असतात, हे आपण सर्व जण जाणतो, पण जर तुम्ही एखाद्या चांगल्या कळपातले नसाल तर भावनांचा उद्रेक कशाप्रकारे घडतो, हेच यातून दिसून येतं. मी माध्यमिक शाळेत असताना सुरुवातीच्या वर्षांत, मित्र-मैत्रिणींच्या एखाद्या गटात किंवा टोळीत असण्यापेक्षा मला एखाद-दुसरी जिवलग वा बेस्ट फ्रेंड असणं जास्त आवडायचं; पण जशी मी वरच्या वर्गांत गेले, तेव्हा तिथं विशिष्ट कळप होता...'इन क्राउड'. ही अर्धा डझन उच्चभ्रू मंडळी सगळ्यांना माहीत होती. पंधराशेपेक्षा जास्त विद्यार्थी असलेल्या 'सीनिअर क्लास'मधली ही विलक्षण कर्तबगारी होती. त्या 'कळपा'त सहभागी नसल्यामुळे मला नाकारल्याची व आपण 'सेकंड क्लास' आहोत अशी भावना ग्रासून आली होती.

आमच्या शाळेच्या माजी विद्यार्थ्यांच्या पंचविसाव्या स्नेहसंमेलनात त्या 'कळपा'तला एक जण भेटला. मी त्याला 'हॅलो' केलं, त्यावर तो म्हणाला, "तू इथं भेटशील असं वाटत होतं."

मी थक्कच झाले. त्याला माझ्या अस्तित्वाबद्दल तरी माहीत होतं की नाही कोण जाणे!

मग त्यानं मला सांगितलं की, मला तुझ्याशी बोलावं असं नेहमी वाटायचं; पण तुझं कधी लक्षच नसायचं.

मग माझ्या लक्षात आलं की, कळप आणि त्याचा भाग असणाऱ्या व्यक्ती त्यामध्ये असणाऱ्या व्यक्तींइतक्याच बाहेरच्या व्यक्तींसाठीही गूढच असतात.

मित्र-मैत्रिणीचं नेटवर्क किंवा गट विधायक आणि उपयुक्त असू शकतात; पण कळप मात्र निर्बंधनात्मक प्रवृत्तीचे असतात. मित्र-मैत्रिणीचं नेटवर्क अथवा ग्रूप आणि असे कळप यांच्यातील प्रमुख फरक म्हणजे नेटवर्क ठराविक, निवडक लोकांचं नसतं, त्यामध्ये व्यक्ती सहभागी होऊ शकतात आणि कसलंही लांछन न लागता अथवा गाजावाजा न करता त्यातून बाहेरही पडू शकतात. त्याउलट कळप ठराविक लोकांचा व मर्यादित करणारा असतो. एकदा कळप तयार झाला व कार्यरत झाला की त्यातून बाहेर पडणं किंवा त्यात प्रवेश मिळवणं अवघड किंवा अशक्यच असतं, शिवाय एखाद्यानं दुसरा पर्याय शोधायचं ठरवलं तर त्याला भावनिक आणि सामाजिक फाटे असतातच.

सायबरस्पेस मैत्री

अगदी अलीकडच्या काळापर्यंत, अधूनमधून दिसणाऱ्या पत्रमैत्रीखेरीज, बाकी जवळपास सर्व प्रकारची मैत्री ठराविक प्रकारे सुरू व्हायची... त्यात दोन्ही मित्र/

मैत्रिणी एकाच अवकाशात सक्रिय असायचे. शेजारी-शेजारी राहायला असणं, शाळेला एकत्र जाणं, शिबिराला सोबत जाणं, एखाद्या उपक्रमात सहभाग, एकत्र काम करणं, अशातून त्यांची मैत्री जुळायची किंवा समान ओळखीच्या मित्रांकरवी अथवा रोमॅन्टिक पार्टनर्सद्वारा त्यांची ओळख करून दिली जायची.

तथापि, गेल्या पाच वर्षांत मैत्रीचा एक नवा प्रकार उदयाला आला आहे, तो म्हणजे- सायबरस्पेस मैत्री. आपल्या व्यापात बुडालेले विद्यार्थी, कर्मचारी व पालक अशा लोकांमध्ये मैत्रीबंध कमी होत चालले आहेत, असं सर्वांना वाटत असतानाच, इंटरनेट मैत्री हा प्रकार उदयाला आला आहे.

पण ही नाती जी 'ऑनलाइन' सुरू होतात आणि बऱ्याचदा तिथंच जोपासली जातात, त्यामध्ये प्रत्यक्ष भेटण्याचा लाभ नसतो. खरोखरच आपण ज्याला मैत्री म्हणतो किंवा मैत्रीची जी व्याख्या करतो तशी असतात का? आपल्या पूर्वीपासूनच्या मित्र-मैत्रिणींच्या संपर्कात राहण्यासाठी इ-मेल या माध्यमाची खरोखरच काही मदत होत आहे का?

जी मैत्री 'ऑनलाइन' सुरू होते त्या मैत्रीचा आरंभ 'इंटरनेट' या समान सूत्रापासून होतो. दोन व्यक्तींदरम्यान ऑनलाइन चॅटच्या माध्यमातून अथवा एकाच इंटरनेट यादीत असल्यामुळे संपर्कसूत्र निर्माण होते व त्या व्यक्तींमध्ये मैत्री जुळू शकते.

इंटरनेट मैत्रीचे तीन मूलभूत प्रकार सांगता येतील :

- ऑनलाइन सुरू होणारी मैत्री व जी कटाक्षानं ऑनलाइन मैत्री याच मर्यादेत ठेवली जाते.
- ऑनलाइन सुरू होणारी मैत्री, पण यातील दोन मित्र/मैत्रिणी अखेर भेटतात आणि त्यांची मैत्री ऑनलाइन व प्रत्यक्ष भेट या दोन्ही माध्यमांतून सुरू राहते;
- आणि आधीपासूनचे मित्र/मैत्रिणी... जे आता मैत्रीचं नातं टिकवण्यासाठी इ-मेलचा वापर करतात- फक्त सोयीचं व तुलनेनं स्वस्त माध्यम म्हणून, खासकरून ते एकमेकांपासून दूर अंतरावर राहत असतात तेव्हा.

इंटरनेट मैत्रीच्या या तीन प्रकारांमध्येही आणखी वर्गवारी होते : कॅज्युअल, जवळची व बेस्ट फ्रेंडशिप. ही वर्गवारी तुमचे एकमेकांशी किती दृढ भावबंध आहेत त्यानुसार ठरते. तुमची भेट 'सायबरस्पेस'मध्ये होवो अथवा पोस्टाच्या रांगेत उभं असताना, परस्परांविषयी विश्वास निर्माण होऊन, तोंडओळख ते कॅज्युअल, जवळची मैत्री अथवा बेस्ट फ्रेंडशिप निर्माण व्हायला वेळ लागणारच. त्यामुळे तुम्ही जी माहिती सांगता ती सावधपणे सांगायला हवी; तिचा उपयोग कसा करून घेतला जातो ते तुम्ही पाहायला हवं आणि त्याचा दुरुपयोग झाला, तर स्वतःला त्याची

झळ बसू नये हे पाहायला हवं. अगदी नेहमीच्या... पारंपरिक पद्धतीनं तुमचे मैत्रीबंध जुळले असते तर तुम्ही जसं वागला असता, तसंच तुम्ही वागायला हवं, तीच दक्षता घ्यायला हवी.

सायबरस्पेस मैत्रीचा विकास कसा होत गेला, या मैत्रीतली आव्हानं कोणती याबाबत विचार करणं अर्थपूर्ण ठरेल; कारण पारंपरिक मैत्रीपेक्षा या नव्या प्रकारच्या मैत्रीत विश्वासघाताची शक्यता बरीच जास्त असते.

इंटरनेट मैत्रीचा उदय का झाला?

इंटरनेट मैत्रीचा उदय होण्याचं एक कारण म्हणजे तंत्रज्ञान. इंटरनेटनं काल आणि अवकाशाच्या भौगोलिक सीमा पार करून संपर्काच्या संधी खुल्या केल्या आहेत. पूर्वी ही सोय मर्यादित स्वरूपात होती.

दुसरं कारण म्हणजे वेळेची कमतरता. जे लोक करिअर आणि कुटुंब यादरम्यान तारेवरची कसरत करत आहेत आणि ज्यांच्याजवळ पारंपरिक मैत्री ही गोष्ट प्राधान्यानं वेळ देण्याची उरलेली नाही, असे लोक आता इंटरनेट मैत्रीचे भावबंध जोडत आहेत. या मैत्रीचं सूत्र दिवसा-रात्री चोवीस तास कधीही उपलब्ध असतं.

सध्याच्या काळात पालक मुलांच्या वाट्याला खूप कमी येतात; कारण बऱ्याचदा आई-बाबा दोघंही नोकरी करत असतात, त्यामुळे त्यांची किशोरवयीन मुलं शाळेतून परत येतात तेव्हा अपार्टमेंट वा घर रिकामं असतं. इंटरनेटमुळे आपल्या गावातल्या किंवा जगभरातल्या मित्र/मैत्रिणींशी सहज संपर्क साधता येतो. त्यामुळे मुलांना आई-बाबांचं घरी असणं गरजेचं वाटत नाही.

आणखी एक कारण म्हणजे समीपता. तुम्हाला तुमच्या फोनला उत्तर येण्याची, प्रतीक्षा करण्याची अथवा एकत्र भोजन घेण्यासाठी वेळ काढण्याची आवश्यकता नसते.

''माझ्या दृष्टीनं ऑनलाइन मैत्रीतली आकर्षक गोष्ट म्हणजे ती तत्क्षणी हजर असते,'' सुझान बॉयड म्हणतात.

चौतीस वर्षीय सुझान सिएटल, वॉशिंग्टनमधील 'किंडरक्लोजेट डॉट कॉम'च्या मालक व जनरल मॅनेजर आहेत. त्या विवाहित असून, त्यांना पाच व चार वर्षांची दोन मुलं आहेत.

''मला एखादी गोष्ट साजरी करायची असेल किंवा रडायला 'सायबर खांदा' हवा असेल तर मी ते लगेच करू शकते आणि तेसुद्धा माझं म्हणणं ऐकून घेतलं जाईल या ठाम विश्वासानं,'' सुझान म्हणाल्या.

पाचवं कारण म्हणजे, इंटरनेट मैत्री तुम्हाला इतरांशी 'शेअर' करण्याची संधी प्रदान करते. तुम्हाला रस असलेल्या विभिन्न विषयांवर या व्यक्ती प्रभाव/परिणाम

करू शकतात.

तीस वर्षीय किम्बर्ली कर्पगेविट यांना तीन मुलं आहेत. वय वर्षं ८,१० आणि १२. त्या कोलोरॅडोमध्ये राहतात. त्या सावत्र कुटुंबांसाठी असलेल्या FamilyFusion.com या ऑनलाइन कम्युनिटीच्या प्रमुख संपादक आहेत.

त्या नमूद करतात : "इ-मेल मैत्रीमुळे मला माझ्यासारखेच इंटरेस्ट असलेल्या लोकांशी संपर्क राखता येतो. माझ्या इतर बऱ्याच मैत्रिणी घर सांभाळणाऱ्या माता आहेत, त्यांना बिझनेस चालवण्यामध्ये जराही रस नसतो. कारण त्यांना त्याची गरज नसते किंवा त्यांना जाणूनही घ्यायचं नसतं. इ-मेल मैत्री सध्या माझ्यासाठी अत्यंत मौल्यवान आहे... त्यामुळे मला आधार लाभला आहे. इतर लोकांच्या संपर्कात येण्यामुळे जे माझ्यासारख्याच परिस्थितीत आहेत किंवा ज्यांना यापेक्षा बराच जास्त अनुभव आहे, अशा लोकांचा सल्ला, माहिती आणि शिक्षण मला लाभतं."

ज्या प्रौढ व्यक्तींना त्यांच्या गावांच्या किंवा शहरांच्या संकुचित सीमेपलीकडचं नातं हवं असेल, त्यांना सायबरस्पेस मैत्रीद्वारा मित्रांशी संपर्क ठेवण्याचं आंतरराष्ट्रीय सूत्र मिळतं. जेव्हा हे मित्र-मैत्रिणी एकमेकांपासून शेकडो, कधी-कधी तर हजारो मैल अंतरावर असतात, तेव्हा वेळेतला फरक मोठा असल्यामुळे फोनद्वारा संपर्कसुद्धा अवघड किंवा अशक्य असू शकतो.

इंटरनेट मैत्री निरनिराळ्या वयाच्या स्त्री अथवा पुरुषांशी होऊ शकते. याद्वारा आपल्यापेक्षा विभिन्न सामाजिक-आर्थिक स्तरातल्या, करिअरमधल्या, निराळी वैवाहिक पार्श्वभूमी असलेल्या अथवा वेगळी कौटुंबिक परिस्थिती असलेल्या लोकांशी मैत्री जोडण्याची संधी मिळते.

सायबरस्पेस मैत्रीचं आणखी एक वैशिष्ट्य म्हणजे, त्यामध्ये असणारी संपर्काची विशिष्ट पद्धत.

कोलोरॅडो स्थित सुझान वॉघन या 'मोटिव्हेशनल स्पीकर' व 'Potholes & Parachutes'च्या लेखिका म्हणतात :

> *माझा असा अनुभव आहे की, ही सायबरमैत्री नेहमीच्या चाकोरीबद्ध पद्धतीपेक्षा अधिक वेगानं जुळते. याचं एक कारण असं असावं की, आपल्या डोळ्यांसमोर त्या व्यक्तीची शारीर प्रतिमा नसते त्यामुळे आपण त्या व्यक्तीला जाणून घेताना कचरत नाही... आपण कितीतरी जास्त मोकळेपणानं संपर्क साधतो आणि अधिक खरेपणानं वागतो, त्यामुळे परस्परांमध्ये चटकन व सहजपणे विश्वासाचं नातं निर्माण होतं. मला वाटतं, हे घडण्याचं कारण म्हणजे आपण त्या व्यक्तीला दररोज भेटत नाही किंवा तिच्याशी आपला व्यावसायिक वा व्यक्तिगत कुठलाच*

नित्य संबंध नसतो, त्यामुळे आपण त्या व्यक्तीशी मोकळेपणानं वागतो आणि सहसा आपण प्रत्यक्ष मैत्रीत आपल्या वैयक्तिक आयुष्याबद्दल इतक्या चटकन काही सांगत नाही. आपण अंतर राखून वागतो. आपण असं वागतो कारण, त्यामध्ये आपल्याबद्दल मत करून घेण्याची भीती कमी असते, असं आपण म्हणतो. या प्रकारच्या नात्यामध्ये प्रचंड आधार लाभू शकतो- असा भक्कम आधार, ज्याची आपल्याला समस्या वा आव्हानांना तोंड देताना मदत होते. ज्या गोष्टी इतर कोणत्याही मित्राशी 'शेअर' करताना आपल्याला निर्धास्त वाटत नाही, त्या गोष्टी आपण या नात्यात सहज सांगू शकतो.

अखेरचा मुद्दा म्हणजे, इंटरनेट मैत्री अशा लोकांसाठी उपयुक्त आहे, ज्यांना त्यांच्या 'दिसण्याची' लाज वाटते अथवा शारीरिक अक्षमतेमुळे घरीच खिळून राहावं लागतं. अशा लोकांना कसल्याही दडपणाविना, भीती न बाळगता किंवा पारंपरिक प्रकारच्या प्रत्यक्ष मैत्रीत त्यांना जी अस्वस्थता वाटू शकेल, अशा कुठल्याही त्रासदायक भावनेविना नातं जोडता येतं. मी यापूर्वी जिलचा उल्लेख केला आहे. तिला मैत्री करण्याचीच भीती वाटत होती. ती मनातल्या या भीतीवर मात करण्यासाठी धडपडत होती; शिवाय तिचं वजनही भलतंच वाढलेलं होतं.

जिल सांगते की, मला स्वतःच्या दिसण्याची लाज वाटते. त्यामुळे सध्या माझ्या दृष्टीनं ऑनलाइन मैत्री फारच चांगला पर्याय ठरला आहे.

"इंटरनेटवर लोकांना भेटणं आता माझ्यासाठी सोपं झालं आहे," जिल म्हणते. "इथं निनावी राहता येतं. इथं ते तुम्हाला पाहू शकत नाहीत. मैत्री कशी जोडायची हे मला शिकायला आवडेल; पण मला माझ्या घराला लागून असलेल्या शेजाऱ्यांशी बोलणंसुद्धा अवघड वाटतं. लोक जेव्हा माझ्याजवळ येऊ लागतात तेव्हा मी मागे सरकू लागते. मला वाटतं, आपण दुखावले जाऊ हीच भीती त्यामागे असते."

जिलसारख्या अनेकांना इंटरनेट हा भावनिकदृष्ट्या अधिक सुरक्षित पर्याय वाटतोय, आणि जोवर मैत्री ऑनलाइनच असते, तोवर त्यात धोका कमी असतो.

"मी खूप जाड आहे, त्यामुळे मला खूप अवघडल्यासारखं आणि लाजिरवाणं वाटतं, त्यामुळे मला लोकांनी पाहावं असं वाटत नाही... मला नाही आवडतं ते."

पण काहींना मात्र वाटतं की, सायबरस्पेस मैत्रीमुळे आपला वेळ वाचेल; पण बऱ्याचदा त्याच्या नेमकं उलट घडतं. किती वेळ ऑनलाइन राहायचं किंवा टिपिकल इ-मेल किती लांबीची पाठवायची, याबाबत निश्चित नियम नसल्यामुळे जी गोष्ट 'वेळ वाचवणारी' म्हणून सुरू होते ती लगेचच 'वेळखाऊ' बनते. पारंपरिक

पद्धतीच्या प्रत्यक्ष मैत्रीतल्यासारखीच इंटरनेट मैत्रीसुद्धा वेळ खाऊ लागते.

व्हर्जिनियामधल्या एका पंचेचाळीस वर्षीय महिलेला १० व १४ वर्षांची दोन मुलं आहेत. ती गृहोद्योग चालवते. तिचं 'स्क्रीन'वरचं नाव आहे झॅनरोज. ती म्हणते :

"सायबर नात्यात नेहमीच्या मैत्रीच्या नात्यांइतकाच वेळ खर्च होतो. या मैत्रीत संवाद साधण्यासाठी वेळ लागतोच. उदाहरणार्थ इन्स्टंट मेसेजिंग, चॅट रूम्स, इ-मेल्स... सुरुवातीला मी रात्री उशिरा इंटरनेटवर असायचे, त्यामुळे माझी झोप पूर्ण होणं किंवा माझ्या कौटुंबिक आयुष्यात ते अडचणीचं व्हायचं; पण आता मात्र मी याचा चांगला समतोल साधला आहे. आता मी कुटुंबासाठी व बाहेरच्या कामांसाठी आवश्यक तो वेळ देते, त्याचबरोबर माझ्या सायबर-मित्र-मैत्रिणी व व्यावसायिक संबंधितांशी उत्तम भावबंध निर्माण करत आहे."

मात्र फक्त इंटरनेटच्या पायावर आधारलेली मैत्री, आपण प्रत्यक्षातली मैत्री जशी विश्वास ठेवण्याजोगी, भावबंधाची घट्ट वीण गुंफलेली मानतो, तशी होईलच असं नाही. सर्वांत पहिला मुद्दा म्हणजे, आपल्याला संवादाचा अर्थ लावण्यासाठी, त्यातील भावनांचा सूक्ष्म भेद जाणून घेण्यासाठी जे 'क्यू' (सूचक असे) व्यक्त व्हावे लागतात, तेच या प्रकारच्या मैत्रीत नसतात. दुसरा मुद्दा म्हणजे, सायबरस्पेस-मित्र/मैत्रिणीला टाळणं, गायब होणं किंवा अजाणतेपणी अपमान करणं अगदी सोपं असतं. संवाद साधण्याचं प्रमाण कमी करणं किंवा भाषेचा चुकीचा अर्थ लावणं याद्वारा हे सहज करता येतं.

नॅन्सी ही एक पंचावन्न वर्षीय लेखिका आहे. त्या मूळच्या मॅसॅच्युसेट्सच्या आहेत, पण युरोपमध्ये राहतात. त्यांना त्यांच्या दूरवर राहणाऱ्या पण सर्वांत जवळच्या आणि बेस्ट फ्रेंड्सच्या संपर्कात राहण्याचं इ-मेल हे अत्यावश्यक साधन वाटतं...

> *बऱ्याच लोकांना इ-मेलद्वारा संपर्क साधणं हा खूप वरवरचा मार्ग वाटेल, पण माझ्या लेखी महत्त्वाच्या असणाऱ्या बऱ्याच व्यक्ती संपूर्ण जगभरात विखुरलेल्या आहेत, त्यामुळे इ-मेल हे खरंच वरदान आहे. आता मला मित्र-मैत्रिणींशी खूप वरचेवर संपर्क ठेवता येतो... 'हाय, आय मिस बिइंग एबल टु सी यू रेग्युलरली' एवढं एक वाक्य तरी मी त्यांच्याशी बोलू शकतेच. इ-मेलच्या माध्यमातून मला गेल्या वीस वर्षांत ज्यांना भेटता आलं नव्हतं, अशा मित्र-मैत्रिणींशी पुन्हा नव्यानं संपर्क ठेवता येऊ लागला आहे. माझ्या दोन जिवलग मैत्रिणींशी मी*

किमान काही आठवड्यांनी तरी संपर्क करते. त्यांतली एक मैत्रीण ओक्लाहोमात असते आणि दुसरी इलिनॉयमध्ये. या दोघी माझ्याइतक्याच व्यापात बुडालेल्या असतात. इ-मेलची सोय होण्यापूर्वी आम्ही साधारण तीन-चार महिन्यांतून एकदा एकमेकींना पत्र लिहायचो.

मात्र इ-मेलचा गैरवापर झाला तर ती मैत्रीला बाधा पोहोचवू शकते. टेक्सासमध्ये राहणाऱ्या श्वसन उपचारतज्ज्ञ लिंडा (वय ५० वर्षं) त्यांच्या सहकारी महिलेनं त्यांचा मैत्रीत कसा विश्वासघात केला त्याबद्दल सांगतात :

मी तिला दहा वर्षं ओळखत होते. ती अगदी चांगली व सच्ची वाटायची. मी जी मूल्यं मानते ती तिच्यातही होती (असं वाटायचं). आमचं खूप छान जमायचं. अगदी खास गट्टी वगैरे नाही; पण आमची चांगली मैत्री होती.

मी एका प्रकल्पावर काम करत होते. त्यादरम्यान मला आपलं चुकतंय असं वाटत होतं, म्हणून मी तज्ज्ञांचा सल्ला घेतला तेव्हा मला कळलं की, माझं खरंच चुकत होतं; पण माझ्या या मैत्रिणीनं ताबडतोब मला इ-मेल केली की, हे अस्वीकारार्ह आहे, हे नक्कीच चूक आहे आणि मी खूप मोठी चूक करतेय याची मला जाणीव असायला हवी. हीच मेल तिनं आणखी पंधरा जणांना पाठवली होती.

तिनं फक्त मला एकटीलाच का इ-मेल केली नाही? सगळ्यात आधी तिनं माझ्याकडे येऊन, 'मी तुझ्या अमुक मताशी सहमत नाही' अशासारखं थेट मला का नाही सांगितलं? ती माझ्याकडे अजिबातच फिरकली नाही. या विषयात मी, ती आणि अन्य एक व्यक्ती एवढ्यांचाच संबंध असायला हवा होता. यामध्ये एकूण फक्त तीनच माणसं असायला हवी होती; पण तिला ही गोष्ट पंधरा जणांना सांगायची गरज वाटली. त्यामुळे मी सगळ्या गोष्टी सुव्यवस्थित मांडण्यासाठी तिला आणि त्या पंधरा जणांना इ-मेलनं उत्तर दिलं.

लिंडाच्या मैत्रिणीनं असं करण्याचं कारण काय असावं?

त्या म्हणतात, "ती आमच्या विभागात नवी असल्यामुळे, मला वाटतं हा 'पॉवर प्ले' होता... कर्मचाऱ्यांमधली स्पर्धा होती. स्वतःचं स्थान बळकट करण्याचा प्रयत्न."

इंटरनेट मैत्री संदर्भात टिप्स

ऑनलाइन मैत्रीतल्या काही महत्त्वाच्या धोक्यांपासून तुम्ही स्वतःचं कसं संरक्षण करू शकाल?

त्यासाठी या सहा सूचना :

१. स्वतःला सोयीचं होईल एवढ्याच वेगानं मैत्री पुढे सरकू द्या. एखादी अगदी खासगी अथवा गोपनीय माहिती अथवा विचार तुम्हाला योग्य वाटल्याखेरीज कुणा व्यक्तीशी, गटाशी अथवा चॅटरूममध्ये 'शेअर' करू नका.

२. ऑनलाइन दिलेली माहिती संरक्षित ठेवणं जवळपास अशक्यच असतं, ही गोष्ट ध्यानात ठेवा. विशेषतः एखाद्या समूहासोबत एखादी गोष्ट शेअर केली असेल तर ती 'गोपनीय' राहत नाही.

३. तुमची प्रत्यक्षातील समोरासमोरची मैत्री ही इंटरनेट मैत्रीमुळे तुटणार नाही याची दक्षता घ्या. तसंच इ-मेल मैत्रीच्या आहारी जाऊ नका. इ-मेल मैत्रीची सहज उपलब्धता अथवा इ-मेल्स पाठवणे व उत्तर देणे याला अगदी अल्प वेळ लागतो, त्याची सवय लावून घेऊ नका.

४. तुम्ही परस्परसंमतीनं एकमेकांना 'प्रत्यक्ष' भेटण्याच्या टप्प्यापर्यंत पोहोचलात तर स्वसंरक्षणाचे जे मार्ग आजवर सुचवले गेले आहेत, त्या दृष्टीनं सर्व सावधगिरी बाळगा. उदाहरणार्थ सार्वजनिक ठिकाणीच भेटा, समोरच्या माणसाबद्दल पूर्णतः खात्री होईपर्यंत कोणतीही खासगी माहिती देऊ नका.

५. मी माझ्या 'Business Protocol' पुस्तकात सांगितलेला मंत्र अनुसरा : प्रेज इन रायटिंग, क्रिटीसाईज व्हर्बली... म्हणजेच लिहिताना स्तुतीपर लिहा, टीका मात्र तोंडी करा. इ-मेलमध्ये कुणाही व्यक्तीला अथवा समूहाला बदनामीकारक, निंदानालस्ती करणारं अथवा एखाद्याचा व्यवसाय-उद्योगाबद्दल नकारात्मक टीका करणारं लेखन टाळा.

६. एकूणच इ-मेलमध्ये असा कोणताही मजकूर लिहिणं टाळा, जो तुम्हाला उद्याच्या वर्तमानपत्रामध्ये वाचायला मिळाला तर अवघडल्यासारखं होईल.

गैरवापर न करता आणि सुज्ञपणे वापरला तर इंटरनेट हा पर्याय तुम्हाला कॅज्युअल, जवळच्या अथवा बेस्ट फ्रेंड्सचं नवं जग खुलं करून देऊ शकतो, त्याचबरोबर तुमच्या आधीपासूनच्या मित्र-मैत्रिणींशी संपर्क ठेवण्यात वेळेची बचत करणारं कार्यक्षम साधन ठरू शकतो.

पस्तीस वर्षीय केविन कॉलेज प्रोफेसर आहेत. ते अविवाहित आहेत. मित्र-मैत्रिणींची लग्न झाली की या नव्या नात्यासाठी त्यांना अतिरिक्त वेळ द्यावा लागतो. अशा वेळी मैत्री बाजूला पडते. अशा मित्र-मैत्रिणींच्या संपर्कात राहता येण्याचं श्रेय केविन इ-मेलला देतात...

"एकदा मी माझ्यापेक्षा वयानं मोठ्या असलेल्या व्यक्तीला सांगताना ऐकलं होतं की, मित्र येतात आणि जातात. वीस वर्षांत मित्रांचं संपूर्ण वर्तुळच निराळं असेल (पण) इंटरनेटमुळे माझे अनेक मैत्रीबंध टिकून राहिले आहेत, कारण मी त्यांच्या संपर्कात राहू शकतो."

त्याचबरोबर एक अठ्ठेचाळीस वर्षीय शिक्षकही नमूद करतात की, "मैत्रीच्या संदर्भात आजवर घडलेली सर्वोत्तम गोष्ट म्हणजे इ-मेल होय. इ-मेलमुळे मी पुन्हा माझ्या शाळकरी मित्रांच्या, तसंच मी युरोपमध्ये होतो तेव्हा ज्यांच्याशी मैत्री जुळली त्या मित्रांच्या आणि कॉलेजमधील मित्रांच्या संपर्कात आहे. वर्षातून एकदा, ख्रिसमसच्या वेळी पत्र लिहून एकमेकांची ख्यालीखुशाली जाणून घेण्याऐवजी आता आम्ही इ-मेलद्वारा खऱ्या अर्थानं ताजी हालहवाल जाणून घेतो."

■

मैत्री जोडण्यापूर्वी अपायकारक लोक ओळखणं : नकारात्मक मित्रांचे २१ प्रकार

अमुक एक मित्र तुमच्या आयुष्यात विश्वासार्ह, सकारात्मक नातं घेऊन येईल किंवा त्याउलट, अमुक एखादा मित्र तुमच्या आयुष्यात नकारात्मकता घेऊन येईल ज्यामुळे तुम्ही भावनिकदृष्ट्या दुःखी व्हाल किंवा त्याहीपेक्षा वाईट अवस्थेप्रत जाल, असा आधीच अंदाज सांगता येईल असा कुठला 'क्रिस्टल बॉल' नसतो. विध्वंसक किंवा नकारात्मक मित्र शोधणं तसं नेहमी सोपं असतं असं नाही; पण 'being forewarned is forearmed' या उक्तीनुसार आपण आधीच सावध असलो, की सज्ज राहता येतं. माझ्या निरीक्षणांतून व अभ्यासातून मला नकारात्मक मैत्रीचे जे २१ प्रकार आढळले, ते मी या प्रकरणात विशद केले आहेत. त्यावरून तुम्ही तुमच्या सध्याच्या मैत्रीचं पुनर्मूल्यांकन करू शकाल, त्याचबरोबर तुमच्या भूतकाळातील मैत्रीचं अथवा संभाव्य मैत्रीचंही पुन्हा मूल्यांकन करू शकाल. काही व्यक्तींमध्ये यात नमूद केलेल्या दुर्गुणांपैकी बरेच दुर्गुण असू शकतील; कदाचित तुम्हाला स्वतःमध्येही यातल्या काही खुणा आढळू शकतील.

पुढे नमूद केलेले विविध २१ प्रकारचे मैत्रीबंध सात मध्यवर्ती मुद्द्यांभोवती फिरतात. ते मुद्दे म्हणजे विश्वास, सहअनुभूती, प्रामाणिकपणा, गोपनीयता राखणं, स्पर्धात्मकता, स्वीकार आणि सुयोग्य मर्यादा. या कसोट्यांवर मैत्री नकारात्मक वा विध्वंसक आहे, हे कळू शकतं.

१. वचनभंग करणारे – या मैत्रीत सतत निराशा पदरी पडते अथवा वचनभंग होतो.
२. घेत राहणारे / उसनवारी करणारे – या मैत्रीत तुमच्याकडून मौल्यवान वा किमती गोष्टी उसन्या घेतल्या जातात; पण त्या परत करण्याचं नाव नसतं.
३. फसवणूक करणारे / विश्वासघातकी – या मैत्रीत तुमची महत्त्वाच्या

बाबतीत फसवणूक वा विश्वासघात होतो.

४. खड्ड्यात घालणारे / अपायकारक– ही मैत्री तुम्हाला अवैध अगर धोकादायक वर्तनामुळे अपायकारक मार्गावर नेते.

५. आत्ममग्न - या मैत्रीत तुमचं ऐकून घेण्यासाठी कधीही वेळ नसतो.

६. खोटारडे– तुमच्या जोडीदाराला तुमच्यापासून तोडून पळवून नेणारी अथवा खोटारडी मैत्री.

७. गुपित फोडणारे– तुमचा विश्वासघात करणारी मैत्री.

८. चढाओढ करणारे– तुमच्याशी अत्यंत आक्रमकपणा करणारी आणि तुमच्यापाशी जे जे आहे- नाती, नोकरी, मिळकती ते सर्व स्वतःलाच पाहिजे असलेली मैत्री.

९. वरचढपणा दाखवणारे– सदैव तुमच्यापेक्षा सरस असल्याचं दाखवणारी मैत्री.

१०. प्रतिस्पर्धी – तुमच्यापाशी जे जे आहे ते सर्व स्वतःपाशी असावं अशी आकांक्षा असणारी आणि ते तुमच्यापासून हिरावून घेण्याचा प्रयत्नसुद्धा करेल अशी मैत्री.

११. चुका शोधत राहणारे– अतिशय टीकात्मक छिद्रान्वेषी मैत्री.

१२. रडी – सतत नकारात्मक, टीका करत राहणारी व दुःखी मैत्री, शिवाय तुम्हालाही तशाच रड्या भावनेचा स्पर्श घडवणारी मैत्री.

१३. नापसंती दाखवणारे– तुम्ही नापसंत असलेली व तुम्हाला तसं जाणवू देणारी मैत्री.

१४. अत्याचारी मैत्री– तुमच्याशी शाब्दिक, शारीरिक वा लैंगिक अत्याचार करणाऱ्या व्यक्तीशी मैत्री.

१५. एकलकोंडे – मित्र-मैत्रिणींच्या सोबतीपेक्षा एकटं राहणं पसंत करणारी मैत्री.

१६. शोषत राहणारे – तुमच्यावर अति अवलंबित्व ठेवणारी मैत्री.

१७. 'थेरपिस्ट '- प्रत्येक गोष्टीचा कीस काढून सल्ला देत राहणारी मैत्री.

१८. नाक खुपसणारे– तुमच्या आयुष्यात अति ढवळाढवळ करणारी मैत्री.

१९. 'कॉपीकॅट' / अनुसरण करणारे– तुमची नक्कल करत राहणारी मैत्री.

२०. नियंत्रण करु पाहणारे -सर्व सूत्रं हातात घेणारी मैत्री.

२१. 'काळजीवाहू' – मैत्रीत समान स्तरावर नातं ठेवण्याऐवजी तुमची मदतनीस, पालक वा दाई-परिचारिका होणारी मैत्री.

अशा प्रकारच्या वर्तनामागे काय कारणं असू शकतील हे जाणून घेतलंत आणि आपण त्याला कसं तोंड द्यायचं हे शिकलात, तर तुम्हाला मनःशांती लाभू शकेल. पण यामध्येही या 'गुणां'चं प्रमाण किती आहे, हा मुद्दा असतोच. तुम्हाला कदाचित

या २१ पैकी काही गुण स्वतःमध्ये आढळतील किंवा तुमच्या मित्र/मैत्रिणीत आढळतील; पण ते प्रत्यक्षात क्वचितच अनुभवावे लागत असतील किंवा ते इतक्या कमी प्रमाणात असतील की त्यामुळे काहीच अडचण येत नसेल.

काही मित्र/मैत्रिणी अगदी सुरुवातीपासूनच विश्वासघातकी असतील; काही जण तसा अनुभव नंतर देत असतील. त्यांच्या आयुष्यात काय घडत आहे यावर अथवा त्यांच्या व्यक्तिमत्त्वात घडणाऱ्या बदलांवर ते ठरत असेल. कधी-कधी तुम्ही या सर्व प्रकारच्या वर्तनांच्या संदर्भाच्या परिघात तुमच्या मित्राला खरंच काय आवडतं याचा विचार करणं गरजेचं आहे; मात्र तुम्ही त्यातील मूळ कारणाचा विचार करावा याच मुद्द्यावर मी जास्त भर देत नाही.

या प्रकरणात तुम्हाला 'आदर्श' मित्र/मैत्रिणीचा 'प्रोफाईल' कसा असावा हेही समजेल, तसंच नकारात्मक मैत्रीला तोंड देण्यात साहाय्यकारी 'सेल्फ-क्विझ' ही दिला आहे आणि सकारात्मक व नकारात्मक मैत्रीतील फरकही स्पष्ट केले आहेत.

१. वचनभंग करणारे

हा मित्र/मैत्रीण तुम्हाला सतत निराश करतो अथवा वचनभंग करतो, त्याचं मुख्य कारण म्हणजे त्याला/तिला जडणघडणीच्या काळात सतत निराश व्हावं लागलेलं असू शकेल. तुमच्या मित्र/मैत्रिणीला त्याचीच पुनरावृत्ती केल्यावाचून राहवत नाही. तुमच्या मित्र/मैत्रिणीच्या दृष्टीनं हा त्रासदायक प्रकार सोईस्कर असू शकेल आणि मानसोपचाराखेरीज त्याला अथवा तिला वागण्याचा हा 'पॅटर्न' बदलणं अवघड असेल.

या मैत्रीत तुम्ही सरळ मैत्री तोडून या मित्र/मैत्रिणीपासून दूर होऊ शकता किंवा तुम्ही या मैत्रीकडून असणाऱ्या तुमच्या अपेक्षाच कमी करून या मैत्रीपासून अलिप्त होण्याचा मार्ग शोधू शकता. या मित्र/मैत्रिणीनं तुम्हाला एखादी गोष्ट कबूल केली असेल, अगदी कॉफी प्यायला एकत्र भेटायचं ठरवलं असलं तरी तुम्ही त्या बेताला 'नक्की' असं म्हणून मान्यता देऊ शकता; पण याच मित्र/मैत्रिणीनं 'दहापैकी नऊ वेळा' असा तुमच्याबरोबर ठरवलेला बेत रद्द केला आहे याची आठवण आणि जाणीव ठेवून तुम्ही आधीच सावध राहू शकता.

तुमच्या या मित्र/मैत्रिणीची ही वागण्याची नेहमीचीच पद्धत असली तरी, कदाचित असंही असू शकेल की, सध्या ती व्यक्ती ज्या परिस्थितीतून जात आहे, त्यामुळे हे 'लक्षण' तिच्यात आत्ता नव्यानं निर्माण झालेलं असू शकेल. एरवी कोणत्याही परिस्थितीत तुमच्यासाठी सदैव हजर असणाऱ्या मित्र/मैत्रिणीची विश्वासार्हता अलीकडे कमी झाली असेल, तर तुम्ही थोडं सोडून द्यायला हवं. हे वागणं कायमचंच आणि त्यामुळे बदलणं अवघड वा अशक्य आहे, का ही तात्पुरती

अवस्था आहे- जी काही काळापुरतीच आहे, का हे असंच अनिश्चित काळ सुरू राहणार आहे, तरीही तुमची ते स्वीकारण्याची, त्याला तोंड देण्याची तयारी आहे- हे तुम्हाला ठरवावं लागेल.

अशा वचनभंग करणाऱ्या मित्र/मैत्रिणीला बदलण्याचा एक मार्ग म्हणजे तुमच्या विनंतीकडे दुर्लक्ष करण्याच्या परिणामांकडे त्या व्यक्तीचं लक्ष वेधणं, कदाचित तुम्ही तुमची निराशा मनातच ठेवत असाल, पण तसं न करता, असा ऐन वेळी बेत रद्द करण्यामुळे तुम्हाला काय वाटलं, ते त्या व्यक्तीला सांगून बघा.

"तुझा बाहेर फिरायला जायचा मूड नाहीये हे मला कळतंय; पण मी आपल्या भेटीची मनापासून वाट पाहत होते."

कदाचित तिला याची जाणीवच नसेल.

"हो, मला कळतंय; पण गेल्या काही महिन्यांत तू आधी ठरवून नंतर नाही म्हणतीयेस, असं चौथ्यांदा घडतंय हे लक्षात येतंय का तुझ्या?"

तुम्हाला समजा या वचनभंग करणाऱ्या मित्र/मैत्रिणीशी मैत्रीबंध तसेच सुरू ठेवायचे असतील, तर तुम्ही तुमच्या भेटीची जी वेळ ठरली असेल त्याआधी किमान एकदा तरी बेत नक्की असल्याची खातरी करून घ्या. तुमच्याकडे सेलफोन किंवा बीपर असेल तर तुमचा मित्र/मैत्रीण तुमच्याशी संपर्क करू शकेल असं पाहा, म्हणजे निदान तुम्हाला वाट पाहत बसावं लागणार नाही... आणि पुन्हा एकदा तो बेत रद्द करायचा आणि तुम्ही ताटकळत राहणार. तुमच्या या मित्र/मैत्रिणीनं कबूल केलेल्या कोणत्याही गोष्टीचा 'बॅकअप' ठेवा; म्हणजे त्याच मित्र/मैत्रिणीनं पुन्हा असा अनुभव दिला तर तुमची किमान गैरसोय तरी होणार नाही.

मग पुढच्या वेळी तो मित्र/मैत्रीण काही कबूल करतील तेव्हा, "हो, हो, नक्की" असं म्हणून बघा.

त्याला तुमच्या बोलण्यातला उपहास जाणवून राग येईल, त्या वेळी त्यांना समजावून सांगा की, तुम्ही फक्त त्यांच्या वचनभंग करण्याच्या सवयीवर बोट ठेवत आहात. मग या संभाषणाला सकारात्मक वळण देत म्हणा की, "माझं चुकीचं आहे असं सिद्ध कर. या खेपेला तुझ्या शब्दाला जाग."

२. घेत राहणारे / उसनवारी करणारे :

तुमच्या मित्र/मैत्रिणीनं तुमच्याकडून उसनी घेतलेली वस्तू परतच केली नाही आणि तरीही तुम्हाला त्याचा वैताग येत नसेल, तर तुम्ही भलतेच भारावून गेला आहात असं दिसतंय. या प्रकारचे मित्र/मैत्रीण तुमचं काही ना काही स्वतःकडे ठेवून घेत असतात... मग तो तुमचा स्वेटर असेल, एखादं पुस्तक असेल किंवा चक्क पैसेसुद्धा असतील.

उसनं घेणाऱ्या व्यक्तीचा आत्मसन्मान इतका खालच्या पातळीवर असतो की,

त्या व्यक्तीला उसनी घेतलेली वस्तू परत करणं फारच जड जातं, मग ती वस्तू एखादं मासिक असो वा शुभेच्छापर काही असो आणि तुमच्या हक्काची असो. तुमची वस्तू स्वतःकडे ठेवून घेण्यात तिला काहीच गैर वाटत नाही; तुमच्याजवळ त्या व्यक्तींपेक्षा बरंच जास्त आहे, असंच त्या व्यक्तीला वाटत असतं- मग ती संपत्ती असो, मोहकता असो, कर्तबगारी असो की नातेसंबंध.

या मैत्रीतल्या अशा वागण्याचं कारण त्या व्यक्तीला लहानपणी काहीच पुरतं मिळालेलं नसणं, हे असू शकतं. त्या व्यक्तीचे आई-वडील पैसेवाले असोत वा गरीब असोत, पण त्यांनी मुलाला भौतिक वा भावनिक उपेक्षिततेची जाणीव दिली आहे, त्यामुळे आता त्या व्यक्तीची देण्यापेक्षा घेणं ही गरज झाली आहे. घेणारी व्यक्ती काही गरीब असते अशातला भाग नाही; ती कोट्यधीश असू शकते; पण तिच्या मनात गरीब असल्याची भावना असते.

अशा प्रकारे उसनी घेतलेली गोष्ट परत न आल्यामुळे जे दुःख होतं, ते टाळण्याचा मार्ग म्हणजे मुळात या सापळ्यात न अडकणं; किंवा तुम्ही अशा मित्राला काही उसनं दिलंत तर त्यावर भावनिक व आर्थिकदृष्ट्या पाणी सोडणं. समजा ती गोष्ट परत मिळाली तर अनपेक्षित लाभ समजा; पण जर परत नाही मिळाली तर तुम्हाला खेद, संताप वा धक्का तरी बसणार नाही.

तुमच्या मैत्रीमुळे त्या व्यक्तीमध्ये अधिक सकारात्मक स्व-प्रतिमा तयार होण्यास मदत होऊ शकेल, ज्यामुळे ती तुम्हाला व इतरांनाही भावना, शुभेच्छा, उपकार किंवा भौतिक वस्तू परत करू लागेल. अशा व्यक्तीला दुसऱ्याच्या वस्तू ठेवून घेण्याच्या वृत्तीसंदर्भात स्वतःमध्ये जागरूकता निर्माण करावी लागेल आणि त्याची मूळ कारणंही शोधावी लागतील.

तुम्हीही अशी वृत्ती असलेल्या मित्रात बदल घडवण्यासाठी त्या कर्जाला ठोस रूप देऊ शकता. म्हणजे, तुम्ही त्याला उसने पैसे देता त्या वेळी– विशेषकरून रक्कम मोठी असेल अशा वेळी– औपचारिक पत्र किंवा करारपत्र त्यासोबत जोडा. त्या पत्रात पैसे परत करण्याची तारीख, व्याजाचा दर ठरला असेल तर तो, असे तपशील लिहा.

घेणारी व्यक्ती चोर असेल तर अर्थातच विश्वासघात करेल आणि त्या मैत्रीची अखेर होईल. उदाहरणार्थ एका महिलेच्या एका मैत्रिणीनं तिचे दागिने चोरले; आणखी एका महिलेच्या 'मेड ऑफ ऑनर'नं तिच्या 'बॅचलरेट पार्टी'च्या वेळी तिचे पैसे चोरले.

अशी व्यक्ती दागिने अथवा पैसे यापेक्षा वेगळं काहीतरी चोरू शकेल, पण चोरी ही चोरीच!

३. फसवणूक करणारे/ विश्वासघातकी:

नकारात्मक मित्र तुमचा मोठा विश्वासघात करतो. कुणीतरी तुम्हाला त्रास

देण्यासाठी काहीतरी करतं, तेव्हा असा धक्का बसू शकतो. उदाहरणार्थ तुमच्याबद्दल आकसानं एखादी अफवा पसरवली जाते किंवा भावनिक फसवणूक होऊ शकते... 'डबल क्रॉस.' उदाहरणार्थ तुमचा जवळचा मित्र/मैत्रीण अथवा तुमचा बेस्ट फ्रेंड तुमच्याशी बोलणं बंद करतो आणि त्याचं कारण तुम्हाला कधीही कळत नाही.

जिलच्या बाबतीत असंच घडलं. त्या आत्ता ४७ वर्षांच्या आहेत. त्या व त्यांच्या मैत्रिणीदरम्यान कधीही काही चिडून वादावादी झाली नाही; पण अबोला सुरू झाला आणि मैत्री तुटली... हा खूप दुखावणारा अनुभव होता.

जिल सांगतात :

ती माझी एकुलती एक खरी मैत्रीण होती. मी तशी पटकन मैत्री जोडत नाही. मला मित्र/मैत्रिणी जोडायची परवानगी नव्हती. मी हायस्कूलमध्ये गेले त्या वेळी मला डेल भेटली आणि आमची गट्टी जमली. एकदा मी पळून गेले होते तेव्हा तिच्याच घरी गेले होते. आमची अगदी खास मैत्री होती. आम्ही दोघी नर्सिंग स्कूलमध्ये बरोबरच गेलो (त्यानंतर) एके दिवशी तिला आणखी एक मुलगी भेटली... त्यानंतर आठवड्याभरातच तिनं माझ्याशी बोलणं बंद केलं. मी तिला फोन केले पण तिनं सरळ फोन ठेवून टाकले; मी तिला पत्रं लिहिली; पण तिनं ती न उघडताच मला परत पाठवली.

त्यानंतर दहा वर्षांनी त्यांची मैत्री पुन्हा जुळली, मात्र डेलनं असं बोलणं का थांबवलं होतं याबद्दल त्या दोघी अजूनपर्यंत कधी बोललेल्या नाहीत. मैत्रिणीकडून ही जी भावनिक प्रतारणा झाली, त्याच्या जखमा अजूनही जिलच्या मनात आहेत. त्या म्हणतात, "आम्ही जवळच्या आहोत, पण तितक्या जवळ नाही." त्या डेलशी असलेल्या मैत्रीचं वर्णन 'जवळची मैत्री' अशा शब्दांत करतात. माझ्या स्वभावानुसार मी याला जवळची मैत्री म्हणते. माझ्या बहिणीसारख्या व्यक्तीच्या दृष्टीनं ही जवळची मैत्री नाही.

'डबल क्रॉस'चा दणका यापेक्षा जास्त जोराचा असू शकतो, म्हणजे त्रेचाळीस वर्षीय सुसान या गृहिणीनं अनुभवला तसा. सुसान यांच्या एका जवळच्या मित्रानं त्यांचा विश्वासघात केला होता. हा मित्र त्यांच्या घरच्या सगळ्यांचाच उत्तम मित्र होता. तो विवाहित होता, पण सुसान यांच्या बहिणीच्या मागे होता :

तो तिच्याबद्दल त्याला वाटणारं प्रेम व्यक्त करत असायचा, ती त्याला हवीहवीशी वाटत असे; पण जेव्हा तिनं त्याला ऑफिसमध्ये

सतत फोन करणं बंद कर असं निक्षून सांगितलं आणि त्याचं वागणं आवडत नसल्याचं स्पष्टपणे सांगितलं, तेव्हा त्यानं एकदम पवित्राच बदलला आणि त्याच्या बायकोला सांगितलं की, माझी बहीणच त्याच्या मागे लागली आहे. हे खरंच घातक आकर्षण होतं. मग मी त्याला फोन केला आणि मैत्री संपवली .मी खऱ्याखुऱ्या विश्वासघाताबद्दल बोलतीय. आमच्या सगळ्या कुटुंबालाच केसानं गळा कापला गेल्यासारखं वाटलं, तेसुद्धा अशा माणसाकडून ज्याला आम्ही सगळे लहान असल्यापासून ओळखत होतो.

सुसान आणखी एका मैत्रिणीनं केलेल्या विश्वासघाताबद्दल सांगतात :

"माझी एक मैत्रीण माझा व माझ्या बहिणीचा वापर करून, म्हणजे आमच्याकडे गेल्याचं सांगून लफडं झाकत आहे. तिचं विवाहबाह्य प्रकरण आहे. आम्हाला हे अजिबात आवडत नाही. तसंच, आम्ही तिला विश्वासानं सांगितलेल्या काही गोष्टी तिनं दुसऱ्या एका मैत्रिणीला सांगून टाकल्या आहेत."

ही मैत्रीण सुसानना अडचणीत आणत आहे... तिच्या विवाहबाह्य प्रकरणावर पांघरूण घालण्याचं नैतिक बंधन घालत आहे. शिवाय, फक्त तिलाच विश्वासानं सांगितलेली माहिती फोडून ती 'गुपित फोडणारी' मैत्रीण बनली आहे.

'डबल क्रॉस' करणाऱ्या व्यक्तीला खरोखरच काही भावनिक समस्या असू शकतील. तुम्हाला त्या व्यक्तीशी मैत्री चालू ठेवायची असेल तर तुम्ही त्या समस्या लक्षात घेतल्या पाहिजेत. जर तुमच्या त्या मित्राचा/मैत्रिणीचा त्यांच्या जडणघडणीच्या काळात, त्यांच्या आई-वडिलांनी किंवा भावंडांनी विश्वासघात केला असेल, तर मित्रांशी तसंच वागणं ही त्यांची गरज बनली असेल. हा विश्वासघात म्हणजे आई-वडिलांकडून पदरी आलेली निराशा – इतक्या सूक्ष्म स्तरावरची गोष्ट असू शकेल किंवा भावनिक, शारीरिक अथवा लैंगिक अत्याचाराचा बळी ठरण्याइतकी ढळढळीत. अशा वेळी तुमच्या या मित्राला/मैत्रिणीला या चक्रातून सुटण्यासाठी– म्हणजेच इतरांनी त्याच्या बाबतीत जे केलंय तसंच आपणही वागायचं या वृत्तीपासून सुटका मिळवण्यासाठी– बाह्य मदतीची गरज असू शकेल.

तुम्हाला एखाद्या मित्र/मैत्रिणीनं असं 'डबल क्रॉस' केलं असेल तर त्याच्याशी मैत्री तोडून टाकण्याचा विचार तुमच्या मनात येत असेल. समजा तुम्हाला या मित्र/मैत्रिणींमुळे कसलाही थेट अपाय झाला नसेल, पण त्या व्यक्तीनं इतरांना अपाय केल्याचा पुरावा असेल, तर मात्र आपण ही मैत्री चालू ठेवण्यात फार मोठा धोका

पत्करतोय का, हे तुम्हाला ठरवावं लागेल.

समजा तुम्ही अशी मैत्री तोडायचं ठरवलंत तर ते जास्त ताणाताणी न करता करा, म्हणजे त्या मित्र/मैत्रिणीच्या संतापाला आमंत्रण दिल्यासारखं होणार नाही. तुम्हाला त्याचा पुढचा 'बळी' व्हायचं नाहीये.

४. खड्ड्यात घालणारे / अपायकारक :

हा मित्र/मैत्रीण धोकादायक वा अवैध वर्तनामुळे तुम्हाला संकटात टाकू शकते. ही मैत्री अतिशय विध्वंसक आणि अपायकारक ठरू शकते. अशा वेळी तुम्ही तुमच्या मित्र/मैत्रिणीच्या अवैध अथवा धोकादायक वागण्यापासून कोणत्या टप्प्यावर दूर व्हावं; तुम्ही सरळ त्याच्या/तिच्यापासून दूर व्हावं, का तुम्ही आधी त्याला/तिला गोष्टी हाताबाहेर जाण्याआधी सावरण्याचा सल्ला द्यावा; तुम्ही याबद्दल संबंधित अधिकाऱ्यांना सांगावं का?

हे प्रश्न खूप गुंतागुंतीचे आहेत आणि प्रत्येकाच्या बाबतीत याची उत्तरं वेगवेगळी असतील. अर्थात, तुमची मैत्री किती जवळची आहे, या मैत्रीचा तुमचा अनुभव काय आहे, याबद्दल तुम्ही त्या मित्र/मैत्रिणीशी किती सहजपणे संवाद साधू शकता, याबाबत तुम्हाला काय वाटतं, तसंच तुम्हाला, त्या मित्र/मैत्रिणीला त्या मित्र/मैत्रिणीच्या कुटुंबाला, तुमच्यासोबत काम करणाऱ्या लोकांना अथवा समाजाला खरंच काही धोका आहे असं तुम्हाला वाटतं का... यावर हे अवलंबून आहे. तुमच्या मित्र/मैत्रिणीला व्यावसायिक उपचारकाची गरज आहे का, त्याचं वर्तन बदलण्यासाठी तुम्हीच प्रयत्न करावा हा सल्ला चुकीचा आहे का, याबाबतचा निर्णय तुम्हीच घ्यायचा आहे.

त्यामुळे अशा व्यक्तींपासून दूर राहणं हाच सर्वोत्तम मार्ग, असं तुम्हाला वाटू शकेल. नाहीतर तुम्हाला अटक, तुरुंगवास अथवा त्यापेक्षाही भयंकर गोष्टींना तोंड द्यावं लागू शकेल.

अशा प्रकारचा मित्र/मैत्रीण प्रचंड वेगानं गाडी चालवून तुम्हाला संकटात लोटत असेल किंवा अतिशय धोकादायक गिर्यारोहणात त्याची/तिची सोबत करायला सांगत असेल. काही माणसं दुकानात खरेदीच्या बहाण्यानं शिरून उचलेगिरी करतात; कारण त्यांना असा धोका पत्करणं रोमांचक वाटत असतं. आपण पकडले जातोय का हे त्यांना अजमावायचं असतं; पण त्यांच्याही नकळत, त्यांना आपण पकडलं जावं असं वाटत असतं. अशा वेळी जर तुम्हीही त्यांच्यासोबत असाल तर तुम्हीही पकडले जाल. या मित्र/मैत्रिणीच्या वागण्यामागचं कारण मानसशास्त्रीय असेल, मानसिक आजाराशी संबंधित असेल अथवा ती व्यक्ती बेभानपणे अविचार करत असेल; पण तुम्ही या मित्र/मैत्रिणीचे उपचारक किंवा मार्गदर्शक, समुपदेशक नाही.

५. आत्ममग्न :

आत्ममग्न मैत्री हा नकारात्मक मैत्रीचा, खड्ड्यात घालणाऱ्या मैत्रीपेक्षा जरा सौम्य प्रकार आहे; पण तुमचं ऐकून घ्यायला वेळ नसलेला मित्र/मैत्रीण तुमच्या आत्मसन्मानाला प्रचंड धक्का लावतात. तुमची स्वतःबद्दलची चांगली भावना टिकून राहण्यासाठी व तुमची मैत्री बहरण्यासाठी तुम्हीच चांगले कणखर असायला पाहिजे. या आत्ममग्न मित्र/मैत्रिणीला तुमची अजिबात पर्वा नसते; या व्यक्तीला बोलायचं असतं तेव्हाच फक्त ती तुमचं बोलणं ऐकते.

आत्ममग्न व्यक्तीच्या गप्पा म्हणजे शांतता सहन होत नाही म्हणून बोलायचं, असा प्रकार असतो. ज्यांच्या बाबतीत दाट सलोखा ही समस्या असते, त्यांना तर हा प्रकार अति यातनादायी होऊ शकतो. जेव्हा असा मित्र/मैत्रीण वेळ काढण्यासाठी म्हणून अखंड व स्वतःबद्दलच बडबडत असेल तेव्हा, तिला त्याची जाणीव करून देण्याचा प्रयत्न तुम्ही करू शकता. तुमचा हा मित्र/ मैत्रीण जरा निवांत व्हायला शिकेल का? शांतीचा आनंद घ्यायला शिकू शकेल का? तुम्हाला आपण 'कचऱ्याचं कोंडाळं' आहोत असं वाटू नये असं वाटण्याजोगे प्रश्न करायला शिकेल का?

आपल्या या स्वभावाची तुमच्या मित्र/मैत्रिणीला जाणीव आहे, पण तो/ती त्याकडे दुर्लक्ष करत आहे, असं आहे का, त्याला/तिला याची जाणीवच नाहीये आणि त्यामुळे त्याला/तिला तो बदलता येण्याचा प्रश्नच नाही अशी स्थिती आहे? समजा, या स्वभावात बदल घडणं शक्य नसेल तर या मैत्रीची सकारात्मक बाजू पुरेशी बळकट आहे का... इतकी की, तराजूच्या दोन्ही पारड्यांमध्ये इतका निःसंदिग्ध फरक असूनही तुम्हाला ही मैत्री पुढे सुरूच ठेवायची आहे?

तुम्ही सौम्य व न दुखावणाऱ्या पद्धतीनं अशा मित्र/मैत्रिणीला विचारावं की, आपल्या नात्यात देवाण-घेवाण असमान असल्याचं तुझ्या लक्षात येतंय का?... या नात्यात मला माझ्याबद्दल काही सांगायची संधी मिळण्यापेक्षा फक्त तूच स्वतःबद्दल अधिक बोलत असतोस/असतेस.

अशा आत्ममग्न मित्र/मैत्रिणीसोबत असे प्रश्न फारसे येऊच नयेत अशा गोष्टी तुम्ही करू इच्छित असाल, म्हणजे टेनिस खेळणं, सिनेमाला जाणं किंवा एखाद्या वर्गाला जाणं. अशा व्यक्तींबरोबर आठ तासांचा विमानप्रवास किंवा निवांत एकत्र भोजन टाळावं, असं तुम्हाला वाटत असेल. अशा मित्र/मैत्रिणीसोबत आणखी काही मित्र/मैत्रिणींना सहभागी करून घेण्यानंही तिची बेचैनी दूर व्हायला मदत होऊ शकेल.

६. खोटारडे :

दुर्वर्तनी मैत्री व खड्ड्यात घालणारी मैत्री या प्रकारांपाठोपाठ 'मैत्री'चा सर्वांत भयंकर दुष्ट प्रकार म्हणजे खोटारडी मैत्री. ही व्यक्ती तुमच्याशी खोटं बोलते, तसंच

ती इतरांशीही खोटं बोलते. ती एकदाच खोटं बोलते किंवा खोटारडेपणाचे विविध नमुने दाखवते. मुळात मैत्री हा विश्वास व सचोटीवर आधारित भावबंध असल्यामुळे, त्यात खोटारडेपणा अजिबात सहन करू नये. या विध्वंसक वर्तनाची तुम्ही थेट दखल घ्यावी अथवा ही मैत्री तोडण्याचा गांभीर्यानं विचार करावा.

खोटं बोलणं हा फसवणुकीचाच एक प्रकार आहे. लोक खोटं बोलतात कारण त्यांना सत्याची भीती वाटते. खरं कळण्यानं आपल्याला अपाय होईल असं त्यांना वाटत असतं, म्हणून ते खोटं बोलतात. तुमची एखादी 'अविवाहित' मैत्रीण जर सगळ्यांना आपण चाळिशीच्या आहोत असं सांगत असेल, पण ती पन्नाशीची आहे हे तुम्हाला माहीत असेल. तिला असं वय चोरावंसं वाटतं याचं तुम्हाला दुःख होईल; पण ती जर बाकी सगळ्या बाबतीत प्रामाणिक असेल, तर तुम्हाला एवढ्या कारणावरून तिच्याशी मैत्री तोडावी असं वाटणार नाही. (कदाचित तिनं तिची (निराधार) भीती तुमच्यासमोर व्यक्त केली असेल की, तिनं खरं वय सांगितलं तर त्याचा तिच्या करिअर किंवा सामाजिक आयुष्यावर विपरीत परिणाम होईल.)

या संदर्भात तुम्ही काय केलं पाहिजे? तुम्ही सत्यकथनाचं उदाहरण घालून दिलं पाहिजे, म्हणजे ही गोष्ट तुमच्या लेखी किती महत्त्वाची आहे हे तुमच्या मित्र-मैत्रिणींना समजेल.

एखादा मित्र/मैत्रीण खोटं बोलत असेल तर सावध व्हा. त्यांच्या खोटं बोलण्याचाही काही 'पॅटर्न' आहे का पाहा. ते वय खोटं सांगण्यासारखं तुलनेनं निरुपद्रवी आहे का ? किंवा अधिकारपत्रं, पात्रतापत्रं वा 'रेझ्युमे' खोटा देण्यासारखं फार भयंकर दुष्कृत्य आहे का?

जर तसा फार महत्त्वाचा मुद्दा नसेल तर त्यावर तीव्र प्रतिक्रिया देणं टाळा. कारण कुणीच माणूस परिपूर्ण नसतो.

जे सांगितलं गेलं ते साफ खोटं होतं, की ती युक्ती अथवा मुत्सद्दीपणा होता, हेही स्पष्ट करून घ्या.

कदाचित तुम्ही तुमच्या मित्र/मैत्रिणीची आत्मप्रतिमा सुधारण्यासाठी तिला मदत करू शकाल; मग तिला खोटं बोलण्याची गरजच उरणार नाही. समजा तुमची एखादी मैत्रीण तिचं वय खोटं सांगत असेल तर तुम्ही दोघीच भेटता त्या वेळी तिला सांगा की, "तू इतकी उत्साही आणि बुद्धिमान आहेस. तू दहा वर्षांनी वय चोरण्याच काही कारण नाही. तुझं वय कितीही असलं तरी तू यशस्वी आणि मोहक व्यक्ती आहेस."

पण तुम्ही तुमच्या मित्र/मैत्रिणीचं खोटं पकडलंत तर त्याबद्दल त्याला/तिला काही सांगावं का, हे नक्कीच त्या खोट्याच्या स्वरूपावर व परिस्थितीवर अवलंबून ठेवावं. तुम्हाला खरं काय ते माहीत आहे ही गोष्ट तुमच्या मित्र/मैत्रिणीला माहीत आहे, हा मुद्दा महत्त्वाचा आहे की नाही यावरही ते अवलंबून ठेवावं. एखाद्या

छोट्याशा गोष्टीत खोटं बोलणं या घटनेपेक्षा तुम्हाला तुमची मैत्री जास्त महत्त्वाची असेल तर तुम्हाला त्याकडे दुर्लक्ष करावंसं वाटेल; पण जर ती गोष्ट मोठी असेल तर? जर तुम्हाला आपण या बाबतीत तडजोड करतोय किंवा हे खोटं म्हणजे नैतिक उल्लंघन आहे, ज्याकडे दुर्लक्ष करता येणार नाही, असं वाटत असेल तर तुम्ही सरळ स्पष्ट बोलावं अथवा मैत्रीची संपवावी.

अर्थात, प्रत्येक परिस्थिती वेगळी असते आणि काही वेळा तर परिस्थिती खूपच गुंतागुंतीची असते. उदाहरणार्थ तुमचा मित्र कर्करोगग्रस्त आहे, तो शेवटच्या घटका मोजतोय.

तुम्ही त्याला विचारता, "तुझं कसं आहे?"

त्यावर तो म्हणतो, "मी ठीक आहे."

अशा वेळी तुम्ही त्याला, 'अरे, तू अंथरुणाला खिळला आहेस हे माहीत आहे मला. तुझी अवस्था भयंकर आहे, आता तुझ्यापाशी अवघे काही दिवस उरले आहेत,' असं म्हणू नये.

किंवा, तुमच्या मित्रानं महागडी कार घेतली आहे. तुम्हाला त्या नव्या करकरीत कारचा रंग अजिबात आवडत नाही; पण तरी तुम्ही त्या मित्राला 'मस्त आहे गाडी!' असं म्हणता...

याला फक्त 'खोटं' असं म्हणता येईल का? हा धादांत शब्दच्छल आहे, की आपलं मत न देण्याचं व्यवहारचातुर्य?

त्यामुळे तुम्ही स्वतःच तारतम्य वापरा. समजा एखादी व्यक्ती तुमच्या कामाच्या ठिकाणी किंवा एकूणच समाजात आकसयुक्त खोटंनाटं पसरवण्यासाठी कुख्यात असेल, तर अशा नकारात्मक स्वभावाबद्दल तुम्ही काळजीपूर्वक विचार करणं खरंच गरजेचं असतं.

या खोटारड्या मैत्रीमध्ये सर्वांत मोठा विश्वासघात करणाऱ्या मित्रांचा समावेश असतो. म्हणजे, मित्र/मैत्रिणीच्या जोडीदाराशी सूत जुळवून केली जाणारी फसवणूक. अशा प्रकारे विश्वासघात झाल्यानंतरसुद्धा मैत्री टिकून असलेल्या मित्रांच्या आदर्श कथा ऐकायला मिळत असल्या तरी या विश्वासघाताचा सल विसरणं अथवा या धक्क्यातून सावरणं, तसं अवघडच असतं. जर तुम्ही अशा विश्वासघातानंतरही मैत्री कायम ठेवलीत तर स्वतःलाच प्रश्न करा की, हा विश्वासघात का आणि कसा झाला आणि तुम्ही खरोखरच या मित्र/मैत्रिणीला व त्या 'दुसऱ्या' व्यक्तीला माफ करू शकता का? यात दोष कुणाला द्यायचा... मित्र/मैत्रिणीला की जोडीदाराला? अशा परिस्थितीत तळपायाची आग मस्तकात जाते आणि संतापाच्या उद्रेकामुळे परिस्थिती हाताबाहेर जाऊ शकते, त्यामुळे अशा वेळी डोकं थंड ठेवणं फार आवश्यक असतं. तसंच, अशा वेळी आत्मपरीक्षण करून, आपण याला काही हातभार लावला आहे

का, जाणता-अजाणता आपण अशी परिस्थिती निर्माण होण्यास कारणीभूत झालो आहोत का, याचा गांभीर्यानं विचार करणं महत्त्वाचं असतं. 'फ्रेंडशिफ्ट्स' पुस्तकासाठी मी एका महिलेची मुलाखत घेतली होती, त्याची मला या संदर्भात आठवण होते. ती रात्री उशिरापर्यंत ऑफिसमध्ये काम करत असायची, म्हणून ती नवऱ्याला घराशेजारीच राहणाऱ्या तिच्या मैत्रिणीला थिएटरमध्ये किंवा इतर कार्यक्रमांना जाताना सोबत न्यायला सांगायची. पुढे तिच्या नवऱ्यानं तिला सोडलं आणि तो त्या मैत्रिणीबरोबर गेला.

अर्थात, अशा परिस्थितीतही काहींची मैत्री टिकते... रोमान्स किंवा लग्नं टिकतात तशीच; पण जर तुम्ही, तुमचा मित्र/मैत्रीण आणि तुमचा जोडीदार एकपतिव्रत अथवा एकपत्निव्रत असाल, तर अशी परिस्थिती उद्‌भवू शकते आणि विश्वासघात होऊ शकतो.

७. गुपित फोडणारे

या प्रकारातल्या मित्र/मैत्रिणीला तुम्ही 'हे फक्त आपल्यातच हं!' म्हणून एखादी गोष्ट सांगता त्या वेळी ती मान डोलावते; पण दुर्दैवानं, ती फोन अथवा इ-मेलपर्यंत पोहोचेपर्यंतच हे वचन टिकतं. मैत्रीत गोपनीयता राखणं व विश्वास सांभाळणं, या गोष्टी गृहीत असतात. तरी हा मित्र/मैत्रीण याबाबतीत स्वतःला आवरू शकत नाही. या व्यक्तीला एखादं गुपित सांगितलं तर ते तिच्या पोटात राहत नाही, ती अस्वस्थ होते. 'हॉट पोटॅटो' खेळातल्यासारखं, तिला हे गुपित कुणाला तरी सांगितल्यावाचून राहवत नाही. ते गुपित कळल्यामुळे तिला आलेली अस्वस्थता त्याखेरीज दूर होत नाही. या प्रकारच्या मैत्रीतले काही जण कुठलीही गोष्ट अजिबात पोटात राहत नाही अशा प्रकारातले असतात.

एखाद्याचं हे 'गुणवैशिष्ट्य' तुम्हाला माहीत असेल तर त्या माणसाला तुमचं खास असं एखादं गुपित सांगू नका, नाहीतर मग ते सगळ्या जगभर झाल्याचं वाईट वाटून घेऊ नका.

अशा मित्र/मैत्रिणीची 'गॉसिप'बद्दल लगेच ख्याती होते. दुर्दैवानं, या वैशिष्ट्याचे काही अन्य लाभ मिळू शकतात. म्हणजे समजा, एका मित्राचा विश्वासघात झाल्यामुळे तो त्रस्त असेल, पण बाकीच्या सगळ्या मित्रांना ते गुपित कळल्याचा आनंद झाला असू शकेल.

तुम्ही जी माहिती सांगता ती गोपनीय अथवा गुप्त राखायची आहे याचं महत्त्व तुमच्या मित्र/मैत्रिणीला नीट कळेल याचीही तुम्हाला खात्री असायला हवी. तुम्हाला बढती मिळाली आहे किंवा तुमच्याकडे 'विशेष' आहे अशासारखी बातमी पसरवण्यात काही गैर नाही. मात्र, अशी पसरू नये असं वाटण्याजोगी एखादी बातमी असेल किंवा तुम्हाला स्वतःला ती सांगायची असेल तर तुमच्या मित्र/मैत्रिणीला आधीच

त्याची कल्पना द्या; नंतर त्याच्यावर गुपित फोडल्याचा आरोप करू नका.

या संदर्भात एखाद्या व्यक्तीबद्दल तशी शंका असेल, तर त्या व्यक्तीला एखादी बिनमहत्त्वाची बातमी सांगा, जी सगळीकडे पसरली तरी तुम्हाला फरक पडणार नाही. अशी बातमी आणि तुमचा 'विश्वास' किती वेगानं अथवा विस्तृत पसरतो ते पाहा.

जर तुमच्या मित्र/मैत्रिणीला आपण अशी गुपितं फोडतो हे लक्षातच येत नसेल, तर त्याचं/ तिचं अशा प्रकाराचं वागणं सरळ चारचौघात आणा. तुमच्या मित्र/मैत्रिणीनं अशा प्रकारे गुपित फोडल्याचं एखादं विशिष्ट उदाहरण घ्या आणि तो/ ती ते फोडल्याचं कबूल करतो का पाहा. तो/ती दिलगिरी व्यक्त करते का, तो/ ती आपण असं केलंच नाही असं म्हणते का, ही माहिती फक्त आपल्यातच ठेवायची होती याची कल्पना नव्हती असं सांगून तो/ती माफी मागते का?

जर तुम्हाला असं वाटत असेल की या व्यक्तीचं हे वागणं बदलणार नाही आणि तरीही तुम्हाला तिच्याशी मैत्री ठेवायची असेल तर त्या व्यक्तीला काहीही सांगण्याआधी अधिक सावध राहा. या व्यक्तीच्या किती जवळ जायचं याचाही पुनर्विचार करा; जर तुम्हाला मैत्री टिकवायची असेल तर ती थोडी अंतरावर ठेवा किंवा खास गुपित न सांगण्याची दक्षता घ्या.

८. चढाओढ करणारे

थोडी स्पर्धा असणं निरोगीपणाचं आणि अपेक्षित असतं. स्पर्धा योग्य प्रमाणात असेल तर ती प्रेरणा, चालना देण्याचं काम करते; पण जर दोन मित्रांमध्ये अति स्पर्धा असेल तर, ती मैत्रीला सुरुंग लावते. सकारात्मक मैत्रीचा एक प्रमुख घटक म्हणजे दोन्हीही मित्रांना आपण जसे आहोत तसे असू शकतो याची जाणीव... त्यांना एकमेकांना दाखवण्यासाठी किंवा एकमेकांवर छाप पाडण्यासाठी काही प्रयत्न करावे लागत नाहीत.

स्पर्धा म्हटलं की शर्यत असते, ज्यामध्ये एक जण जिंकतो आणि दुसरा हरतो; सकारात्मक मैत्रीमध्ये विशेषतः जवळच्या अथवा बेस्ट फ्रेंड्सच्या बाबतीत जे अपेक्षित असतं, त्याच्या नेमकी विरुद्ध परिस्थिती स्पर्धेत असते.

ज्या मैत्रीत चढाओढ असते, ते मित्र आयुष्याच्या प्रत्येक क्षेत्रात परस्परांशी स्पर्धा करत असतात आणि जेव्हा हे मित्र अगदी जिवलग किंवा 'बेस्ट फ्रेंड्स' असतात, तेव्हासुद्धा त्यांना सहजपणे वागणं अवघड किंवा अशक्यच असतं. त्यांची कामाच्या ठिकाणी स्पर्धा असते, शाळेत स्पर्धा असते, एवढंच काय; सामाजिक उपक्रमांतसुद्धा स्पर्धा असते. ते आपला जोडीदार अथवा रोमॅन्टिक पार्टनर्सच्या बाबतीत स्पर्धा करू शकतात. एवढंच काय; पण आपले आई-वडील

अथवा मुलं या बाबतीतसुद्धा स्पर्धा करू शकतात. अशा व्यक्तींना हा स्वभाव बदलणं अथवा घालवणं अवघड वा अशक्यच असतं.

अशा परिस्थितीत तुम्ही अति चढाओढ निर्माण होण्याजोगी परिस्थितीच निर्माण होऊ न देण्याचा प्रयत्न करू शकता. उदाहरणार्थ तुम्ही तुमच्या आयुष्यातल्या अथवा करिअरमधल्या एखाद्या यशाबद्दल सांगत असाल, विशेषतः एखादा बडेजाव सांगत असाल तर तुम्ही नकळत 'तुला दाखवतो' अशा प्रकारची प्रतिक्रिया देता.

चढाओढ करणाऱ्या मित्र/मैत्रिणीला त्याच्या अशा वागण्याची जाणीव करून देण्यानं त्याची/तिची ही उपजत वृत्ती कमी होऊ शकेल. तुम्हाला त्या व्यक्तीला एखादी गोष्ट सांगायची असेल, पण ती त्यावर 'मी पण' किंवा 'मला पण' अशी प्रतिक्रिया देणार असं तुम्हाला वाटत असेल तर, तुम्ही ती गोष्ट सांगण्याआधी 'मला तुला काहीतरी सांगायचं आहे, पण त्याचा तुझ्याशी काहीही संबंध नाही बरं का!' अशी प्रस्तावना करू शकता.

अर्थात, आपलं वागणं बदलण्याची जबाबदारी त्या व्यक्तीवर आहे, तुम्ही तुमची अधिक चांगली आत्मप्रतिमा निर्माण केलीत, तर त्या व्यक्तीचं प्रत्येक गोष्टीत तुमच्याशी बरोबरी करणं बंद होईल.

तुम्हाला अशा व्यक्तीशी मैत्री कायम ठेवायची असेल तर तुम्हाला त्या व्यक्तीच्या बढाया-फुशारक्या ऐकत राहायची तयारी ठेवावी लागेल. तुम्हाला स्वतःबद्दल काही सांगायची संधी मिळण्यापेक्षा, त्याच व्यक्तीचा बडेजाव अधिक प्रमाणात ऐकावा लागेल.

९. वरचढपणा दाखवणारे

तुम्ही काहीही सांगा अथवा करा; वरचढपणा दाखवणाऱ्या मित्र/मैत्रिणीनं ती गोष्ट अधिक चांगल्या पद्धतीनं सांगितलेली अथवा केलेली असते. या व्यक्तीची मुलं तुमच्या मुलांपेक्षा अधिक चांगली, हुशार व गोड असतात. ही व्यक्ती तुम्हाला स्वतःबद्दल जे वाटतं त्यापेक्षा तुम्ही कमी महत्त्वाचे व खुजे असल्याची जाणीव करून देते. ती अतिशय स्पर्धा करणारी व मत्सरी असते, पण या मैत्रीची चांगली बाजू म्हणजे ही व्यक्ती अतिशय आस्थेवाईक, तुमच्याकडे लक्ष देणारी असू शकते. कदाचित या व्यक्तीचा खरा रंग मैत्रीच्या प्रारंभी दिसून आला नसेल, कारण त्या आरंभीच्या टप्प्यावर तुम्ही दोघंही बढाया मारत होता; पण काळ पुढे गेला तसं ही वृत्ती अधिकाधिक वैतागवाणी होत जाते.

अशा व्यक्तीची आत्मसन्मानाची जाणीव अगदी खालच्या स्तरावर असते. या व्यक्तीला स्वतःबद्दल विश्वास असता, तर तिला सतत आपला वरचढपणा दाखवण्याची गरजच वाटली नसती. अशा व्यक्तीच्या बालपणातल्या जडणघडणीच्या वर्षांत

कदाचित तिच्या आई-वडिलांनी तिची सख्ख्या भावंडांशी, चुलत, मावस भावंडांशी, शेजारच्या मुलांशी अथवा वर्गातल्या मुलांशी वारंवार तुलना केली असू शकेल.

"तू अमक्यासारखं का करत नाहीस?" किंवा, "त्या तमक्यानं काय केलंय बघ!" – असं त्या व्यक्तीला ऐकावं लागलं असू शकेल. तसंच, याच्या बरोबर उलट परिस्थितीही असू शकेल, म्हणजे एखादे पालक मुलाचं अति कौतुक करत असतील, त्यातूनही अशी वरचढ समजणारी व्यक्ती निर्माण झाली असेल.

अशा व्यक्तीनं स्वतःचं स्वतः अगर व्यावसायिक तज्ज्ञाच्या मदतीनं हे ओळखायला पाहिजे की, तुलना करण्यानं आपण ना मागे पडणार आहोत, ना सर्वश्रेष्ठ एकमेवाद्वितीय बनणार आहोत. स्वतःबद्दल वास्तवाधारित मूल्यमापन करण्यानं- म्हणजे स्वतःला ना जास्त ना कमी समजण्यानं- ती व्यक्ती तुम्ही जे सांगता ते ऐकू शकेल, त्यामध्ये सदैव वरचढपणा करण्याची तिला गरज वाटणार नाही.

पण समजा तुमच्या मित्र/मैत्रिणीत स्वतःचं श्रेष्ठत्व सिद्ध करण्याची ऊर्मी टिकून असली तरी तुम्हाला त्या व्यक्तीच्या चांगल्या बाजू लक्षात घेऊन तिच्याशी मैत्री टिकवावी असं वाटेल का? तुम्ही त्या व्यक्तीला हा गुण कमी करण्याबद्दल सांगू शकाल का? का तुम्हीच तिचाच डाव तिच्यावर उलटवून तिच्या वरताण करायचा प्रयत्न कराल? ही सगळी मानसिक कसरत करण्याइतकी ही मैत्री जवळची आणि मोलाची आहे का, याबाबत तुम्हीच निर्णय घ्यायला हवा. तुम्ही या मित्र/मैत्रिणीला तीन किंवा त्यापेक्षा जास्त मित्र/मैत्रिणींच्या मोठ्या समूहात सहभागी करून घेण्याचाही विचार करू शकता. अशा व्यक्तींशी बोलताना वैयक्तिक अथवा कौटुंबिक यश अशा खासगी बाबी कमीत कमी आणा म्हणजे वरचढपणा सिद्ध करायला फारसं निमित्त उरणार नाही.

मित्र/मैत्रिणींचा समूहसुद्धा आणखी एका दृष्टीनं उपयुक्त ठरेल. फक्त तुमच्या दोघांमधली जवळीक जर त्या मित्र/मैत्रिणीला अस्वस्थ करत असेल आणि त्यामुळे स्वतःचा वरचढपणा सिद्ध करून ती व्यक्ती अंतर राखायचा प्रयत्न करत असेल (आणि त्यात यशस्वीही होत असेल!) असं घडत असण्याची शक्यता आहे. त्यामुळे अशा व्यक्तीला बाजूला सारून तुम्ही या सापळ्यातून सुटू शकता, किंवा ती व्यक्ती अजाणतेपणे अंतर राखायचा प्रयत्न करतेय हे लक्षात घेऊन तिच्या अति चढाओढ करण्याकडे दुर्लक्ष करा आणि मैत्रीचा सुगंध लुटा.

१०. प्रतिस्पर्धी

प्रतिस्पर्धी व्यक्ती स्पर्धात्मक भावनेपलीकडे जाऊन प्रचंड मत्सर, हेवा या प्रांतात पोहोचते. तुमच्याजवळ जे जे आहे, ते या व्यक्तीला पाहिजे असतं... मग ती नाती असोत, नोकरी असो, मालमत्ता-मिळकत असो आणि ही इच्छा इतकी तीव्र असू शकते की, ती व्यक्ती या गोष्टी तुमच्यापासून हिरावून घेण्याचा प्रयत्न करते.

अशा व्यक्तीशी तुमची मैत्री असेल, तर सावध राहा. या व्यक्तीची ही वृत्ती नियंत्रणात आहे असं तुम्हाला वाटत असेल तर ठीक आहे; पण जर तसं नसेल, तर तुम्ही तुमच्या मालमत्तेचं वा नात्याचं शक्य तितकं रक्षण करण्याची गरज आहे. तुमच्याकडे भारीपैकी गाडी आहे का? जर तुमच्या मित्राला तशीच किंवा त्यापेक्षा चांगली गाडी विकत घेणं शक्य नसलं तर त्यानं ती गाडी तुमच्याकडे वापरायला मागू नये याची काळजी घ्या (ती गाडी सुस्थितीत परत येणार नाहीच). तुम्ही सावध राहा. आधीपासूनच तयारीत व दक्ष राहा.

तुम्हाला कामानिमित्त परगावी जावं लागणार असेल आणि तुमच्या जोडीदाराला घरात एकटीला ठेवणं तुम्हाला नको वाटत असेल, अशा वेळी या मित्राला तुमच्या जोडीदाराला घेऊन पार्टीला जायला सांगणं, ही काही चांगली कल्पना ठरणार नाही. महत्त्वाचा मुद्दा असा की- जर तुम्ही ही मैत्री चालू ठेवणार असाल तर जिथं मत्सर व हेवा आटोक्याबाहेर जाऊ शकेल, अशी परिस्थितीच येऊ देऊ नका.

जो मित्र/मैत्रीण प्रतिस्पर्धी असेल त्याच्याशी वागताना चढाओढ करणाऱ्या मित्र/मैत्रिणीच्या बाबतीतील दक्षताच घ्यावी लागते. तुम्ही स्वतः बडेजाव दाखवणं, फुशारक्या, बढाया मारणं कमी करा.

तथापि, कधी-कधी मत्सर दुतर्फी असतो. तुमच्या मित्र/मैत्रिणीला तुमच्याबद्दल जितका मत्सर आहे, तितकाच तुम्हाला त्याच्या/तिच्याबद्दल आहे, ही गोष्ट समजून घेण्यानं या वृत्तीबद्दल जाणून घेता येईल.

उदाहरणार्थ मायकेल हे पंचावन्न वर्षीय, सल्लागार म्हणून काम करणारे गृहस्थ घटस्फोटित आहेत. ते त्यांच्याबद्दल मत्सर असणाऱ्या एका व्यक्तीबद्दल सांगतात. लॅरी हा त्यांचा सर्वांत जवळचा मित्र त्यांचा सहकारी होता. दहा वर्षांपूर्वी एका कारखान्यात त्यांची भेट झाली होती. ते एकत्र काम करत असताना मायकेलना त्याचा मत्सरीपणा जाणवायचा.

> *त्या वेळी आमच्या व्यवस्थापिकेचं माझ्याशी छान जमायचं. माझ्याकडे सुयोग्य पात्रता (Ivy League) होती, आणि माझा मित्र लॅरीकडे नव्हती. ही बाई मला प्राधान्य देते आणि माझं कौशल्य त्याच्यापेक्षा जास्त मानते, ही गोष्ट त्याला अजिबात रुचत नव्हती.*

मी त्यांना विचारलं की, त्यांच्या मित्राच्या मत्सरीपणामुळे त्यांच्या मैत्रीची अखेर झाली का?

त्यावर मायकेलनी क्षणभर विचार केला आणि आणखी एक प्रसंग सांगितला. त्यांना कामाच्या ठिकाणी त्या मित्राबद्दल असूया वाटत असे.

मला खरं तर त्याच्याबद्दल जरा असूयाच होती. तो हिकमती होता, शिवाय त्याच्याजवळ विशेष संगणक कौशल्य होतं. माझ्यापेक्षा त्याला तंत्रकौशल्याची उत्तम पार्श्वभूमी होती. तिथं आमच्याकडे जे काम सोपवलेलं होतं, ते करण्यात तो माझ्यापेक्षा जास्त चांगला होता.

मायकेल आणि लॅरी परस्परांबद्दलच्या या असूयेबद्दल एकमेकांशी कधीही बोललेले नाहीत आणि बहुधा कधी बोलणारही नाहीत. आता ते एकमेकांसोबत काम करत नाहीत; पण त्यांची मैत्री टिकून आहे. सहा महिन्यांपूर्वी मायकेलनं ती कंपनी सोडली, तेव्हापासून ते एकमेकांना भेटलेले नाहीत; पण आठवड्यातून काही वेळा त्यांचं फोनवर बोलणं होतं. असूया हा मैत्रीचा भाग म्हणून स्वीकारण्याची मायकेल यांची तयारी आहे. ते सांगत होते की, आता मला कंपनीच्या नित्य कामातून मुक्ती मिळाली आहे, त्याचा लॅरीला हेवा वाटतोय.

''मला अजून अर्थार्जनाचा मार्ग सापडलेला नाही, अशा स्थितीत माझा हेवा वाटण्यासारखं आहेच काय?'' ते स्वत:बद्दलच उपहासानं म्हणाले.

११. चुका शोधत राहणारे

या अतिचिकित्सक मित्र/मैत्रिणीच्या दृष्टीनं तुम्ही जे काही करता, बोलता अथवा परिधान करता, ते चांगलं नसतंच. अशा व्यक्तीला बालपणी बहुधा अतिचिकित्सक, टीका करणाऱ्या आई-वडिलांनी वाढवलेलं असतं. शिवाय या व्यक्तीची भावंडंही तशीच अति टीका-टिप्पणी करणारी असतात. त्यामुळे जडणघडणीच्या काळातच अशा वातावरणाला तोंड द्यावं लागल्यामुळे अति टीका करणाऱ्या प्रौढ माणसाची बीजं तेव्हाच रोवली गेलेली असतात. हा स्वभाव बदलणं अवघड असतं. आपल्या अशा वागण्याचा तुम्हाला अतिशय त्रास होतो, त्यामुळे तुमचं बिनसतं, ही गोष्ट या व्यक्तीच्या कदाचित लक्षातसुद्धा येत नसेल. या मित्र/मैत्रिणीवर 'काही अर्थ नाही, ही अगदी बेकार मैत्री आहे' असा शिक्का लावण्याआधी, हा मित्र/मैत्रीण आपलं अपमानास्पद वर्तन बदलू शकते का, काळासोबत व कुणाच्या मदतीनं ही वृत्ती बदलू शकते का, हे पाहायला हवं. नाहीतर तुम्ही त्या व्यक्तीचा हा स्वभाव आहे तसा स्वीकारायचा, का तुमच्यावर वा तुमच्या मैत्रीवर परिणाम करून घ्यायचा, हे ठरवायला हवं.

या व्यक्तीची चुका शोधत राहणारी टीकात्मक वृत्ती असली तरीसुद्धा तुमच्या लेखी या मैत्रीचं मोल अधिक असलं आणि तुम्हाला ही मैत्री टिकवायची असेल तर तुम्ही त्या व्यक्तीशी बोलून तिच्या वागण्यामुळे तुम्हाला कसं वाटतं, ते तिला सांगू शकता.

"मी तुला आवडतो हे मला माहीत आहे आणि मला दुखावण्याचा तुझा उद्देश नसेल हेही मला कळतंय; पण माझ्या प्रत्येक गोष्टीत तू चुका शोधतोस, त्याचं मला वाईट वाटतं."

यावर कदाचित तो बचावात्मक पवित्रा घेईल, कदाचित हा 'तुझा प्रश्न आहे, माझा नाही,' असंही म्हणेल.

पण जर तुम्ही त्याच्या वागण्याचा 'तुमच्या'वर वाईट परिणाम होतोय हे त्याला ठासून सांगितलंत, तर तो त्याच्या वागण्याचा अथवा बोलण्याचा पुनर्विचार करेल. शिवाय त्याच्या वागण्यामुळे तुम्हाला काय वाटतं हे त्याला सांगण्यामुळे तुमच्या मनात उसळणारा संताप थोडा कमी होईल.

मात्र, तुम्ही जर हतबुद्ध अवस्थेला पोहोचला असाल, तर हा विषय संपवण्याआधी एक काम करा – त्या व्यक्तीच्या चुका शोधा. जे लोक दुसऱ्यावर टीका करतात, त्यांच्या चुका शोधतात, ते सहसा इतरांची टीका झेलू शकत नाहीत. जर तुम्ही अशा व्यक्तीवर टीका केलीत, तर नकारात्मकतेचा फुगाच फुटेल. आत्ता ती व्यक्ती तुम्हाला काहीही म्हणत असते, तुमच्याशी कशीही वागत असते; मात्र, जेव्हा स्वतःच्या डोळ्यातलं मुसळ दाखवलं जाईल, त्या वेळी त्या व्यक्तीला असं केल्यावर इतरांना काय वाटत असेल याची कदाचित जाणीव होईल.

पण सावध राहा : असा मित्र/मैत्रीण तुमच्या टीकेला तोंड देण्याऐवजी किंवा तुम्ही जे सांगायचा प्रयत्न करत आहात ते समजून घेण्याचा प्रयत्नसुद्धा न करता, सरळ तुमच्याशी मैत्री तोडून टाकेल.

१२. रडी

अशा मित्र/मैत्रिणीची समस्या म्हणजे ती नकारात्मक वृत्तीची, दोषैकदृष्टीची आणि दुःखी असते. अगदी तीव्र स्वरूपाच्या प्रकरणात ती खिन्नतेच्या गर्तेत सापडलेली असेल, अशा वेळी तज्ज्ञांचं साहाय्य आवश्यक असतं. पण दुर्दैवाची गोष्ट अशी की, या व्यक्तीला साहाय्य मिळेपर्यंत अथवा ती समुपदेशन घेत असतानासुद्धा त्या व्यक्तीची खिन्नता तुमच्या मैत्रीवर दुष्परिणाम घडवू शकते.

खिन्न वा उदास आई-वडिलांची मुलं अशा रड्या वृत्तीची होऊ शकतात किंवा अशा व्यक्तीचं लग्न नकारात्मक माणसांशी झालेलं असू शकतं अथवा ती व्यक्ती पूर्णतः उलट टोकाच्या वातावरणात काम करत असते. अशा वेळी संगत वा सहवासामुळे ही व्यक्ती खिन्न, उदास राहू लागते. अशा व्यक्तीमध्ये खिन्नता वा नकारात्मकता कायमस्वरूपी असू शकते किंवा तात्पुरती असू शकते. कदाचित तुमचा मित्र खडतर काळातून जात असेल... नोकरीच्या ठिकाणी दडपणं किंवा नोकरी जाणं, तब्येतीच्या तक्रारी, कौटुंबिक समस्या किंवा एखाद्या प्रिय व्यक्तीचा

कायमचा वियोग अशा गोष्टींना तोंड देत असेल...

अशा व्यक्तीशी मैत्री टिकवून ठेवायची असेल, तर तुम्हाला स्वतःचं व्यक्तिमत्त्व, वृत्ती आणि तुमच्या मित्र/मैत्रिणीच्या नकारात्मकता व त्या वृत्तीशी निगडित खिन्नता या गोष्टी वेगवेगळ्या ठेवाव्या लागतील. जर या व्यक्तीच्या तक्रारी ऐकणं वा सतत उदास असणं वारंवार होत असेल तर, तुम्ही तिच्याशी मैत्री पूर्णतः तोडून टाकण्यापेक्षा तिच्यासमवेत कमी वेळ घालवा. या व्यक्तीला मदतीची गरज आहे हे स्पष्ट असतं आणि जर तुम्हाला ही मैत्री तुटणं वाचवायचं असेल तर तुमचा मित्र/मैत्रीण अतिशय खिन्न असते, तिला मदतीची गरज आहे या कारणासाठी तुम्ही त्या मित्र/मैत्रिणीला दूर करणार नाही.

दुसऱ्या बाजूला, जर हे स्वभावातील दीर्घकालीन वैशिष्ट्य असेल तर तुम्हाला कदाचित पुनर्विचार करावासा वाटू शकेल.

जर त्या व्यक्तीचा हा स्वभाव तुमच्या नुकताच लक्षात येऊ लागला असेल, तर आपली ही मैत्री दीर्घ काळ टिकेल का, याचा तुम्हाला पुनर्विचार करावासा वाटू शकेल. या बाबतीत काय करायचं हे ठरवताना, या परिस्थितीचा एक धडा म्हणून उपयोग करून घ्या.

तुमच्या या मित्रातील कोणत्या गुणामुळे तुम्ही त्याच्याकडे आकर्षित झाला होता... त्याच्यात ही नकारात्मकता असूनही तुम्ही कशामुळे त्याच्याकडे ओढले गेलात... तुम्ही बदलला आहात की तुमचा मित्र बदलला आहे... त्याची खिन्नता तात्पुरती आहे का त्याची ही अवस्था जुनाट आहे... तुमचा मित्र व्यावसायिक तज्ज्ञाचं साहाय्य घेतोय का... तुम्ही स्वतःही खिन्न राहणाऱ्या प्रकारचे आहात का... तुमची मैत्री म्हणजे 'समानशीलेषु सख्यम्' असा प्रकार आहे की 'विरुद्ध ध्रुवांचं आकर्षण' आहे...

तुम्ही तुमच्या विश्वात कसं काय जुळवून घेता, तुमचे मित्र तुमच्यावर कोणता शिक्का लावतात हे जाणून घेण्यासाठी अशा रड्या मित्राचा तुम्हाला उपयोग होईल.

१३. नापसंती दाखवणारे

ज्या व्यक्तीला तुम्ही आवडत नाही आणि ते सांगण्याची एकही संधी ती व्यक्ती दवडत नाही, अशा व्यक्तीला तुमच्याशी मैत्री का हवी असते? या व्यक्तीला दुसऱ्याला त्रास देण्यात आनंद मिळत असतो. असा आनंद, क्रौर्य हीच तिची प्रेरणा असते आणि तिला समोरच्या व्यक्तीवर ताबा मिळवून विजय संपादन करायचा असतो. अशी व्यक्ती तुमची ओळख झाली त्यादरम्यान अगदी गोड आनंदी अशी वाटली असेल, पण जशी तुमची मैत्री झाली, त्यामध्ये जवळीक वाढून तुम्ही आणखी जवळ येत गेला तशी, त्यामध्ये नकारात्मकता आणि नापसंतीही वाढत गेली.

वरवर पाहता याला काही अर्थ नसतो. आता तुमची मैत्री दृढ झाली आहे म्हटल्यावर तुमच्या या मित्र/मैत्रिणीला तुम्ही अधिक आवडायला पाहिजे; पण नाही. या व्यक्तीचं तुमच्याबद्दल चांगलं मत नसतं. एखादी बाई लग्न झालं की, आपल्या नवऱ्याच्या प्रत्येक लहान-मोठ्या गोष्टीत खुसपटं काढून चुका शोधू लागते. त्याचं कारण असतं जवळीक.

अशा मित्र/मैत्रिणीचाही अधिक जवळीक साधण्याचा प्रयत्न असतो.

अशा विनाशकारी मैत्रीवरून ग्राऊचो मार्क यांचा जुना विनोद आठवला :

"व्हाय वुड आय वॉन्ट टु जॉइन अ क्लब दॅट वुड हॅव मी ॲज अ मेम्बर!"

आपण स्वतःच समस्या निर्माण केली आहे हे लक्षात घेण्याऐवजी, अशी व्यक्ती कुणाही चांगल्या व्यक्तीला आपल्याशी मैत्री करायची नाही, असं गृहीत धरून मित्रांना खुळ्यात काढत राहते.

तुम्ही अशा व्यक्तीचं वागणं तिच्या लक्षात आणून देण्याचा प्रयत्न करू शकता आणि त्या व्यक्तीची आपलं वागणं बदलण्याची इच्छा आहे, का ती तुमचं बोलणं उडवून लावते, हे पाहू शकता.

तुम्ही जर तितकं मनाला लावून घेणारे नसाल, तर तुम्ही 'इट्स हिम, नॉट मी' असा विचार करून, तुमच्या या मित्रानं स्वतःच्या स्वतः अथवा उपचारांच्या मदतीनं स्वतःच्या वागण्यावर ताबा मिळवेपर्यंत संयमानं प्रतीक्षा करू शकता.

तुम्ही या मित्राला थेट प्रश्न करू शकता की, "मी जर अपयशी...'लूजर' आहे, तर तुला माझ्याशी मैत्री कशाला हवी आहे?" त्यावर ही व्यक्ती काय उत्तर देते बघा. त्या व्यक्तीचं वागणं असं थेट समोर आणून, हे सगळं किती हास्यास्पद आहे हे त्या व्यक्तीला दाखवून दिलं तर कदाचित या व्यक्तीची तुमच्याशी वागण्याची पद्धत बदलेल.

काही वेळा ही व्यक्ती तुमच्या एखाद्या वर्तनामुळे खरोखरच तुमच्यावर रागावलेली असते. अशा वेळी ती तुमच्याशी दोन हातही करू शकत नाही आणि स्वतःच्या भावनांनाही आवर घालू शकत नाही. मग ती तुमच्यावर व तुमच्या मैत्रीवर घसरते.

डेब्बींच्या बाबतीत असंच घडलं. त्या आणि त्यांची मैत्रीण समंथा पाचवीपासून 'बेस्ट फ्रेंड' होत्या. हायस्कूल ग्रॅज्युएशनपर्यंत दोघी बरोबरच होत्या. मात्र तीन वर्षांनी सगळं चित्रच पालटलं. डेब्बी त्यांच्या करिअरचा निर्णय घेऊन पुढे गेल्या, समंथा आहे त्याच ठिकाणी राहिली. डेब्बी सांगतात :

आम्ही दोघी अगदी सख्ख्या मैत्रिणी आहोत असं मी समजत होते. स्कूलनंतर दोन-तीन वर्षांनी मी अमेरिकी नौदलात दाखल झाले. त्या

वेळेपर्यंत माझी हीच समजूत होती; पण आम्ही दोघी एका पार्टीला गेलो त्या वेळी तिनं तिला माझा किती तिरस्कार वाटतो हे सांगितलं. तिला मी कधीच आवडत नव्हते आणि ज्या ज्या मुलांसोबत ती बाहेर गेली होती, त्या सगळ्यांनी माझ्यापर्यंत पोहोचण्यासाठी तिचा वापर करून घेतला होता. मी तिला दुःखीकष्टी मागे सोडून नौदलात जात आहे, हेही तिला अजिबात आवडलं नव्हतं. मला अक्षरशः पाठीत खंजीर खुपसल्यासारखं वाटलं. मग मी तिला तिच्या दुःखीकष्टी आयुष्यासोबत सोडलं आणि माझ्या वाटेनं पुढे गेले.

१४. अत्याचारी

हा अपायकारक मित्र/मैत्रीण अमली पदार्थ अथवा मद्याच्या आहारी गेलेला असेल, किंवा ही व्यक्ती लहान मूल, जोडीदार अथवा दुसऱ्या एखाद्या मित्र/मैत्रिणीशी भावनिक, शारीरिक अथवा लैंगिक अत्याचार करत असेल. अशा वर्तनासंदर्भात अगणित पुस्तकं लिहिली गेली आहेत आणि कोणत्याही कारणानं घडलेल्या अत्याचारामागे कौटुंबिक व मानसशास्त्रीय कारणं असतात. मात्र, काही जणांना बालपणी जडणघडणीच्या काळातच अशा प्रकारचं वर्तन पाहायला मिळतं आणि तिथूनच अशा वर्तनाचं चक्र सुरू होतं. ज्या लहान मुलानं बालपणी अशा प्रकारचं वर्तन पाहिलं आहे किंवा जे अशा अत्याचाराचा बळी ठरलं आहे, ते मूल मोठेपणी तशाच प्रकारे वागतं. लहानपणी ज्या वर्तनाचा त्याला तिरस्कार होता, तेच वर्तन त्याच्याकडून घडतं.

तुमचा मित्र/मैत्रीण जर अशा प्रकारची असेल, तर त्याला/तिला व्यावसायिक तज्ज्ञाची मदत आवश्यक असू शकेल किंवा किमान एखाद्या स्वयंसहायता कार्यक्रमाची तरी. (अशी अत्याचाराची पार्श्वभूमी आहे म्हणून एखाद्यानं तसंच अत्याचारी बनणं हे समर्थन होऊ शकत नाही.) तुम्हीही अशा व्यक्तीशी मैत्री चालू ठेवायची किंवा नाही याचा गांभीर्यानं विचार केला पाहिजे. तुम्हाला कदाचित आपण या मित्र/मैत्रिणीचे अथवा तिच्या घरच्यांचा आधार आहोत असं वाटत असेल, पण अशी भयंकर वृत्ती असलेल्या माणसाशी आपण मैत्री का ठेवतोय याचा तुम्ही गांभीर्यानं विचार करण्याची गरज आहे. तसंच, या मित्राबद्दल आपल्याला काय माहीत आहे हेही पाहणं गरजेचं आहे. आपल्याला काही अफवा पसरवायच्या नसतात; पण या व्यक्तीपासून तुमच्या मित्रांना अथवा इतरांना काही गंभीर इजा होण्याचा धोका आहे असं खरंच तुम्हाला वाटत असेल, तर मात्र तुम्ही काहीतरी केलं पाहिजे. अशा परिस्थितीचा सामना करण्यासाठी स्थानिक पोलीस, समुपदेशन केंद्रे, अत्याचाराचा बळी ठरलेल्यांसाठी कार्यक्रम, व्यसनमुक्ती कार्यक्रम आणि तत्काळ मदत देणाऱ्या 'हॉटलाइन्स' या सर्वांकडे उपाय असतात. जर तुमचा हा मित्र/मैत्रीण अल्पवयीन

असेल तर तुम्ही तिच्या आई-वडिलांशी अथवा पालकांशी याबद्दल बोलू शकता; फक्त त्यांपैकीच कुणी या अत्याचाराचा उगम नाही ना, याबद्दल तुम्हाला खात्री हवी.

१५. एकलकोंडे

अशा व्यक्तींना बालपणी फार मोठे भावनिक घाव बसलेले असतात किंवा त्यांची मैत्री तुटलेली असते. त्यामुळे अशा व्यक्ती नवे भावबंध जोडण्यास घाबरत असतात. अशी व्यक्ती एकांतप्रिय, चारचौघांपासून लांब राहणारी असते किंवा ती अशा नातेबंधांची गरज आपल्या कामातून अथवा संगीत, कला, लेखन अथवा संगणक व तंत्रज्ञान अशा सर्जनशील माध्यमांद्वारा भागवत असते.

अशा व्यक्तीला मैत्री जोडण्यात रस नाही असं वाटत असलं तरी तिची रोमॅन्टिक अथवा कौटुंबिक नाती अतिशय सकारात्मक व निरोगी असू शकतात; मग त्यामध्ये पालकत्वाच्या जबाबदाऱ्या असोत वा नसोत... अशा व्यक्तीला जोपर्यंत मैत्रीची उणीव ही समस्या बनून जाणवत नाही, तोवर ही व्यक्ती आपल्याला प्रेमबंधांची भीती वाटण्यामागे काय सखोल कारणं घडली आहेत याचा शोध घेत नाही.

पण जेव्हा अशा व्यक्तीच्या आयुष्यात बदल घडतो- म्हणजे ती कामातून निवृत्त होते किंवा शारीरिक समस्यांमुळे तिला सर्जनशील कृती अशक्य होते किंवा घटस्फोटासारख्या गोष्टीनं, जोडीदाराच्या निधनामुळे अथवा मुलं आपापल्या आयुष्यात रममाण झाल्यानंतर 'एम्प्टी नेस्ट' झाल्यामुळे, नाती बदलल्यामुळे अशा लोकांना एकाकीपण ग्रासून येऊ शकतं. अशा वेळी त्या व्यक्तींना मैत्री करावीशी वाटते.

अशा एकांतप्रिय व्यक्तींना कोणत्याही प्रकारची जिवलग मैत्री नको असते, त्यांना 'कॅज्युअल' मैत्री चालते; पण खास मैत्रीबंध का नको असतो याची अनेक कारणं आहेत – जडणघडणीच्या काळात या व्यक्तीला भावनिक, शारीरिक अथवा लैंगिक दुर्वर्तनाची शिकार व्हावं लागलेलं असू शकतं; किंवा आई-वडील, भावंडं, कुणी नातेवाईक, घरोब्यातली माणसं, काळजी घेणारी विश्वासू व्यक्ती वा अधिकारी व्यक्ती अथवा चक्क एखादी अनोळखी व्यक्तीसुद्धा या स्वभावाला कारणीभूत झालेली असू शकते.

उदाहरणार्थ, तीस वर्षीय ब्रेन्डान. लास वेगासमध्ये राहणारे ब्रेन्डान अविवाहित आहेत. ते 'एक्झिक्युटिव्ह असिस्टन्ट' म्हणून काम करतात. लहानपणी त्यांना वडील मारायचे, कधी प्रेमानं गोंजारायचेही. सात ते नऊ वर्षं या वयात त्यांच्या थोरल्या भावानं व त्या भावाच्या मित्रानं त्यांच्यावर अनेकदा बळजबरी केली. त्यांच्या किशोरवयात त्यांची आईही त्यांच्याकडे विचित्र नजरेनं पाहायची. ब्रेन्डान स्वतःला एकाकी मानतात. बालपणातल्या अशा अनुभवांच्या झळा त्यांना अजूनही कशा सतावतात याबद्दल त्यांनी लिहिलं आहे :

या सगळ्या दुर्वर्तनाचे माझ्या संपूर्ण आयुष्यावर खोलवर घाव बसले आहेत. मी कसा कुरूप, मूर्ख, बायक्या आणि मतिमंद आहे हे मला सतत ऐकवलं जायचं. तुझ्यामुळे माझ्या नशिबी वैताग आलाय असं आई मला सतत सांगत असायची... गेली पाच वर्षं मी जवळपास पूर्ण एकटाच राहत होतो. आता मला छानसं नातं गुंफायला आवडेल; पण कुणावरही विश्वास ठेवताना मला अवघड वाटतंच.

बालपणी व किशोरवयात भावंडांमध्ये चांगले संबंध नसतील किंवा तापदायक मैत्रीचा अनुभव घ्यावा लागला असेल, तर मोठेपणी अशी व्यक्ती मैत्री जोडायला घाबरते. ती एकटं राहणं पसंत करते किंवा अशी व्यक्ती घरातलं एकुलतं एक मूल असते. तिला बरोबरीच्या मुलांमध्ये खेळायला मिळालेलं नसतं, त्यामुळे अशा व्यक्तीला मैत्री जोडणं ठाऊकच नसतं. मैत्रीबंध जोडणं, ते टिकवणं या गोष्टी तिला माहीतच नसतात.

तुम्हाला जर अशा व्यक्तीशी मैत्री करायची असेल, तर ती व्यक्ती तुमच्याशी छान जुळवून घेईपर्यंत तुमची संयमपूर्वक वाट पाहायची तयारी हवी.

तुम्ही अशा व्यक्तीला विचारू शकता की, ''मला तुझ्याशी मैत्री करायची आहे. तुला मैत्री आवडत नाही का मी आवडत नाही, हे मला माहीत नाही; पण तू याबद्दल मोकळेपणानं सांगशील का?''

अशा रीतीनं तुम्हाला त्या व्यक्तीशी संवाद सुरू करता येईल आणि त्याही व्यक्तीला जर मैत्री करायची असेल तर तुमच्याबद्दल जाणून घेता येईल, तसंच त्याच्या मनात मैत्री जोडण्याबद्दलच भीती असेल तर ती त्यावरही मात करू शकेल.

आपल्या आत्मसन्मानाला धक्का पोहोचू नये यासाठी कदाचित तुम्ही संयम राखू शकणार नाही. या मैत्रीपेक्षा आपण दुसरी अधिक सहजसाध्य मैत्री जोडू , असं तुम्हाला वाटू शकेल.

कदाचित, तुमच्याशी अधिक सहवासात आल्यानंतर किंवा सकारात्मक मैत्रीद्वारा ही व्यक्ती तुमच्याशी मोकळेपणानं वागू लागेल आणि तुमची जिवलग मित्र/मैत्रीण बनेल. कदाचित व्यावसायिक समुपदेशन अथवा एखाद्या साहाय्य गटामध्ये सहभागी होणं, या मार्गांनीही अशी व्यक्ती उत्तम मैत्री जोडू शकेल.

मात्र तसं प्रत्यक्षात घडेपर्यंत आणि जर तसं घडलं तर, तुमच्या इतर मित्रपरिवाराला ही गोष्ट कळेल याची दक्षता घ्या; नाहीतर त्या व्यक्तीप्रमाणे तुम्हीही इतरांपासून बाजूला जात आहात असं वाटू शकेल. असं बाजूला, एकटं राहणं त्या व्यक्तीसाठी नेहमीचं असेल. तिला त्यात काही अवघड वाटणार नाही; पण ते तुम्हाला

निराशाजनक आणि उलट स्वतःवरच दुष्परिणाम करणारं वाटू शकेल.

१६. शोषत राहणारे

तुमच्यावर अति अवलंबून राहणारा मित्र/मैत्रीण – म्हणजेच तुम्हाला शोषत राहणाऱ्या व्यक्तीची तुम्ही तिच्यासाठी सदैव उपलब्ध असलं पाहिजे अशी अपेक्षा असते. अशा व्यक्तीला सतत मदतीची, दुसऱ्यानं गोंजारण्याची अत्यंत गरज असते... इतकी की, त्याचा तुमच्या स्वतःच्या गरजा, तुमचं काम अथवा शाळेतले उपक्रम किंवा तुमच्या इतर नात्यांवर परिणाम व्हायची वेळ येते. अशा व्यक्तीला बहुधा बालपणी एकटं राहायची कधी वेळच आलेली नसते किंवा घरात कायम भरपूर भावंडं असतात. त्यामुळे एखाद-दुसऱ्या भावंडासोबत एका खोलीत राहण्याचा अनुभव असतो... एकट्यानं काही करणं कधी माहीतच नसतं.

अशा मित्र/मैत्रिणीकडे बालपणी अथवा उमलत्या वयात आवश्यक तेवढं लक्ष दिलं गेलेलं नसतं, त्यामुळे आता ही व्यक्ती आपण कुणाला तरी आवडतोय या भावनेसाठी, साहचर्य किंवा भावनिक समाधान मिळवण्यासाठी अशा प्रकारे मित्रांच्या अति गळ्यात पडून त्याची भरपाई करत असते. ही व्यक्ती भावनिक, शारीरिक अथवा लैंगिक अत्याचाराची शिकार ठरलेली असू शकते. त्यामुळे प्रौढ वयात तिला ताटातूट होण्याची अति चिंता सतावत असते.

कॅरोलना असाच अनुभव आहे. ही पंचेचाळीस वर्षीय विवाहित महिला सेक्रेटरी म्हणून काम करते. त्या दहा वर्षांच्या असताना त्यांच्या थोरल्या भावानं त्यांचं लैंगिक शोषण केलं होतं. त्या म्हणतात :

> *मी लहान होते तेव्हापेक्षा आता मला ताटातूट होण्याची चिंता अधिक सतावते. मी लहान असताना मला आपण घरच्यांपासून दूर व्हावं असं वाटायचं. त्यांनी सगळ्यांनी कायम मला दुखावण्याचंच काम केलं होतं. पण आज मला ज्यांच्याशी माझी मैत्री आहे त्यांना तोडणं फार अवघड वाटतं. मला जे दुखावतात त्यांच्याशी तोडणंसुद्धा मला अवघड वाटतं; एवढंच काय त्यांना कायमचं तोडायचं नाही असं मला बंधन वाटतं. माझ्या आतमध्ये काहीतरी विलक्षण घडतं, जे मला संबंध तोडायला परावृत्त करतं, मी अगदी वाईट परिस्थितीत असले तरीसुद्धा.*

अशा मित्र/मैत्रिणीसाठी तुम्ही मर्यादा आखणं आवश्यक असतं. ते जर तुम्ही केलं नाहीत तर ही व्यक्ती तुमच्या डोक्यावरच बसेल. ती तुमच्या आयुष्याचा, वेळेचा, विचारांचा आणि तुमच्या ऊर्जेचा ताबाच घेईल. तुमचा दिनक्रम अस्ताव्यस्त

असेल तर ही व्यक्ती तुमच्याकडून कायम तिला वेळ दिला जावा, अशी अपेक्षा करत राहील. पण असं होऊ न देता तुम्ही तिला भेटण्याची विशिष्ट वेळ ठरवू शकता. 'आपण दर शुक्रवारी एकत्र कॉफी घेत जाऊ,' किंवा 'माझं हे काम झालं की मी तुला फोन करीन,' असं सांगून सुस्पष्ट मर्यादा आखण्यानं तुम्हाला व त्या व्यक्तीला दोघांनाही सोयीचं होईल. तुमच्या या मित्र/मैत्रिणीला तिच्या वागण्यावर कुणीतरी मर्यादा आणावी, असं वाटतच असतं.

तुम्ही अशा व्यक्तीला मर्यादा आखून देऊन, तिची तुमच्याकडून असलेली सततची अपेक्षा जाणता, तोवर ही व्यक्ती तुमच्या आयुष्यात राहू द्यावी. या मैत्रीतली चांगली बाजू म्हणजे, जेव्हा तुम्हाला गरज लागते तेव्हा हा मित्र/मैत्रीण तुमच्या मदतीला हजर असते, कारण ही व्यक्ती गरजेच्या वेळची अवस्था जाणू शकते. अशा व्यक्तीला आपली गरज लागावी असंही वाटत असतं, ती केवळ दुसऱ्यांकडूनच अपेक्षा करत नाही.

१७. थेरपिस्ट

कधी-कधी तुम्हाला फक्त आपल्या भावनांना वाट करून द्यावी किंवा कुणासमोर तरी बोलून मन मोकळं करावं असं वाटत असतं; पण अशा 'थेरपिस्ट' मित्र/मैत्रिणीला कायम सूचना करायला आवडतं. तुम्ही तुमची परिस्थिती सुधारण्यासाठी तिच्या म्हणण्यानुसार वागावं, असं या व्यक्तीला वाटत असतं. तुम्ही जे काही बोलता अथवा करता, त्या प्रत्येक गोष्टीची सतत चिकित्सा करणं आणि त्याची मानसशास्त्रीय कारणमीमांसा शोधत राहणं, हे काम अशी व्यक्ती करत असते. तुम्हाला मित्रानं फक्त आपलं बोलणं ऐकून घ्यावं, तुमची सोबत करावी असं वाटत असेल; पण त्या बाबतीत अर्थ लावणं किंवा मतं देणं तुम्हाला आवडत नसेल तर हा प्रकार तापदायक आणि नावडता होऊ शकतो.

असा 'थेरपिस्ट' मित्र/मैत्रीण मानसशास्त्र, मानसोपचार, सामाजिक कार्य किंवा मानसोपचार शुश्रूषा यांपैकी कशाचंही शिक्षण घेतलेली नसते, त्यामुळे बऱ्याचदा त्याच्या मतप्रदर्शनाला, इतर कुणाच्याही बोलण्याला असेल तेवढाच अर्थ असतो.

कदाचित या व्यक्तीला स्वतःच्या विश्वात सगळं सुरळीत असावं असं वाटत असू शकेल. तुम्ही जेव्हा या व्यक्तीला तुमचे ताणतणाव किंवा उत्तर न मिळणारे प्रश्न सांगता, त्या वेळी ती व्यक्ती चिंतातुर होते. तिला 'आत्ताच्या आत्ता' प्रश्न सोडवायचा असतो, त्यामुळे ती तुम्हाला मार्ग सुचवते. तिचं म्हणणं तुम्ही ऐकाल, त्यानुसार वागाल आणि तुमच्या अवस्थेबद्दलची तिची अस्वस्थता दूर होईल असं तिला वाटत असतं. वर्तमानात किंवा भविष्यात अडचणी येऊ नयेत यासाठी तुम्हाला प्रत्येक गोष्ट स्पष्ट करून सांगणं या व्यक्तीला आवश्यक वाटत असतं.

'म्हणूनच हे असं घडलं,' किंवा 'यामुळे तुला बरं वाटेल' असा या मित्र/मैत्रिणीचा एकूण आविर्भाव असतो.

तुम्हाला जर ही अतिचिकित्सा तापदायक होत असेल, तर तुम्ही या व्यक्तीला तसं स्पष्ट सांगा – "हे बघ, मी तुला जे सांगतेय त्याची चिकित्सा करायला किंवा त्याचा अर्थ लावायला मी तुला सांगत नाहीये. मला फक्त तुला माझ्या बाबतीत काय घडतंय ते सांगायचं आहे."

समजा तुम्ही असं सांगूनही त्या व्यक्तीच्या वागण्यात काहीच फरक पडला नाही आणि तरीही तुम्हाला ही मैत्री टिकवायची असेल, तर तुम्ही त्या व्यक्तीचं म्हणणं शांतपणे ऐकून घ्या आणि त्याच्या सल्ल्यामुळे, सूचनांमुळे क्षुब्ध न होता किंवा त्यावर प्रतिक्रिया न देता, त्या व्यक्तीला सांगा, "तुझ्या मतप्रदर्शनाबद्दल आभार; पण याबाबत मला माझ्या पद्धतीनं वागू दे."

१८. नाक खुपसणारे

असा मित्र/मैत्रीण सुरुवातीला तुमचं आयुष्य, तुमच्या कल्पना आणि तुमचं करिअर यांमध्ये रस दाखवू लागते. सुरुवातीला या व्यक्तीची तुमच्याबद्दलची आस्था व लक्ष पाहून तुम्ही सुखावता; पण मग एखाद्या दिवशी किंवा एखाद्या संभाषणादरम्यान या व्यक्तीचं तुमच्यात रस घेणं अतिच होतंय, घुसमटवणारं होतंय असं तुम्हाला वाटू लागतं. ही व्यक्ती तुमच्याविषयी आस्था असणारा मित्र/मैत्रीण ही मर्यादा पार करून 'नाक खुपसणारा मित्र/मैत्रीण' बनत असते.

कधीतरी तुम्ही कामाच्या ठिकाणी तुम्हाला असलेल्या एखाद्या अडचणीबद्दल मन मोकळं करता. अशा वेळी ही व्यक्ती तुमच्याविषयी केवळ सहानुभूती दाखवून थांबत नाही, तर तुम्हाला सल्ले देते आणि काही वेळा तर तुमच्या बॉसना फोन करणं किंवा तुमची ज्याच्याबद्दल तक्रार आहे अशा सहकाऱ्याला इ-मेल करून, तुमच्या नादी लागू नकोस, असं सुनवू शकते.

अशी व्यक्ती 'नाक खुपसणारी आहे हे ओळखणं' ही पहिली पायरी असते. तुम्हाला अशी व्यक्ती भेटली असेल तर तुम्ही सुस्पष्ट, सुनिश्चित मर्यादांची चौकट आखणं गरजेचं आहे. त्यामुळे आपण त्या त्या नात्यांबद्दल, विषयांबद्दल अथवा परिस्थितीबद्दल चर्चा करायची नाही, मतं द्यायची नाहीत किंवा कृतीही करायची नाही, हे तिच्या अगदी स्पष्टपणे ध्यानात येईल.

एखादी व्यक्ती अशा प्रकारे नाक खुपसणारी आहे हे लक्षात आल्यावर कदाचित तुम्ही मैत्री तोडण्याचा विचार कराल. ही नवी मैत्री आपल्याला तापदायकच ठरू लागली आहे असं तुम्हाला वाटत असेल, तर तुमच्या आयुष्यात खाचखळगे आणू शकणाऱ्या अशा मैत्रीला स्थान देण्याऐवजी असे मैत्रीबंध तोडणे शहाणपणाचे ठरेल.

पण जर तुम्हाला हा मित्र/मैत्रीण चांगली आहे आणि थोडीफार किंवा कधीतरी चोंबडेपणा करते असं वाटत असेल, तर सुस्पष्ट मर्यादा आखून घेणं आणि विशिष्ट गोष्टींबद्दल वा अतिखासगी गोष्टींबद्दल चर्चा टाळण्यानं मैत्री टिकवून ठेवता येऊ शकेल. जर ही व्यक्ती अर्थशून्य वा विषय सोडून विधानं करत असेल तर तुम्ही तिला अगदी स्पष्टपणे सांगू शकता की, "तू माझ्या काळजीमुळे सांगत आहेस, हे मला कळतंय; बट दॅट्स नन ऑफ युअर बिझनेस." किंवा "सल्ल्याबद्दल तुझे आभार, पण हे माझं आयुष्य आहे आणि मला ते माझ्या पद्धतीनं जगायचं आहे."

अशा व्यक्तीचं बालपण बहुधा दुःखी गेलेलं असतं. शिवाय तिला अपुरेपणाची व असहायतेची भावना ग्रासून असते. त्यामुळे अशा व्यक्तीला तुमच्या आयुष्यात जरा जास्तच गुंतायचं असतं, ज्यायोगे तिला अधिकार व उद्देश गवसल्यासारखं वाटतं. शिवाय ती तुमच्याकडे विशिष्ट दृष्टिकोनातून पाहत असते. या 'अधिकारत्वा'मुळे त्या व्यक्तीला तुमचं आयुष्य सदैव 'योग्य' मार्गावरच असायला हवं असतं. अशा व्यक्तीला उमलत्या वयात एखाद्या उघड वा छुप्या लैंगिक अत्याचाराला तोंड द्यावं लागलेलं असू शकतं. त्यामुळे अत्याचार करणारा व ते सोसणारा या दरम्यानची सीमारेषा मनात अस्पष्ट असू शकते.

अशा व्यक्तीला आपल्या आयुष्यात नाक खुपसू न देण्याचा तुमचा प्रयत्न अयशस्वी झाला तर तुम्हाला ही मैत्री चालू ठेवायची की संपवायची, हे ठरवावंच लागेल. विशेषतः ही व्यक्ती तिच्या अशा वर्तनाचं मूळ कारण शोधून ते दूर करण्यासाठी व्यावसायिक तज्ज्ञांची मदत घेत नसेल तर तुम्हाला मैत्रीबाबतचा निर्णय घ्यावाच लागेल.

१९. 'कॉपीकॅट' / अनुसरण करणारे

जॉन लुत्झच्या 'सिंगल व्हाइट फीमेल' या रोमांचक कथानकावर आधारित ब्रिजेट फोंडा व जेनिफर जेसन लीघ अभिनीत चित्रपटात 'कॉपीकॅट'चं काल्पनिक वर्णन आहे. अशा प्रकारच्या नकारात्मक मैत्रीत एक मित्र दुसऱ्याची नक्कल करत असतो. अर्थात काही बाबतीत मित्र/मैत्रिणींनी अनुकरण करणं सदैव घडतच असतं, ते सुखदही असू शकतं... एखाद्या जिवलग मैत्रिणीला त्याच रंगछटेची लिपस्टिक लावावीशी वाटते, त्याच कारखान्यात काम करावंसं वाटतं, त्याच समुदायात राहावं, तीच पुस्तकं वाचावीत, तेच सिनेमे पाहावेत किंवा त्याच शाळेत जावं, असं प्रत्येक बाबतीत मैत्रिणीचं अनुकरण करावं असं वाटतं. मात्र, असं अनुकरण दोन्ही बाजूंनी मान्य असणं आवश्यक असत. म्हणजे जर एका मैत्रिणीला दुसरीनं तिची राहणी, करिअर किंवा आयुष्याचे निर्णय या बाबतीत अनुकरण करणं आवडत नसेल, तर दुसऱ्या मैत्रिणीनं मागे फिरावं, हे उत्तम.

'सिंगल व्हाइट फिमेल'मध्ये लुत्झनं असं कथानक मांडलं आहे की– ॲली जोन्सनं तिच्या बॉयफ्रेंडला घराबाहेर काढल्यानंतर ती हेड्रा कार्लसन या मैत्रिणीबरोबर राहू लागते. तिला लवकरच ॲलीचा मत्सर वाटू लागतो आणि ती ॲलीचं अनुकरण करू लागते. याची सुरुवात होते ती हेड्रा ॲलीसारखी वेशभूषा व केशभूषा करू लागते तेव्हापासून... पुढे याची परिणती खुनाच्या प्रयत्नात आणि गोंधळात होते. आता ॲली तिचं अपार्टमेंट परत मिळवण्यासाठी तर झगडत असतेच, शिवाय तिला स्वतःचा जीवही वाचवावा लागतो.

नाक खुपसणाऱ्या व्यक्तीप्रमाणेच कॉपीकॅट व्यक्तीही सुरुवातीला तुमची स्तुती करते. तुम्ही तिला आवडता असे तुम्हाला वाटू लागते. नक्कल करणं हा खुशामतीचा सर्वोच्च प्रकार असेल तर नक्कल करण्याजोगं काहीतरी असावं लागतं. पण लवकरच हा प्रकार वैतागवाणा होतो. त्यापाठोपाठ विश्वासघात झाल्याची भावना येते. प्रत्येकालाच आपण 'युनिक' असावं असं वाटत असतं. त्यामुळे तुमच्या आवडत्या व्यक्तीकडून तुम्ही प्रेरणा न घेता फक्त त्या व्यक्तीची नक्कलच करत राहिलात तर त्या व्यक्तीची 'खासीयत' उरत नाही.

नाक खुपसणाऱ्या मैत्रीप्रमाणेच कॉपीकॅट मैत्रीतही तुम्ही मर्यादा आखून घेणं आणि अशा प्रकारे नक्कल वा अनुकरण करणं केव्हा स्वीकारार्ह व सुखद आहे आणि केव्हा वैतागवाणं व अति होऊ लागलं आहे, हे स्पष्ट करणं आवश्यक आहे.

अशा व्यक्तीमध्ये प्रखर अहं नसतो किंवा 'स्व'ची जाणीव निर्माण झालेली नसते, त्यामुळे अशी व्यक्ती दुसऱ्याचं अनुकरण करून ही ताकद मिळवते. दुसरी व्यक्ती काय करते, काय परिधान करते, काय विचार करते याची ती नक्कल करत राहते. या व्यक्तीनं स्वतःमध्येच ठोस व खंबीर 'स्व' निर्माण करायला हवा, म्हणजे ती तिचे निर्णय व निवडलेले पर्याय या बाबतीमध्ये अधिक ठाम राहू शकेल व स्वतः निर्णय घेऊ शकेल.

तुम्हाला जर हा मित्र/मैत्रीण आवडत असेल, पण त्याची/तिची ही वृत्ती आवडत नसेल, तर तुम्ही ही मैत्री टिकवून ठेवण्यासाठी किमान एक गोष्ट करू शकता- या कॉपीकॅटला जादा माहिती पुरवून त्याच्या/तिच्या अति गुंतण्याला खतपाणी घालू नका. या कॉपीकॅटला तुमची नवी केशरचना आवडली असेल तर तुम्ही त्या केशरचनाकाराचं वा सलूनचं नाव या व्यक्तीला सांगू नका. तुम्ही ज्या ठिकाणी सुटीसाठी जाण्याचा बेत केला आहे तिथंच जाण्याचा ही व्यक्तीही बेत करणार असं तुम्हाला वाटत असेल, तर तुम्ही सुटीवरून परत येईपर्यंत त्याबद्दलचे सर्व तपशील या व्यक्तीला पुरवू नका.

या व्यक्तीमध्ये स्वतःचा बचाव करण्याची क्षमता आहे असं तुम्हाला वाटत असेल तर तुम्ही तिच्याशी दोन हात करण्याचाही विचार करा. तुमच्या लक्षात येईल

की एकदा असा विरोध झाला की, या व्यक्तीच्या वागण्यात आशादायी बदल दिसू लागतील. ती व्यक्ती असं वागणं बंद तरी करेल किंवा या त्रासदायक स्वभावावर मात करण्यासाठी तज्ज्ञ व्यक्तीचं साहाय्य घेईल.

२०. नियंत्रण करु पहाणारे

या प्रकारच्या मित्र/मैत्रिणीचं बालपण बहुधा कठोर शिस्तीत गेलेलं असतं, ज्यामुळे प्रत्येक गोष्ट विशिष्ट पद्धतीनंच करावी लागलेली असते. त्यामुळे आता त्या व्यक्तीला तिच्या कामाच्या ठिकाणची अथवा वैयक्तिक आयुष्यातली सर्व माणसं तिच्या ताब्यात असावीत असं वाटतं. जोपर्यंत काही वाद निर्माण होत नाही, तोपर्यंत या स्वभावाचा मैत्रीत काहीही अडथळा येत नाही. मात्र, अशी व्यक्ती मित्राच्या वागण्या-बोलण्याबद्दल नापसंती दाखवू लागते तेव्हा संघर्षाची ठिणगी पडते.

मैत्रीचा हा प्रकार नाक खुपसणाऱ्या मैत्रीपेक्षा वेगळा असतो. नाक खुपसणारा मित्र/मैत्रीण आपल्या मित्र/मैत्रिणीच्या आयुष्यात अथवा कामात अति गुंतत जातो, पण सूत्रं हातात ठेवणारा मित्र/मैत्रीण आपलं मत अथवा इच्छा आपल्या मित्र/मैत्रिणीवर लादू पाहतो. हा प्रकार दैनंदिन गोष्टींपासून ते मोठ्या प्रश्नांपर्यंत कशाबाबतही घडू शकतो... कॉफीपानासाठी कुठं भेटायचं किंवा कोणत्या सिनेमाला जायचं इथंपासून, ते कुणासोबत 'डेट'ला जायचं किंवा कोणतं करिअर निवडायचं इथपर्यंत.

बोनी यांची त्यांच्या अगदी जिवलग मैत्रिणीशी- रेगिनाशी असलेली मैत्री दोनदा तुटण्यामागे हेच कारण होतं. पहिल्या प्रकरणामध्ये नमूद केल्यानुसार त्या दोघींची तीस वर्षांपूर्वी ओळख झाली तेव्हा त्या एकाच कॉलेजमध्ये एकाच वसतिगृहात राहत होत्या. तीन वर्षांनी अचानक त्यांच्या मैत्रीत वितुष्ट आलं. कारण बोनी ज्याच्याबरोबर डेटिंग करत होत्या तो माणूस विवाहित असावा अशी त्यांना शंका होती. रेगिनाला आपल्या मैत्रिणीनं विवाहित पुरुषासोबत डेटिंग करणं अजिबात पसंत नव्हतं. (त्यानं सुरुवातीला आपण विवाहित असल्याचं लपवलं होतं.) त्यामुळे तिनं मैत्री तोडली.

त्यानंतर वर्षभर दोघींमध्ये अबोला होता. मग एकदा विद्यार्थ्यांच्या एका कार्यक्रमात दोघी भेटल्या तेव्हा रेगिनानं माफी मागितली आणि त्यांच्या मैत्रीचा रेशमी गोफ पुन्हा विणला गेला. त्यानंतर दशकभरानंतर रेगिनानं दुसऱ्यांदा मैत्री तोडली, त्याचं कारणही बोनींचं कुठलं तरी वागणं वा बोलणं तिला पसंत नसणं हेच होतं. (या गोष्टीला आता पाच वर्षं झाली आहेत. मैत्री दुसऱ्यांदा तुटण्यामागे नेमकं काय कारण घडलं हे बोनींना नेमकं आठवत नाही.) साधारण नऊ महिन्यांपूर्वी रेगिनानं त्यांना फोन केला, पुन्हा त्यांची माफी मागितली आणि त्यांनी मैत्रीचे धागे जुळवून घेतले.

रेगिनानं त्यांच्या मैत्रीच्या संपूर्ण काळात कायमच हुकमत गाजवणारी वृत्ती

कशा प्रकारे ठेवली होती याबद्दल बोनी सांगतात; पण रेगिनाविषयी त्यांना खूप आस्था असल्यामुळे ती जशी आहे तसं तिला स्वीकारण्याची त्यांची तयारी आहे.

एकोणपन्नास वर्षांच्या 'सिंगल' असलेल्या बोनींचे आई-वडील आणि एकुलतं एक भावंड निवर्तलं आहे, शिवाय सध्या त्यांचे कुणाशी प्रेमबंधही नाहीत. अशा परिस्थितीत बोनींना रेगिना जवळची वाटते आणि दोघी पूर्वी एकत्र असल्यामुळे बोनींच्या भावनिक स्वास्थ्यासाठी ती महत्त्वाची ठरते.

> *रेगिनानं महत्त्वाचे निर्णय घेतले. मुळातच, अगदी सुरुवातीपासूनच तिला नेतृत्व हवं होतं किंवा सूत्रं हाती असायला हवी होती. त्यामुळे तिच्या दृष्टीनं योग्य नसलेली कोणतीही गोष्ट माझ्या हातून घडली की तिनं मला बाद करून टाकलं. दोन्ही वेळेला मैत्री पुन्हा जोडायची की नाही, हे रेगिनानंच ठरवलं. तिच्या घरात अतिशय कठोर नियम होते आणि ते नियम मोडणारी कुणीही व्यक्ती मैत्री ठेवण्यालायक मानली जात नव्हती. माझ्या व्यक्तिमत्त्वानुसार प्रत्येक वेळी सगळं योग्यच घडायचं असं नाही.*

मैत्री कायमची तोडण्याआधी रेगिनानं बोनीशी मैत्री तुटू द्यायची नाही असं ठरवलं. रेगिना थोडी निवळलेली दिसते आणि तिचं हुकमत गाजवणं थोडं कमी झालेलं दिसतं. बोनी सांगतात :

> *मला वाटतं तिच्या अपेक्षा फारच होत्या, पण जसजसा काळ पुढे सरकला तसतशी तिची विचारसरणी अधिक उदार झाली. ती मतं बनवत असायची. जेव्हा आम्ही पहिल्यांदा भेटलो तेव्हा तिनं मार्ग दाखवण्यात मला काही गैर वाटलं नाही. मला वाटतं, आता ती इतर लोकांचे दोष अधिक प्रमाणात स्वीकारत आहे.*

२१. काळजीवाहू

डेब्बी सहा बहीण-भावंडातल्या थोरल्या. त्या एक्केचाळीस वर्षांच्या आहेत आणि अविवाहित आहेत. त्या बालपणापासूनच त्यांच्या मित्रपरिवाराच्या काळजीवाहू आहेत. तुम्ही या व्यक्तीची इतरांची काळजी घेण्याची गरज ओळखली नाहीत, तुम्हाला 'सांभाळण्याच्या' तिच्या प्रयत्नांना प्रतिसाद दिला नाहीत किंवा तिचं वागणं तापदायक वाटतं म्हणून तिला विरोध केलात अथवा नकार दिलात, तर तिला ते अजिबात आवडत नाही.

डेब्बींप्रमाणेच अशी व्यक्ती घरातल्या भरपूर भावंडांमध्ये सर्वांत मोठी असते

त्यामुळे तिच्याकडून वडीलधारेपणाची अपेक्षा केली गेलेली असते किंवा कोणत्याही वयात तिच्यावर अपंग आई-वडिलांची वा भावंडाची जबाबदारी येऊन पडलेली असते.

ही व्यक्ती मुलबाळं, आई-वडील, जोडीदार, भावंडं, मित्र, पाळीव प्राणी यांची काळजी घेण्यात इतकी गर्क असू शकते की, दुसऱ्यासाठी करत राहणं ही तिची गरज बनली असली तरीसुद्धा तुम्हाला देण्यासाठी तिच्याकडे वेळ किंवा भावनिक साधनस्रोत कदाचित नसतील.

कदाचित तुम्हाला तुमचं स्वातंत्र्य प्रिय असेल आणि या व्यक्तीचं अति काळजी घेणं तुम्हाला मैत्रीच्या आड येतंय असं वाटू शकेल. कारण तुमच्या मनात जी समान स्तरावरची मैत्री असते, ती या पालकत्व निभावल्यासारख्या मैत्रीत नसते.

समजा तुमची मैत्रीण अशा प्रकारची असेल आणि ती या स्वभावाबद्दल खुलेपणे बोलत असेल आणि आनंदयात्री असेल तर ही मैत्री टिकून राहणं शक्य आहे. जेव्हा तुमची मैत्रीण अशा 'काळजीवाहू' भूमिकेत शिरेल, तेव्हा तुम्ही मजेनं तिला सांगू शकता–

"ठीक आहे. सगळ्यांची काळजी घेणं ही तुझी गरज आहे हे मला कळतंय; पण तू माझी आई नाहीस आणि मी तुझं बाळ नाही. तू माझी मैत्रीण आहेस त्यामुळे आपण दोघी समान असणं अपेक्षित आहे. त्यामुळे तू लालनपालन करण्याच्या भानगडीत पडू नकोस. ते तू आई-वडील, मुलं, जोडीदार किंवा जिला गरज आहे अशा मैत्रिणीसाठी कर. मी माझी काळजी घ्यायला समर्थ आहे. थँक यू व्हेरी मच!"

आपण नकारात्मक मैत्रीचे एकवीस प्रकार पाहिले; पण आदर्श मित्र/मैत्रीण याबद्दल काय? आदर्श मित्र/मैत्रिणीच्या व्यक्तिमत्त्वातील गुणवैशिष्ट्ये कोणती? मित्र/मैत्रिणीमध्ये कोणते गुण असावेत असं तुम्हाला वाटतं?

आदर्श मित्र/मैत्रीण

वर वर्णन केलेल्या २१ गुणवैशिष्ट्यांपैकी प्रत्येक गुण आपल्या सर्वांमध्ये काही प्रमाणात असू शकतो; पण नात्यामध्ये प्रभावी नकारात्मक शक्ती निर्माण होण्याइतक्या प्रमाणात यांपैकी कोणताही गुण आदर्श मित्र/मैत्रिणीत नसतो. कधी-कधी ही व्यक्ती स्वतःमध्येच बुडून गेलेली असेल किंवा तिला एकांताची गरज असेल; पण एकूण पाहिलं तर आदर्श मित्र/मैत्रिणीचा स्वतःच्या प्रश्नांवर ताबा असतो, त्यामुळे ती तुमच्या आणि तिच्या स्वतःच्या आयुष्याबाबत सकारात्मक असते. हा मित्र/मैत्रीण तुम्ही आजारी असाल, प्रेमभंगामुळे व्यथित असाल किंवा कुटुंबातील एखाद्याच्या निधनाच्या दुःखात असाल किंवा करिअरमधल्या चढ-उतारांना तोंड देत असाल, तेव्हा तुमची काळजी घेऊ शकते, तुम्हाला सांभाळू शकते. पण हा तिचा

प्रयत्न योग्य असतो आणि तो तुमच्या गरजेसाठी असतो. प्रत्येक वेळी, प्रत्येक बाबतीत असं वागल्याशिवाय तिला राहवतच नाही, असा त्यात भाग नसतो.

आदर्श मित्र/मैत्रीण गरज आणि अवलंबित्व यांचा आणि एकट्यानं तोंड देण्याची क्षमता व आत्मनिर्भरता यांचा योग्य मिलाफ साधते. त्या व्यक्तीच्या आयुष्यात मैत्रीचं स्वागतच असतं; पण ती तुम्हाला अथवा इतर मित्र-मैत्रिणींना त्याचं अति ओझं होऊ देत नाही. ही व्यक्ती स्वतःची काळजी घेण्यास समर्थ तरी असते किंवा इतर मित्र-मैत्रिणी, घरातील लोक अथवा प्रियकर/प्रेयसी यांच्याशी उत्तम संबंध ठेवून असते. त्यामुळे मैत्री हे तुमच्या दोघांच्याही आयुष्यातील आणखी एक सकारात्मक नातं असतं.

काही मुलांना बालपणी अथवा किशोरवयात अति टीकात्मक, तुटक वातावरणात राहावं लागलेलं असतं किंवा आई-वडील वा भावंडं यांच्याकडून चांगली वागणूक मिळालेली नसते; पण आदर्श मित्र/मैत्रिणीच्या बाबतीत अशी परिस्थिती नसते. अशा व्यक्तीचं बालपण अतिशय उत्तम गेलेलं असतं, सध्याचं भावनिक सामर्थ्य व ताकद ती व्यक्ती तिथूनच मिळवत असते.

समजा या व्यक्तीला अत्याचार, उपेक्षा अथवा टीका सोसावी लागली असेल, तर तिनं उपचारांच्या मदतीनं त्यातून मार्ग काढला असेल अथवा स्वतःचे स्वतःच हे प्रश्न सोडवले असतील आणि ही व्यक्ती मैत्रीमध्ये या नकारात्मकतेची सावली पडू देत नसेल.

आदर्श मित्र/मैत्रिणीला बहुतेककरून आई-वडील व भावंडांचं प्रेम, कौतुक व आस्था लाभली असेल. तरीही या व्यक्तीनं 'मी' आणि 'तू' दरम्यान स्पष्ट व योग्य मर्यादा आखलेल्या असतील. (आदर्श मित्र/मैत्रिणीला नकारात्मक आई-वडील अथवा भावंडं लाभली असतील किंवा तिचं बालपण त्रासदायक असेल, तरीसुद्धा तिनं त्यावर अशा पद्धतीनं मात केली असेल की बालपणीचे ते वाईट अनुभव तिला चांगला मित्र/मैत्रीण बनण्यापासून रोखू शकणार नाही.) भावना, आपलेपणा व नाती याबद्दल आदर असल्यामुळे अशी व्यक्ती मित्रांसाठी सदैव हजर असेल; पण ही व्यक्ती त्यांच्या आयुष्यात, निर्णयात वा इतर नातेसंबंधात प्रमाणाबाहेर गुंतत नाही. तुमच्या मित्राची बुद्धिमत्ता, क्षमता व कर्तबगारी याबद्दलच वास्तवाधारित पण प्रेमळ कौतुक तुमच्या मित्राच्या स्पर्धात्मक व मत्सरी भावना ताब्यात राहण्यास मदत करते. त्याची फार स्तुती झालेली नसते; कारण त्यामुळे इतरांना स्वतःची तुलना होण्याची भीती वाटते. त्यांना तसं करण्याचा वास्तवाधारित हक्कही आहे. त्याच्या क्षमतांकडे दुर्लक्षही झाले नाही अथवा त्या कमीही लेखल्या गेल्या नाहीत, ज्यायोगे त्यानं मत्सरानं प्रतिक्रिया द्यावी. बालपणीच्या जखमा ताज्या झाल्यामुळे वर आलेल्या अशा भावना त्या त्या परिस्थितीत योग्य ठरत नाहीत.

या व्यक्तीला आपल्या मतांविषयी ठाम विश्वास असतो; पण ही वैयक्तिक मतं- विशेषतः नातेसंबंध, शाळा, काम अथवा पालकत्वाशी निगडित बाबी याबद्दलची- ती कुणावर लादत नाही. खास करून तिला सल्ला विचारल्याखेरीज ती तो देत नाही.

मित्र/मैत्रिणीच्या वेगळेपणाचा आदर करणं हे आदर्श मित्र/मैत्रिणीचं मुख्य स्वभाववैशिष्ट्य आहे. ही व्यक्ती ती जशी आहे तशी मजेत असते. तिला कुणाच्याही दिसण्याची, ध्येयांची, कल्पनांची, आवडीनिवडीची कार्बन कॉपी बनण्याची गरज वाटत नाही.

अशा आदर्श मैत्रीला 'देखभाल' अगदी कमी लागते. तुम्ही जर परगावी जात असाल तर ते मित्राला सांगून जाण्याचा प्रयत्न करता, फोन, इ-मेल किंवा पत्रांना तत्परतेनं उत्तरं देण्याचा प्रयत्न करता; पण जर तुम्हाला अथवा तुमच्या मित्र/मैत्रिणीला परस्परांशी संपर्क साधण्यास नेहमीपेक्षा जास्त वेळ लागला तरी तुमच्या नात्यामध्ये पुरेसा विश्वास व निर्धास्त भावना असते. तुम्ही सगळं काही ठीक आहे असं गृहीत धरता आणि अखेर तुमच्यापैकी एक जण दुसऱ्याशी संपर्कही साधतो.

तुमचा आदर्श मित्र/मैत्रीण तुमचा विश्वास राखते. तुमच्याविषयी अफवा पसरवत नाही. ही व्यक्ती तुमच्याशी प्रामाणिकपणे वागते आणि तुम्हीही तिच्याशी तसंच वागता.

बेचाळीस वर्षीय अविवाहित ग्लोरियांची सूझींशी गेली वीस वर्षं खास मैत्री आहे. त्रेचाळीस वर्षीय सूझी विवाहित असून त्यांना तीन शाळकरी वयाची मुलं आहेत. त्या दुसऱ्या देशात राहतात. आदर्श मैत्री कशी असावी, याचं हे उत्तम उदाहरण आहे. ग्लोरिया सांगतात :

> *'कोणत्याही' प्रसंगात सूझी माझी मैत्रीण असते. आपण सर्व जणी 'मिस्टर राइट'च्या शोधात असतो असं म्हटलं जातं. वेल, मी अजूनही तो शोधतेच आहे. मला माझा मिस्टर राइट सापडलाय आणि यावर आमचं दोघींचंही एकमत आहे.*
>
> *चोवीस वर्षांपूर्वी आम्ही दोघी भेटलो होतो तेव्हाच आमची चटकन मैत्री जुळली होती. आमची प्रत्यक्ष मैत्री फक्त दोनच वर्षं टिकली, त्यानंतर ती दुसऱ्या देशात गेली; पण आमच्यातले मैत्रीबंध खरोखर दृढ राहिले आणि इतक्या वर्षांत आमची आयुष्यं प्रवाहपतित असल्यामुळे मैत्रीही त्यासोबत वाहत राहिली तरी आम्ही कोणत्याही परिस्थितीत एकमेकींना वाढदिवसाचं भेटकार्ड न चुकता पाठवतो. अगदी हमखास.*
>
> *आमची दोघींची 'वेव्हलेंग्थ' नेहमीच जुळते यात शंकाच नाही. आणि उत्स्फूर्तपणे 'थिंकिंग ऑफ यू'चं कार्ड पाठवणं , अशा 'छोट्या-छोट्या' गोष्टी खूप महत्त्वाच्या असतात, हे आम्ही दोघीही जाणतो.*

आम्ही दोघीही संगीतप्रेमी आहोत. त्यामुळे आम्ही 'म्युझिक फाइल्स'चं ऑनलाइन आदान-प्रदान करतो. ('जवळ' राहण्याचा हा मार्ग कसा वाटतो?) आम्ही दोघी रात्री उशिरा 'चॅट' करतो. त्या वेळी एकमेकींचं कौतुक करतो. काही त्रास असतील तर त्याबद्दल बोलतो किंवा फक्त जुन्या संगीतात रमतो.

आम्ही संपर्कात कशा राहतो सांगू? वेल, आम्ही दररोज इ-मेल करतो. आम्ही काही महिन्यांनी एकमेकींना फोनही करतो; कारण आम्हाला त्याची निकड असते. कधी-कधी काही अडचण आहे हे माहीत असेल आणि 'आपल्या' व्यक्तीचा आवाज ऐकता येणं महत्त्वाचं आहे असं वाटत असतं, तेव्हाही आम्ही फोन करतो. तिला लवकरच भेटता यावं अशी माझी इच्छा आहे. कारण मला तिचा आणि तिच्या कुटुंबाचा सहवास खूप आवडतो.

'मला तिचं काय आवडतं 'असा प्रश्न विचारलात तर मी सांगेन, मला आवडणारी तिची एक गोष्ट म्हणजे तिचा दिनक्रम इतका व्यग्र असूनही ती माझ्याशी पत्रव्यवहार ठेवण्यासाठी वेळ काढते आणि तोसुद्धा अगदी मनापासून व सातत्यानं... सगळ्यात विशेष म्हणजे सूझी पहिल्यासारखीच प्रेमळ, मायाळू, हळुवार आणि निःस्वार्थी आहे. हे विशेष नाही का? तिच्यासारखी मैत्रीण मिळणं हे माझं परमभाग्य आहे, असं मला नेहमी वाटतं.

तुमचे एक वा अनेक मैत्रीबंध विध्वंसक वा अपायकारक आहेत का, याबद्दल अजूनही तुम्हाला शंका आहे का? जर असेल तर पुढे दिलेली 'सेल्फ क्विझ' सोडवा. त्यामध्ये दिलेल्या प्रश्नांना *नाही, कधीतरी,* बऱ्याचदा अथवा *होय* यांपैकी उत्तरे द्या. शेवटी काही मार्गदर्शक सूत्रे दिली आहेत त्यावरून तुमच्या उत्तरांचं विश्लेषण करून तुम्हाला एखाद्या विशिष्ट मित्र/मैत्रिणीबद्दलचं अथवा मैत्रीबद्दलचं मत निश्चित करता येईल.

क्विझ : अपायकारक मैत्री ओळखण्यासाठी

१. तुमचा मित्र/मैत्रीण विश्वासाला पात्र आहे का?
२. तुमचा मित्र/मैत्रीण तुमच्या फोनला उत्तर देते का?
३. तुमचा मित्र/मैत्रीण भेटीच्या ठरलेल्या वेळा व कबूल केलेल्या गोष्टी कायम पाळते का?
४. तुमचे इतर मित्र-मैत्रिणी या मित्र/मैत्रिणीची स्तुती करतात का?

५. या मित्र/मैत्रिणीचं बोलणं ऐकणं तुमच्यासाठी आनंददायी असतं का?
६. तुमचा मित्र/मैत्रीण भिन्नलिंगी असेल आणि तुम्ही दोघंही कुणाच्यातरी प्रेमात असाल वा विवाहित असाल तर तुमच्या या मित्र/मैत्रिणीच्या प्रियकर/प्रेयसीला तुमच्या मैत्रीबद्दल माहीत आहे का?
७. तुमच्या या मित्र/मैत्रिणीचा तुम्हाला अभिमान वाटतो का?
८. तुमची मैत्री आत्ता तुम्ही दोघेही जे कुणी आहात त्यावर आधारित आहे का? का पहिल्यांदा तुमची मैत्री झाली तेव्हा तुम्ही जे होतात त्यावर आधारित आहे?
९. या मित्र/मैत्रिणीला भेटल्यानंतर, 'अरे वा! आपली मैत्री असल्याचा मला आनंद वाटतो,' असा विचार तुमच्या मनात येतो का?
१०. तुमचा मित्र/मैत्रीण तुमच्या मर्यादांच्या सीमारेषा व तुमचं खासगीपण यांचा आदर करते का?

हे सर्व प्रश्न सकारात्मक दिशेनं केलेले आहेत. या सर्व प्रश्नांना तुमच्या निरोगी मैत्रीमुळे तुम्हाला 'होय' अथवा 'बऱ्याचदा' असं उत्तर देता यायला हवं.

जर यांतील बहुतेक वा सर्व प्रश्नांचं तुमचं उत्तर 'होय' अथवा 'बऱ्याचदा' असं असेल, तर तुमची मैत्री फक्त जुन्या सूत्राच्या आधारे टिकलेली नसून तिला वर्तमानाचाही आधार आहे. तुम्ही व तुमचा मित्र/मैत्रीण परस्परांच्या आपलेपणाच्या गरजेचा आदर ठेवता, त्याचबरोबर अशी मैत्री तुमचं खासगीपण जपण्याची गरजही ओळखते आणि गरज पडेल तेव्हा भावनिक वा शारीरिक अंतर राखण्याचं महत्त्व ओळखते. तुम्ही दोघंही एकमेकांना निरर्थक वचनं देत नाही; तुम्ही ठरलेल्या वेळी एकमेकांना भेटता आणि एकमेकांना काय सांगायचं आहे ते जाणून घेता.

जर यांपैकी दोन किंवा तीन प्रश्नांची उत्तरं 'कधीतरी' अथवा 'नाही' असती, तर तुम्ही या मैत्रीबद्दल गांभीर्यानं पुनर्विचार करण्याची गरज आहे. ज्या प्रश्नांची उत्तरं अशी आली असतील ते प्रश्न पुन्हा पाहा. हा गुण अथवा ही स्थिती या मैत्रीच्या दृष्टीनं किती महत्त्वाची आहे?

जर तुमचं प्रश्न क्र. ४ चं म्हणजे, 'तुमचे इतर मित्र-मैत्रिणी या मित्र/मैत्रिणीची स्तुती करतात का?' या प्रश्नाचं उत्तर 'नाही' असेल तर फार बिघडणार नाही; पण जर तुमचं प्रश्न क्र. १ चं म्हणजे, 'तुमचा मित्र/मैत्रीण विश्वासाला पात्र आहे का?' या प्रश्नाचं उत्तर 'नाही' असेल तर तो मात्र विचार करण्याजोगा मुद्दा आहे.

तुम्ही या सर्व प्रश्नांच्या उत्तरावर नजर टाका आणि तुमची ही उत्तरं तुमच्या मैत्रीबद्दल काय सांगतात ते पाहा.

ही उत्तरं सध्या नव्यानं निर्माण झालेल्या परिस्थितीवर आधारित आहेत का...

त्यामुळे तुमचा मित्र/मैत्रीण काही वेगळं वागत आहे का? म्हणजे, त्याचं/तिचं लग्न चार महिन्यांवर आलंय, त्यामुळे तो/ती तुम्हाला किंवा इतर मित्रांना जास्त वेळ देऊ शकत नाही, असं घडतंय का?

किंवा, कुणा प्रिय व्यक्तीच्या मृत्यूमुळे प्रचंड भावनिक खळबळ माजल्यामुळे तो/ती काही काळासाठी तुमच्यापासून दूर गेली आहे व स्वतःच्या कोषात बुडून आहे?

यांपैकी चार अथवा अधिक प्रश्नांना तुम्ही 'नाही' उत्तर दिलं असेल तर तुम्ही या मैत्रीचं ताबडतोब पुनर्मूल्यांकन करणं व ती चालू ठेवणं तुमच्या हिताचं आहे की नाही, हे ठरवणं गरजेचं आहे. कदाचित अशा मैत्रीमध्ये मैत्रीच्या लाभांपेक्षा त्यातील वाईट गोष्टीच अधिक असू शकतील. तुम्ही आखलेल्या मर्यादा व तुमचं खासगीपण जपलं जाणं, हा तुमचा हक्कच आहे. तसंच, तुमचं म्हणणं ऐकून घेतलं गेलं पाहिजे, तुम्हाला कबूल केलेल्या गोष्टी व भेटीच्या वेळा पाळल्या गेल्या पाहिजेत. तुमच्या प्रियकर/प्रेयसीला अथवा जोडीदाराला या मैत्रीबद्दल माहीत असायला हवं आणि तुमची मैत्री केवळ जुन्या स्मृतींवर नव्हे, तर वर्तमानावर आधारित असणं आवश्यक आहे. तुम्हाला या मित्र/मैत्रिणीचा अभिमान असला पाहिजे, आपली मैत्री असणं आनंददायी वाटलं पाहिजे, तुमच्या फोनना उत्तर आलं पाहिजे आणि सर्वांत महत्त्वाचं म्हणजे आपला मित्र/मैत्रीण विश्वासाला पात्र व्यक्ती आहे असं तुम्हाला ठामपणे वाटलं पाहिजे.

खाली सकारात्मक व नकारात्मक वा विनाशकारी मैत्रीसंदर्भात काही मुद्दे दिले आहेत.

सकारात्मक मैत्री

- तुम्ही परस्परांना आवडता (अथवा परस्परांवर प्रेम करता).
- तुम्ही एकत्र धमाल/मजा करता.
- तुम्ही विश्वासानं परस्परांशी बोलता, घडामोडी सांगता, गुपितं सांगता आणि/अथवा भावनिक आधार देता.
- विश्वास, प्रामाणिकपणा आणि निष्ठा अपेक्षित असते.
- इथं मत्सराला थारा नसतो. असलाच तर तो अगदी किरकोळ असतो.
- स्पर्धा अगदी कमी असते व ती निरोगी असते.
- दोघांनाही हवा असल्यामुळे व गरज असल्यामुळे संपर्क वरचेवर होतो.
- गुपितं राखली जातात.
- अफवांना थारा नसतो किंवा अशी गोष्ट अगदी क्वचितच घडते.
- मित्रांना संकटात टाकलं जात नाही किंवा त्यांना वापरून घेतलं जात नाही.
- वचने पाळली जातात.

- उसन्या घेतलेल्या वस्तू परत केल्या जातात.
- व्यवहारचातुर्य वापरलं जातं.
- प्रामाणिकपणा आवश्यक असतो; पण अपायकारक कारणांसाठी त्याचा गैरवापर केला जात नाही.
- मैत्री लवचिक असते. परिस्थिती वा गरज बदलेल त्यानुसार बदलती असते. दोघांपैकी एक जण शाळा, करिअर वा व्यक्तिगत कारणांसाठी दुसरीकडे गेल्यास मैत्रीचे स्वरूपही बदलते.
- दोघंही कामात कितीही गर्क असले तरीसुद्धा मैत्री हा त्यांच्या प्राधान्याचा, आस्थेचा विषय असतो.
- बऱ्या-वाईट काळात दोघंही एकमेकांसोबत असतात.
- दोघांमध्ये बऱ्याच गोष्टी समान असतात, पण नातं रसपूर्ण होण्यासाठी पुरेसं वेगळेपणही असतं.
- नातं समान पातळीवर असतं.

नकारात्मक वा विनाशकारी मैत्री

- प्रचंड मत्सर असतो.
- अत्यंत स्पर्धा असते.
- परवानगी न घेता गुपितं बाहेर फोडली जातात.
- उसने घेतलेले पैसे अथवा वस्तू परत केल्या जात नाहीत.
- वचनभंग केले जातात.
- ठरल्याप्रमाणे भेटता न आल्याबद्दल फालतू सबबी सांगितल्या जातात.
- दोघांपैकी एक जण अथवा दोघंही स्वार्थासाठी त्यांच्या मैत्रीचा इतरांपुढे भाव मारतात.
- ही मैत्री ताठर असते, त्यात अजिबात लवचिकपणा नसतो.
- मैत्रीला प्राधान्य नसतं.
- संभाषण ओढूनताणून असतं वा सुखावह नसतं.
- एके काळी तुम्ही याच मित्र/मैत्रिणीबरोबर मजा अनुभवली असली तरी आता हे नातं आनंदापेक्षा कर्तव्याचा भाग बनलेलं असतं.
- आपल्या आयुष्यातील घडामोडी सांगणं, गुपितं सांगणं अथवा भावनिक आधार देणं क्वचितच घडतं, वा ते एकतर्फी असतं.
- नातं समान स्तरावर नसतं.

■

भाग २

मित्रच मित्रांना का दुखावतात?

खरं काय घडतं?

एक व्यक्ती दुसऱ्या व्यक्तीचा विश्वासघात का करते? दुष्टपणामुळे, रागामुळे, सूड घेण्यासाठी, नैराश्यामुळे अशी वेगवेगळी कारणं मनात येतात; पण मैत्रीत विश्वासघात होण्याची आणखीही कारणं असतात जी तुमच्या लक्षात आली नसतील. उदाहरणार्थ टोल्यास टोला देण्याची वृत्ती, अत्यंत अल्प आत्मसन्मान, बदलाला तोंड न देता येणं. मैत्रीतल्या विश्वासघाताची ही फक्त काही संभाव्य कारणं आहेत. काही कारणं इतर कारणांच्या तुलनेत लक्षात येण्यास, तोंड देण्यास किंवा दूर करण्यासही सोपी असतात.

विश्वासघात समजून घेणे

मैत्रीमध्ये विश्वासघात होण्याची सर्वाधिक शक्यता कधी असते?

जर मैत्री फारच पटकन जुळली असेल, तर विश्वासघात होण्याची शक्यता असते. समजा तसं घडलं नसेल; पण मैत्रीत जरुरीपेक्षा जास्त माहितीचं आदान-प्रदान झालं असेल, तर विश्वासघात होऊ शकतो. मैत्रीची पारख करून देणाऱ्या काही प्रसंगांतून तुम्ही काही शिकला नसाल किंवा त्या व्यक्तींची पात्रता जोखली नसेल, तर विश्वासघात होऊ शकतो.

सर्वसाधारणपणे समान पार्श्वभूमी असलेल्या व समान मूल्ये मानणाऱ्या व्यक्तींमध्ये मैत्रीबंध जुळले जातात. पण सामाजिक स्थान, क्षमता अथवा मूल्ये जेव्हा तुलना न होण्याइतके भिन्न असतात, त्या वेळी विश्वासघात होण्याची शक्यता अधिक असते. काही वेळा एका व्यक्तीच्या मनात दुसऱ्याबद्दल किंवा त्याच्या जोडीदाराबद्दल वा सहचराबद्दल प्रणयभावना असते. काही वेळा दोन व्यक्तींना एकच गोष्ट हवी असते पण ती एकालाच मिळू शकणार असते. अशा प्रकारे बढती अथवा नोकरी या संदर्भात विश्वासघात होऊ शकतो.

एका प्राध्यापक महोदयांनी मला अशाच प्रकारचा किस्सा सांगितला. त्यांचे

तीन मित्र त्यांच्यासोबत त्याच कॉलेजच्या त्याच विभागात काम करत होते. या चौघांपैकी फक्त याच प्रोफेसर महोदयांना मुदतवाढ मिळाली. हा 'विश्वासघात' ही त्यांची चूक नसूनही त्यांची ही मैत्री टिकली नाही. एखादा मित्र दुसऱ्या मित्राचा विश्वासघात करू शकतो; कारण त्या मित्रानं आपला आधीच विश्वासघात केला आहे असं त्याला वाटत असतं. अशा परिस्थितीत विश्वासघात म्हणजे टोल्यास टोला, असा प्रकार असतो.

लक्षात ठेवा, जर तुम्ही व तुमचा मित्र/मैत्रीण भिन्न मूल्ये मानत असाल, तर त्या व्यक्तीच्या दृष्टीनं विधायक असणारं एखादं कृत्य तुम्हाला विश्वासघात वाटू शकतो, मग ते कृत्य तुम्हाला वाचवण्यासाठी केलेलं असलं तरी. लिंडा ट्रिप यांनी त्यांची पूर्वीची मैत्रीण मोनिका लेविन्स्की यांच्या मैत्रीबद्दल हेच लिहिलं आहे. विसाव्या शतकातील, मैत्रीतील विश्वासघाताचा आरोप केला जाणारं हे एक सर्वांत प्रसिद्ध उदाहरण आहे. लिंडा ट्रिप यांनी आपण आपली मैत्रीण व देश यांच्या सर्वोत्तम हिताचा विचार करतो आहोत या धारणेनं मोनिका लेविन्सकीशी दूरध्वनीवर झालेली संभाषणं ध्वनिमुद्रित केली. या गप्पांदरम्यान लेविन्स्की यांनी तत्कालीन राष्ट्राध्यक्ष बिल क्लिन्टन यांच्याशी त्यांचे प्रेमाचे सूर जुळले असल्याबद्दल सविस्तर सांगितलं.

'जॉर्ज' मासिकात प्रसिद्ध झालेल्या नॅन्सी कॉलिन्स यांनी घेतलेल्या मुलाखतीत ट्रिप यांनी विश्वासघाताबद्दल त्यांचं मत मांडलं आहे.

> ***तुम्ही मैत्रिणीचा विश्वासघात केलात, असं बोललं जातंय?***
>
> *मी मोनिका लेविन्स्कीचा विश्वासघात केला नाही. राष्ट्राध्यक्षांकडून निष्ठुर गैरवर्तन सोसण्यापेक्षा जे घडलं ते तिच्यासाठी अधिक चांगलं ठरेल असं मला वाटलं. सत्य बाहेर येण्यानं तिच्या मनातील हा विचार दूर होईल. शिवाय, ही गोष्ट गुप्त राखणं मोनिकासाठी महत्त्वाचं नव्हतंच; ही गोष्ट तिनं चौदा जणांना आधीच सांगितली होती.*

नॅन्सी कॉलिन्स यांनी घेतलेली लिंडा ट्रिप यांची ही मुलाखत फार सुंदर आहे. मैत्रीमध्ये विश्वासघात होणं या गोष्टीला नेहमी दोन बाजू असतात हे ज्याला समजून घ्यायचं आहे, त्यानं ही मुलाखत अवश्य वाचावी.

या मुलाखतीच्या अखेरीस लिंडा ट्रिप यांना विचारलेला प्रश्न :

'तुम्हाला रात्री झोप कशी लागते?' असा प्रश्न तुम्हाला विचारला तर तुम्ही काय उत्तर द्याल?

मला अगदी छान झोप लागते. आरशात स्वतःकडे पाहताना मला

जराही अवघडल्यासारखं होत नाही. मी जे काही केलं त्याबद्दल माझ्या मनात काडीमात्रही खंत नाही. वेळ पडली तर मी पुन्हा हेच करीन.

सूड आणि खुनशीपणा

विश्वासघात म्हणजे तुमच्या मित्र/मैत्रिणीच्या दृष्टीनं, तुमच्या मैत्रीसाठी घातक ठरणारं, गैरकृत्य वा कथन तुमच्याकडून घडणं. तुम्हा दोघांदरम्यान जर काही चुकीचं घडलं असेल, तर विश्वासघात 'जशास तसे' प्रकारचा घडू शकतो. एक वचन आहे, 'तुम्हाला इतरांनी तुमच्याशी जसं वागावं असं वाटतं, तसं तुम्ही इतरांशी वागा.' म्हणजेच, तुम्हाला तुमचा विश्वासघात होऊ नये असं वाटत असेल, तर तुम्ही कुणाचा विश्वासघात करू नका. इतरांनी तुमच्या माघारी तुमच्याबद्दल वाईट बोलू नये असं वाटत असेल, तर तुम्ही कुणाबद्दल वाईट बोलू नका.

या संदर्भात सर्वांत महत्त्वाचा मुद्दा म्हणजे : तुमच्या मैत्रीत न सोडवल्या गेलेल्या वादांमुळे विश्वासघात घडला आहे का... सूड घेण्याचा मार्ग म्हणून?

मैत्रीत विश्वासघात होण्याचं जर हेच कारण असेल आणि तुम्ही ते थांबवू शकत नसाल, पण तरी तुम्हाला मैत्रीचं हे तारू वाचवायचं असेल तर तुम्ही प्रकरण ५ – 'ही मैत्री वाचवता येईल का?'मध्ये दिलेल्या सूचनांचा विचार करा.

एखाद्या मित्र/मैत्रिणीचा राग येण्याची अगणित कारणं असू शकतात. अशा बऱ्याच कारणांबद्दल या प्रकरणात विवेचन आहे. हेवा, मत्सर, अतिस्पर्धात्मक भावना, खिन्नता, दडपत राहिल्यामुळे भडकणारा संताप... अशी अनेक कारणं असतात.

अर्थात, या अत्यंत सरळ साध्या दृष्टिकोनाला तुम्ही सगळ्या गोष्टी नीट सुरळीत करू शकता, तुमचं वर्तन योग्यच असतं, या खात्रीचा आधार असला पाहिजे आणि तरीही एखादा मित्र/मैत्रीण सूडबुद्धीनं व खुनशीपणे वागू शकते.

या प्रकरणात उल्लेखिलेल्या बहुतांश कारणांप्रमाणेच विश्वासघात, मैत्रीत दुरावा निर्माण होणं अथवा मैत्रीमुळे मन दुखावणं, या गोष्टी एखाद्या व्यक्तीच्या पार्श्वभूमीमुळे निर्माण होतात. तुमच्या मित्र/मैत्रिणीनं तुमच्या बाबतीत जे केलं असेल, ते तुम्हाला पुसता वा बदलता येणार नाही; पण अशा वागण्यामागचं कारण समजून घेण्यानं किमान तुम्हाला स्वतःच्या भावनांवर ताबा ठेवता येऊ शकेल. विश्वासघातानं तुम्हाला जो धक्का बसला असेल, आपल्याला नाकारल्याची भावना ग्रासून आली असेल, संताप आला असेल आणि चक्क याचा सूड घ्यावा असंसुद्धा वाटलं असेल... अशा भावना आवरणं तुम्हाला शक्य होऊ शकेल.

डॉ. जॉन ॲमोडिओ यांनी 'लव्ह ॲन्ड बिट्रेअल'मध्ये सूडभावनेच्या मुळाशी असलेल्या कारणांबद्दल लिहिलं आहे. याचा संदर्भ प्रेमात असलेल्या व्यक्तींशी असला तरी हीच कारणं मैत्रीतल्या विश्वासघातालाही लागू होतील :

राग आणि सूडभावना ही बऱ्याचदा आपण दुसऱ्या व्यक्तीवर प्रभाव पाडू शकत नाही याबद्दलच्या असहायततेतून निर्माण झालेली प्रतिक्रिया असते. त्या व्यक्तीला आपल्याविषयी काहीतरी वाटावं, तिला आपण हवेहवेसे असावं, आपल्यात दृढ बंधन असावं, ही भावना त्यामागे असते. असा संताप हे एक आयुधच असतं, ज्याच्या माध्यमातून आपण इतरांनी आपल्याला किंमत दिलीच पाहिजे, अशा अपेक्षेनं त्यांच्यावर नियंत्रण ठेवण्याचा प्रयत्न करतो. जर आपल्या बाबतीत बेफिकिरी वा तिरस्कार दाखवला गेला, तर आपल्या सूडभावनेतून आपलं अस्तित्व कोणत्या ना कोणत्या प्रकारे जाणवेलच. उदाहरणार्थ आपल्या कृतघ्न सहचराचं आयुष्य शक्य तितकं दुःखद करणं. आपण जर या व्यक्तीला आपल्याविषयी प्रेम वाटायला लावू शकत नसलो तर आपण त्याला दुसरं काहीतरी-दुःख आणि वेदना- भोगायला लावू शकतो. मग ती व्यक्ती आपण जे दुःख भोगलं तशाच दुःखाचा अनुभव घेईल. आपण हे काही खुशीनं करत नसलो तरी आपल्या कृत्याचा परिणाम घडलाय हे आपल्याला कळतं. किमान आपण सावरतो तरी... अगदी काही काळासाठी आणि 'आडवळणानं' का होईना, आपण महत्त्वाचे आहोत असं आपल्याला वाटतं.

मित्र/मैत्रिणीच्या जोडीदाराशी 'फ्लर्टिंग' अथवा लैंगिक संबंध

या संतापाचं एक महत्त्वाचं कारण म्हणजे एका मित्र/मैत्रिणीनं आपल्या मित्र/मैत्रिणीच्या जोडीदाराशी खरोखरच किंवा असंच गंमत म्हणून लैंगिक संबंध ठेवणं. यामुळे निर्माण होणारा संताप माणसाला इतकं बेभान करतो की, तो ठार करायलाच उठतो. हा संताप एरवी पाहायला मिळणारी हिंसक कृत्यं किंवा शाब्दिक वारांपेक्षा निराळा असतो. तुम्हाला पहिल्या प्रकरणात वाचलेलं डॉनचं उदाहरण आठवत असेल. त्याच्या पत्नीशी प्रेमसंबंध जुळवणाऱ्या मित्राला ठार केल्याबद्दल तो पंधरा वर्षांची जन्मठेपेची शिक्षा भोगत आहे.

मी 'गुन्हे व गुन्हेगारीचे बळी' या विषयांचा अभ्यास केला आहे आणि 'क्रिमिनॉलॉजी' व 'व्हिक्टिमॉलॉजी' हे विषय शिकवले आहेत. गुन्हेगारीचा बळी ठरलेल्यांवर मी 'व्हिक्टिम्स' नावाचं पुस्तकही लिहिलं आहे. या अभ्यासाच्या आधारे मी असं म्हणेन की, गुन्ह्याचा बळी ठरणाऱ्या व्यक्तीच्या वर्तनामुळे तो गुन्हा घडला आणि डॉननं जसं त्याच्या मित्राला ठार केलं, तशा गुन्ह्यासाठी कायदेशीर आणि नैतिकदृष्ट्या त्यांच्या मित्र /मैत्रिणीचा व्यभिचारीपणा कारणीभूत असतो ,य्रा मताशी

मी सहमत नाही. एखाद्या मित्रानं विश्वासघात करणं अथवा हिंसक कृत्य करणं या गोष्टींचा बळी ठरलेल्या व्यक्तीच्या वर्तनाशी थेट संबंध वाटू शकतो; पण अशा टोकाच्या विश्वासघातावर यापेक्षा सौम्य प्रतिक्रिया देता येऊ शकतात. उदाहरणार्थ प्रतारणा करणाऱ्या जोडीदाराशी घटस्फोट घेणं, मैत्रीला पूर्णविराम देणं, वाद सोडवण्याची तंत्रं वापरून त्यातून मार्ग काढणं किंवा सगळ्या गोष्टी काळावर सोडून देऊन त्यातून मार्ग निघण्याची प्रतीक्षा करणं.

पण जेसिका आणि त्यांच्या मैत्रिणीच्या बाबतीत मात्र अशा 'कूलिंग ऑफ'चा उपयोग झाला नाही. प्रेमाच्या त्रिकोणामुळं त्यांच्या दीर्घकालीन मैत्रीची अखेर झाली. जेसिका आणि बार्बरा आता ४३ वर्षांच्या आहेत. त्या विशीच्या असल्यापासून एकमेकींना ओळखतात. बार्बरांनी पतीला घटस्फोट दिल्यानंतर बऱ्याच वर्षांनी त्यांच्या व्यावसायिक भागीदार महिलेशी त्यांच्या समलिंगी संबंधांना सुरुवात झाली. या भागीदार प्रेमीबाईंना बार्बरांच्या आयुष्यातील इतर कोणत्याही नात्यांबद्दल– विशेषतः त्यांच्या जिवलग मैत्रिणींबरोबर असलेल्या मैत्रीबंधांबद्दल प्रचंड मत्सर होता. बार्बरांनी जेसिकाला व्यवसायासाठी ५००० डॉलर्स कर्जाऊ मागितले होते; पण त्या वेळी जेसिकाकडेच पैशाची चणचण असल्यामुळे ती त्यांना पैसे देऊ शकली नव्हती. त्या दोघींची वीस वर्षांची मैत्री या नकारामुळे तुटली असं वाटत असलं, तरी त्याचं खरं कारण होतं जेसिकाच्या मनातली भीती... बार्बरांची प्रेमीबाई मत्सरामुळे आपल्याला काही अपाय करेल याची जेसिकाला भीती वाटत होती.

लैंगिक संबंध, मत्सर यामुळे वीस वर्षांच्या मैत्रीची अखेर होण्याचं आणखी एक उदाहरण ऐकलं. मी बिझनेस ट्रिपसाठी युरोपला गेले असताना मला एक बाई भेटल्या. त्यांनी सांगितलेली कहाणी अशी :

> *माझी एक मैत्रीण आहे- मला वाटतं, माझी एक मैत्रीण होती असं म्हणायला हवं- आमची खूप काळ मैत्री होती. आम्ही साधारण विशीच्या असताना आमची ओळख झाली होती. ती 'लॉ स्कूल'मध्ये होती. आम्ही दोघी भटकायचो आणि नुसत्या पार्टी-पार्टी-पार्टी असायच्या. आमची आणखी एक मैत्रीण एका बँडमध्ये गायिका होती. आम्ही तिच्या सगळ्या कार्यक्रमांना जायचो. पण ब्रेन्डाला कायमच माझ्या मित्रांबद्दल मत्सर वाटायचा, कारण तिला माझ्यामध्ये 'रस' होता... शी हॅड अ थिंग फॉर मी. मी तिला सांगायचे की, 'माझं तुझ्यावर खूप प्रेम आहे; पण मला पुरुष आवडतात.' तरीही मी तिच्याशी प्रेमसंबंध ठेवणार नाही या गोष्टीचं तिला कायम दुखणं असावं.*
>
> *त्यानंतर माझ्या आयुष्यात एक मित्र आला. कार्ल हा अत्यंत*

अनाकर्षक माणूस होता, लठ्ठ, टकलू... तो दिसायलाही चांगला नव्हता. वरवर पाहता तो खूप कठोर वाटायचा; पण त्याच्याशी ओळख झाली की तो किती हुशार आहे, हे लक्षात यायचं. तो अत्यंत बुद्धिमान होता. आमच्यामध्ये खूप चांगल्या चर्चा होत असत. अतिशय चांगल्या चर्चा. नेहमीच. मी कार्लसाठी अगदी वेडी झाले होते. माझ्या आजवरच्या प्रियकरांमधला तो सर्वोत्तम प्रियकर होता. त्याचं वागणं अत्यंत प्रणयरम्य असे. मी जवळपास वर्षभर त्याच्यासोबत फिरत होते आणि ब्रेन्डा अर्थातच त्याचा तिरस्कार करत होती, अजूनही मी तिच्यासोबत झोपायला तयार नसल्यामुळे. त्यामुळे तिने दुसऱ्या एका मैत्रिणीला सांगितलं की मी पैशासाठी कार्लसोबत झोपते. अशा गोष्टी बाहेर जाऊ लागतात तेव्हा त्या दूर दूर पसरत जातात. त्याप्रमाणेच बऱ्याच काळानं अखेर ही गोष्ट माझ्या कानापर्यंत आलीच.

अखेर मी मनाशी ठरवलं की, 'ही आपली मैत्रीण नाही. ही तर शत्रू आहे.'

पैशावरून भांडण

लॉयस डंकन या लेखिकेनं 'मित्र व पैसा' या विषयावरील लेखात एक आठवण सांगितली आहे. या गोष्टीचा आजही त्यांना कसा त्रास होतो याबद्दल त्यांनी लिहिलं आहे :

मी तिसरीत असतानाची गोष्ट आहे. ऑलिव्हिया नावाच्या मुलीनं कोक विकत घेण्यासाठी माझ्याकडून पैसे उसने घेतले होते. ते तिनं परत केलेच नाहीत. मला ते पैसे परत मागताना अतिशय अवघडल्यासारखं झालं होतं. 'माझ्यावर विश्वास नाही का?' असं तिला वाटलं असतं. ते मला नको होतं.

एके दिवशी ऑलिव्हिया शाळेत यायची बंद झाली. ती फिलाडेल्फियाला राहायला गेली आणि माझे पैसे तिच्याबरोबरच गेले. माझ्या तळपायाची आग मस्तकाला गेली! आज इतक्या वर्षांनंतरही मला अजूनही याची प्रचंड चीड येते.

एखाद्या मित्र/मैत्रिणीनं पैशाच्या कारणावरून तुमचा विश्वासघात का करावा? त्यातसुद्धा गोष्ट जेव्हा किरकोळ रकमेची असते, तेव्हा त्यात ती रक्कम महत्त्वाची नसते, तर पैशातून जे व्यक्त होतं- स्थान, सत्ता, यश, संबंध, संपत्ती वा प्रेम- ते महत्त्वाचं असतं.

तुम्हाला जर या कारणावरून मैत्रीतला विश्वासघात टाळायचा असेल, तर मित्र/मैत्रिणींना कर्जाऊ पैसे देणं बंद करा. अगदी घनिष्ठ मैत्रीसुद्धा पैसे उसने देणं आणि ते परत न मिळणं या कारणावरून तुटल्याची उदाहरणं पुनःपुन्हा पाहायला मिळतात. मैत्रीत पैशाची देवाण-घेवाण टाळण्याबरोबरच जपून ठेवण्याच्या वस्तू अथवा मौल्यवान वस्तूही उसन्या देणं टाळावंच. विशेषतः कार, संगणक अशा महागड्या वस्तू किंवा खास जपून ठेवलेलं अथवा पुन्हा मिळणं अवघड असलेलं एखादं पुस्तक, सीडी अथवा व्हिडीओ. एक्झिक्युटिव पदावर काम करणाऱ्या बेचाळीस वर्षीय हेरॉल्ड यांचा एका मित्रानं विश्वासघात केला. हेरॉल्ड यांच्याकडून उसने घेतलेले पैसे त्यानं परत केले नाहीत.

"तुमच्या मित्रानं तुमच्या बाबतीत कधी एखादं भयंकर कृत्य केलं आहे का?" या प्रश्नाच्या उत्तरात हेरॉल्डनी पुन्हा याच मित्राचा उल्लेख केला.

"होय." ते म्हणाले, "त्यानं कबूल करूनही माझे पैसे परत केलेले नाहीत."

दुर्दैवाची गोष्ट म्हणजे तुम्ही उसने पैसे अथवा मौल्यवान वस्तू मित्राला देण्यानं तुम्ही अजाणतेपणी ते पैसे, वस्तू, तुम्ही स्वतः व तुमची मैत्री बेसावधपणे त्याच्या स्वाधीन करत असता. जर हा मित्र/मैत्रीण चेकबुक प्रेमावर लहानाचा मोठा झाला असेल, तर बालपणीच्या 'त्या' सवयीचं विस्तारित रूप म्हणून तुमचे पैसे अथवा तुमची वस्तू ठेवून घेणं, त्या व्यक्तीला गरजेचं वाटू शकेल. हेच सोप्या शब्दांत सांगायचं तर, त्या व्यक्तीचे आई-वडील तिच्यापासून दूर असतील वा तिच्यावर प्रेम करत नसतील, पण पैशानं वा भेटवस्तूंनी त्याची भरपाई करण्याचा प्रयत्न करत असतील. मग पैसा अथवा भेटवस्तू आणि प्रेम या गोष्टींची त्या व्यक्तीच्या मनात सांगड घातली गेली असेल. त्यामुळे पैसे किंवा वस्तू स्वतःकडेच ठेवून घेणं, हे मुद्दाम घडतही नसेल. उसने घेतलेले पैसे अथवा वस्तू परत करणं म्हणजे त्या व्यक्तीला प्रेम परत केल्यासारखं वाटत असेल, जे तिला करायचं नसेल.

तुम्ही मित्र/मैत्रिणीला पैसे अथवा वस्तू उसने दिल्यात अथवा त्या व्यक्तीकडून तुम्ही त्या उसन्या घेतल्यात तर तुम्ही दोघांनीही आधीच काही मूलभूत नियम ठरवून घ्यावेत. म्हणजे ऐहिक बाबींवरून मैत्री तुटण्याची शक्यता कमी होईल.

सर्वांत पहिली गोष्ट म्हणजे या देवाण-घेवाणीबाबत लेखी स्वरूपात काहीतरी नोंद असावी.

दुसरी गोष्ट म्हणजे, तुम्ही तुम्हाला परवडत असेल तरच तुमच्या मित्र/मैत्रिणीला पैसे उसने द्यावेत. आपले पैसे कदाचित परत मिळणार नाहीतही याची पूर्ण जाणीव असावी आणि हे जर तुम्हाला मान्य असेल, तर तुम्ही पैशाच्या कारणावरून मैत्रीत बाधा येऊ देणार नाही.

ग्लोरिया यांची सूझींशी अगदी आदर्शवत् मैत्री होती. त्याबद्दल आपण याआधी

वाचलंच आहे, पण ग्लोरिया यांची आणखी एक मैत्री मात्र याच्या नेमकी उलट ठरली. जेव्हा एखाद्या मैत्रीत कटुता येते, त्या वेळी त्यामागे बरीच कारणं असतात; पण इथं मात्र एकच कारण होतं आणि तेसुद्धा अगदी स्पष्ट : पैसा.

ग्लोरियांना पूर्ण वेळ नोकरी होती. त्यांच्या मैत्रिणीनं त्यांच्यासोबत भागीदारीत व्यवसायाचा प्रस्ताव मांडला. ग्लोरिया अविवाहित आणि आत्मनिर्भर .त्यांनी व्यवसायासाठी पैसे दिले. त्यांचा नवा व्यवसाय कसातरी धडपडत सुरू होता. काही काळानं तो बंद पडला आणि ग्लोरियांचे दहा हजार डॉलर्स बुडाले. पैसाही गेला आणि मैत्रीही. ग्लोरिया सांगतात :

> *माझी आणि तिची भेट वर्गात झाली आणि आमची मैत्री जुळली. मी लोकांशी फार सहजपणे बोलते, तशाच प्रकारे या मैत्रीचीही सुरुवात झाली. आमची सहा-सात वर्षं मैत्री होती. एकदा तिनं माझ्यासोबत भागीदारीत व्यवसाय करण्याची कल्पना मांडली. तिला मी उत्तम भागीदार होऊ शकेन असं वाटत होतं. मी नोकरीच्या ठिकाणी कशा प्रकारे काम करते ते तिनं पाहिलं होतं. तिला माझ्याबद्दल विश्वास आणि खात्री होती. मी अतिशय उत्तम भागीदार ठरेन असं ती मला सतत म्हणत असायची... त्यादरम्यान या मैत्रिणीचा माझ्यावर बराच प्रभाव होता.*
>
> *ही कहाणी बरीच मोठी आहे. तिला पैशाची गरज होती म्हणून मी तिला पैसे दिले; पण मला ते खूप महागात पडलं. मला पैशाचा हिशेब आणि मित्र-मैत्रिणी... कधीच कळलं नाही. अशी अवस्था फार बिकट असते.*
>
> *त्यानंतर मी कुणाला कधीही पैसे उसने दिले नाहीत. मी एका व्यवसायात पैसे मिळवत होते आणि ते दुसऱ्यात घालवत होते. त्या वेळी माझं डोकं कुठं गहाण पडलं होतं कोण जाणे...!? पण आता मी अत्यंत सावध असते.*
>
> *मी ज्याकडे दुर्लक्ष करतेय ते मला महागात पडू शकेल असं मला काही जण कधी-कधी सावधही करतात; पण आता मात्र मी खूप सावध आहे. माझ्या ऑफिसमध्ये तर या गोष्टींसंदर्भात मी अतिशय आत्मविश्वासानं वागते. माझ्या वैयक्तिक जीवनात मला वाद नकोसे वाटतात.*

कधी कधी मित्र/मैत्रिणीकडे पैशाची मागणी होऊ शकते त्या वेळी ते देण्याचा निर्णय त्याचा/तिचा एकटीचा नसतो. त्या व्यक्तीचा जोडीदार, घरातले इतर लोक

किंवा व्यवसायातील भागीदार यांचाही निर्णय घेताना विचार करणं आवश्यक असतं.

तुम्हाला केवळ मौजेसाठी अथवा गंमत म्हणून एखादी गोष्ट वापरायची असेल तर त्यासाठी तुमच्या मित्राकडे कर्जाऊ अथवा उसनी मागू नका. एखाद्या लेखकासाठी संगणक (अथवा टंकलेखन यंत्र) किंवा संगीतकारासाठी गिटार महत्त्वाचं असतं. ते त्या व्यक्तीच्या मिळकतीचं साधन असतं वा तिच्या करिअरसाठी आवश्यक असतं. अशी वस्तू त्या व्यक्तीकडे कधीही उसनी मागू नका.

समजा तुम्हीच एखाद्या मित्र/मैत्रिणीला पैसे मागितलेत आणि तिनं तुम्हाला नकार दिला तर त्या मैत्रीवर फुली मारून टाकण्याआधी, ती व्यक्ती आर्थिकखेरीज इतर कोणत्या मार्गांनी– म्हणजे भावनिक आधार देणं वगैरे– तुम्हाला साहाय्य करू शकते का, ते पाहा. तुमच्या मनात भरलेली गाडी विकत घेण्यासाठी तुम्हाला आवश्यक असलेले ५००० डॉलर्स ती व्यक्ती कदचित तुम्हाला उसने देऊ शकणार नाही, पण ती तुम्हाला इतर गोष्टींत मदत करू शकेल. तुमच्या खिशाला परवडण्याजोगी गाडी विकत घेताना ती तुमच्यासोबत येईल अथवा तुम्हाला मिळू शकण्याजोग्या कर्जाचे पर्याय शोधायला मदत करेल, अथवा तुमच्याजवळ सध्या वाहन नसेल तर तुम्हाला वेळोवेळी तिच्या गाडीतून नेईल.

मत्सर आणि हेवा

'Schadenfreude' हा जर्मन शब्द दोन शब्दांनी बनला आहे : Schaden म्हणजे 'डॅमेज' अथवा हानी आणि Freude म्हणजे 'जॉय' अथवा आनंद. लिझ स्मिथ यांच्या स्तंभात मी हा शब्द पहिल्यांदा वाचला. त्यांनी त्याची व्याख्या अशी केली होती : 'तुमचे मित्र व परिचित यांना अपयशी होताना पाहण्यातला थरार. तो संपूर्ण समाजात दिसतो.'

ही गोष्ट काही लोकच मान्य करतील, पण मत्सर हा विनाशकारक वा नकारात्मक मैत्रीतला महत्त्वपूर्ण घटक असतो. प्रत्येक मैत्रीत काही प्रमाणात मत्सर असतोच, पण हा मत्सर तीव्र प्रमाणात कधी असतो? मैत्रीत- विशेषतः नकारात्मक वा विनाशकारक मैत्रीत- मत्सर निर्माण होण्याची कारणे कोणती... जर तुमच्या मित्र/मैत्रिणीला तुमच्या यशाचा मत्सर वाटत असेल तर ती व्यक्ती खरी मित्र/मैत्रीण आहे का... अशा व्यक्तींशी मैत्री तोडणं याखेरीज दुसरा कुठला मार्ग नाही का... या मत्सरावर काही उपाय आहे का... या मैत्रीतली मत्सराची धग कमी करण्यासाठी तुम्ही तुमच्या वागण्यात काही बदल करू शकता का... असाल तर कोणते...

केवळ तुमच्या मित्र/मैत्रिणीला तुमच्याबद्दल किंवा तुम्हाला त्याच्या/तिच्याबद्दल मत्सर वाटतो या कारणामुळे तुम्ही मैत्री तोडून टाकण्याची आवश्यकता नाही.

कधी-कधी अगदी जवळच्या मित्र/मैत्रिणींनासुद्धा तुमचा मत्सर वाटू शकतो. खरं तर ज्यांना कधीतरीच मत्सर वाटतो, अशा व्यक्तींना मित्र म्हणता येईल. एका कारखान्याच्या मनुष्यबळविकास विभागाच्या संचालकांनी म्हटलं आहे की, 'प्रत्येक माणसाला- अगदी तुमच्याविषयी अत्यंत काळजी, आस्था व ममत्व असलेल्या व्यक्तींनासुद्धा राग आणि मत्सर या भावना असणार हे लक्षात घ्या. तुम्हाला स्वतःचा नव्हे, तर त्यांचा 'अजेंडा' समजून घ्यावा लागेल.'

हा मत्सर का निर्माण होतो याचा विचार करा- तुमच्या मित्राच्या जीवनात असं काय आहे ज्यामुळे मत्सर निर्माण होत आहे हे समजून घ्या, आणि या मत्सरी भावना तुमच्या मित्र/मैत्रिणीबद्दल काही व्यक्त करतात; मैत्रीबद्दल नव्हे, हे समजून घेण्याचा प्रयत्न करा.

लक्षात ठेवा, हा मत्सर 'तुमच्या'बद्दल नसतो. तुमच्या यशानं किंवा उदाहरणानं दुसऱ्याच्या मनात उठलेल्या खळबळीमुळे त्या व्यक्तीला तुम्हाला वाईट वाटावं असं वाटत असतं. त्या व्यक्तीला तुमच्यामुळे स्वतःच्या अपुरेपणाची भावना ग्रासून येते आणि तुमची भीतीही वाटते. त्यामुळे त्या क्षणी ती व्यक्ती तिला शक्य असलेली एकमात्र गोष्ट करते... ती सूड घेऊ पाहते. मग ती तुमच्यावर टीका करते, तुमच्यापासून दूर जाते, तिच्या तोंडून तुमच्याबद्दल चांगला शब्द बाहेर पडत नाही, ती तुमच्याकडे दुर्लक्ष करते, ती तुमच्या कामगिरीचं अवमूल्यन करते... तिला जसं स्वतःबद्दल वाईट वाटत असतं, तसं तुम्हालाही तुमच्याबद्दल वाईट वाटावं असा तिचा प्रयत्न असतो.

तुम्ही त्या व्यक्तीची ही वृत्ती बदलू शकत नाही. समजा तुमची मैत्री 'कॅज्युअल' असेल तर तुम्ही त्या व्यक्तीच्या तोंडाला लागण्यापेक्षा तिचा विचार करू नये, हे उत्तम. कारण प्रत्यक्ष वादावादीचे भलतेच परिणाम होऊ शकतात आणि त्यामुळे सूडभावना निर्माण होऊ शकते.

मात्र जर हा मित्र/मैत्रीण अगदी जिवलग वा खास असेल, तर मात्र मत्सराच्या उद्रेकांमधून मार्ग काढण्याचं साधन म्हणून या वादाकडे पाहा. ही मैत्री त्यासाठी तितका वेळ व श्रम घेण्याच्या लायकीची आहे का, याचा विचार करा. तुम्ही तुमच्या मित्राशी घडणाऱ्या गोष्टींबद्दल संवाद करू शकता. उदाहरणार्थ, तुम्हाला आत्ता बढती किंवा एखादं बक्षीस मिळालं आहे; पण तुमचा जिवलग वा खास मित्र तुम्ही जे आनंदानं सांगत आहात त्याकडे दुर्लक्ष करत आहे किंवा तुम्हाला अपेक्षित उत्साह दाखवत नाहीये, ही गोष्ट तुम्ही त्याला सांगा.

'मी तुला जे सांगितलं त्यामुळे तुझ्या अवस्थेबद्दलच्या तुझ्या भावना उचंबळून आल्या असतील तर तुला त्याबद्दल बोलायचं आहे का? त्यामुळे तू माझं उत्साहानं अभिनंदन करत नाहीयेस का? तू माझा खास जवळचा मित्र असल्यामुळे तुझ्याकडून

जे कौतुक ऐकायला मिळेल असं मला वाटत होतं, ते याच कारणामुळे मिळत नाहीये का?''

तुमच्या या पवित्र्यामुळे तुमचा मित्र त्याच्या मनातलं बहुधा बोलून दाखवेल. कदाचित तो असं म्हणेल, ''अर्थातच, तुझ्या यशाचा मला आनंद आहेच, पण त्यामुळे माझ्या मनात येतं, मी आयुष्यात काय केलं?''

अशा प्रकारचा संवाद घडण्याचा फायदा असा की, तुमचं भाग्य व तुमच्या जवळच्या मित्राची त्याबद्दलची असमाधानकारक प्रतिक्रिया यांतून 'मी विरुद्ध तू' असा संघर्ष निर्माण होणार नाही.

जर या गोष्टींकडे लक्ष दिलं गेलं नाही तर या वादाच्या ठिणगीचा भडका उडू शकेल किंवा त्याहूनही वाईट म्हणजे, संबंध दुरावतील आणि अखेर मैत्री तुटेल.

पण तुम्हीच जर संवाद सुरू केलात, तर 'तूच विषय काढलास ते बरं झालं' अशी त्या व्यक्तीची प्रतिक्रिया येऊ शकेल.

'माझ्या या अवस्थेबद्दल मला तुझ्याशी बोलावंसं वाटत होतं; पण तुझं सध्या सगळं इतकं छान चाललंय की, तुझ्या काही लक्षात आलं आहे असं मला वाटलं नाही. माझ्या नैराश्याबद्दल बोलून मला तुझ्या आनंदाच्या फुग्याला टाचणी लावून, तुला जमिनीवर आणायचं नव्हतं.'

अशा परिस्थितीबाबत चर्चा करण्यानं, तुम्ही तुमच्या मित्राच्या वृत्तीत व वागण्यात बदल घडण्यास साहाय्यभूत होऊ शकता. तुम्ही दोघंही जाणीवपूर्वक विचार करून, त्यातून शिकू शकता व सुधारणा घडवू शकता.

मात्र तुम्ही जर मित्राला, 'तू जळतोयस' असं म्हणालात, तर तो 'मूर्खासारखं बोलू नकोस!' असं उत्तर देईल.

तुम्ही कुणालाही त्याच्या इच्छेविरुद्ध त्याच्या अंतर्मनात डोकावायला लावू शकत नाही. नकार ही जबरदस्त बचावात्मक यंत्रणा असते. आपण ही मैत्री सुरू ठेवायची की नाही, हा निर्णय तुम्हीच घ्यायचा आहे. या मित्राच्या मत्सराकडे दुर्लक्ष करायचं का? कारण त्याचा तुमच्याशी काहीच संबंध नसतो आणि विशेषतः हा तात्कालिक परिणाम असेल तर त्याकडे दुर्लक्ष करायचं का, हे तुम्हीच ठरवायचं आहे.

बत्तीस वर्षीय मिरान्डा ग्रंथपाल आहेत. त्या विवाहित असून, त्यांना आठ वर्षांचा मुलगा आहे. त्यांची एक बालपणापासूनची मैत्रीण आहे. त्या दोघी बरोबरच लहानाच्या मोठ्या झाल्या. ती मैत्रीण आजही 'त्यांच्यावर जळत असते.' या मैत्रिणीचा असा मत्सरी स्वभाव माहीत असूनही मिरान्डांनी तिच्याशी मैत्री ठेवली आहे. त्या म्हणतात, ''ती नेहमी सांगते, जे माझ्याजवळ आहे पण तिच्याजवळ नाही, त्याबद्दल तिला माझा कायम हेवा वाटत असे.''

पंचवीस वर्षीय डेलनंसुद्धा तिच्या खास मैत्रिणीच्या मत्सरीपणाकडे दुर्लक्ष

करण्याचा मार्ग निवडला आहे. या मैत्रिणीशी डेलची बालपणापासून मैत्री आहे. डेल सांगतात त्यानुसार 'ती अगदी बहिणीसारखी आहे.'

डेल सांगतात, ''आम्ही तिच्या मत्सरीपणाचा आमच्या मैत्रीवर कधीही परिणाम होऊ दिला नाही.''

ही खास मैत्रीण काय करायची?

खासकरून त्या पंधरा ते बावीस वर्षांच्या होत्या त्या काळात डेल ज्या कुणाबरोबर बाहेर जात असे, त्याच्याबद्दल ती कुजकी शेरेबाजी करत असे.

पण नंतर ती डेलची माफी मागून हे केवळ मत्सरापोटी बोलल्याचं कबूल करत असे.

कदाचित या मैत्रिणीनं मत्सरीपणाची कबुली दिल्यामुळे असेल किंवा डेलच्या क्षमाशील वृत्तीमुळे किंवा या दोन्ही गोष्टींमुळे असेल; पण त्यांची मैत्री टिकून राहिली आहे व बहरली आहे.

डेल सांगतात, ''मी तिच्या वाईट गोष्टींकडे दुर्लक्ष करून फक्त तिच्या चांगल्या गोष्टी लक्षात घ्यायला शिकले आहे. त्यामुळेच आम्ही पंचवीस वर्षं अगदी जिवलग मैत्रिणी आहोत.''

मत्सरीपणा हा गुण सर्रास दिसतो का?

माझ्या सर्वांत ताज्या मैत्रीविषयक सर्वेक्षणात १८० लोकांपैकी १३६ लोकांनी 'तुमच्या कॅज्युअल, जवळच्या अथवा खास मित्र/मैत्रिणीनं तुमचा कधी मत्सर केला आहे का?' या प्रश्नाचं उत्तर दिलं आहे. त्यापैकी ८५ लोकांनी (६२ टक्के) या प्रश्नाचं उत्तर होकारार्थी दिलं असून, ५१ लोकांनी (३८ टक्के) 'नाही' उत्तर दिलं आहे.

ज्या लोकांनी या प्रश्नाचं 'होय' असं उत्तर दिलं आहे, त्यांपैकी ५६ जणांनी त्याचं असं वाटण्याचं कारणही दिलं आहे. या कारणांची सर्वसाधारणपणे चार विभागांत वर्गवारी करता येईल :

- एखाद्या भौतिक अथवा ठोस महत्त्वाच्या गोष्टींमुळे वाटणारा मत्सर. म्हणजे ती गोष्ट यांच्याकडे होती पण त्यांच्या मित्र/मैत्रिणीकडे नव्हती. उदाहरणार्थ पैसा, करिअरमधील यश, विवाहित असणं/नसणं किंवा प्रवास करण्याची क्षमता : २२.
- तुमच्या इतर कुठल्या नात्यांबद्दल वा तुम्ही दुसऱ्या व्यक्तीसोबत (प्रेमी वा इतर मित्र/मैत्रिणींसोबत) वेळ व्यतीत करण्यामुळे वाटणारा मत्सर : १६.
- तुम्ही अधिक मोहक असल्यामुळे वाटणारा मत्सर. त्यापैकी तिघांना वजन या मुद्द्याबद्दल असूया होती : ९.
- व्यक्तिमत्त्वामुळे निर्माण होणारा मत्सर म्हणजे तुम्हाला लोकांशी सहज

संवाद साधता येणं, बुद्धिमत्ता किंवा मैत्रीपूर्ण, मिळून मिसळून राहणारं व्यक्तिमत्त्व असल्यामुळे तुमचा मत्सर वाटणं : ९.

मित्रांना मत्सर वाटण्याची ही कारणं पाहिली की, एका मित्राला दुसऱ्या मित्रापेक्षा आपण कमी आहोत असं वाटणं किंवा एका मित्राला हवीहवीशी वाटणारी गोष्ट दुसऱ्या मित्राजवळ असणं याबद्दलच्या समजुतीमुळे- मग ती कितीही निराधार असली तरी- मैत्रीत मत्सर निर्माण होतो, हे स्पष्ट होतं.

'तुम्हाला तुमच्या कॅज्युअल, जवळच्या अथवा खास मित्राचा कधी मत्सर वाटला नाही का' हा प्रश्न मी त्या लोकांना विचारला नाही. तो विचारला असता तर मला त्यांच्या उत्तरांची तुलना करता आली असती आणि त्यातील विरोधाभासही जाणून घेता आला असता.

कुटुंब अथवा प्रेमसंबंधांशी संबंधित तीव्र नापसंती

मी 'सिंगल इन अमेरिका' या माझ्या पुस्तकासाठी मुलाखती घेत होते तेव्हा बरेच अविवाहित स्त्री-पुरुष त्यांना त्यांच्या विवाहित मित्र/मैत्रिणीच्या प्रणयरम्य नात्याबद्दल तसंच ते वाढवत असलेल्या मुलांबद्दल किती हेवा वाटतो, हे सांगत असत. पण अविवाहित मित्र/मैत्रिणींना जे स्वातंत्र्य लाभतं त्याचा हेवा वाटतो, असंही अनेक विवाहित स्त्री/पुरुषांनी माझ्यासमोर कबूल केलं आहे. एखाद्या व्यक्तीला त्याच्या मित्राचं कुटुंब अथवा प्रेमसंबंध याबद्दल जो हेवा वाटतो, तो अधिककरून त्यांच्या सुखामुळे. या मत्सरी मित्रापेक्षा त्यांची परिस्थिती अधिक चांगली आहे, असं वाटत असतं.

एक मित्र दुसऱ्या मित्राच्या नात्यांबद्दल तीव्र नापसंती व्यक्त करतो तेव्हा त्याला खरं काय म्हणायचं असतं, याचे दोन भाग पडतात. पहिला– एका मित्राच्या नातेसंबंधांबद्दल दुसऱ्या मित्राला वाटणारा मत्सर. दुसऱ्या मित्राला अशी नाती हवीहवीशी वाटत असतात. बऱ्याचदा मत्सर प्रेमसंबंध अथवा मुलंबाळं यांच्याशी निगडित असला तरी, तो कोणत्याही जिवलग नात्याबद्दलचा असू शकतो. ज्या व्यक्तीला असं नातं लाभलेलं नाही, त्या व्यक्तीला त्याबद्दल हेवा वाटू शकतो. उदाहरणार्थ, इतक्या वर्षांत मी आणि माझी आई खूप जवळ आलो आहोत; पण मी विशीची होते त्यादरम्यान आमच्या दोघींमध्ये खूप अंतर होतं. मला त्याचं फार वाईट वाटायचं. त्यादरम्यान एखादी तरुण मुलगी आईसोबत डिपार्टमेंटल स्टोअरमध्ये खरेदी करत आहे असं दृश्य पाहिलं की मला हेवा वाटायचा; एखाद्या मैत्रिणीची व तिच्या आईची खास गट्टी पाहिली किंवा त्या दोघींनी मिळून कशी मजा केली, असं काही ऐकलं की मी अगदी जळायचे.

लिंडा श्वसनरोग चिकित्सक आहेत. त्या विवाहित असून त्यांना एक कॉलेजवयीन मुलगा आणि चौदा वर्षांची एक मुलगी आहे. (प्रकरण दोनमध्ये लिंडांनी इ-मेलमुळे त्यांची एक मैत्री कशी तुटली याबद्दल सांगितलं आहे.)

लिंडांनी त्यांच्या एका मैत्रिणीला वाटणाऱ्या मत्सराबद्दल सांगितलं. त्यांची ही मैत्रीण अविवाहित आहे. तिला अपत्य नाही. लिंडांचं त्यांच्या मुलीबरोबरचं नातं पाहून या मैत्रिणीला त्यांचा प्रचंड हेवा वाटतो.

आमची दोघींची गेल्या तीस वर्षांची उत्तम मैत्री आहे. ती एकटीच असते. तिनं लग्न केलेलं नाही. तिला मुलं नाहीत. एकदा तिनं मला फोन करून आपण दोघी एका कार्यक्रमाला जाऊ या का, असं विचारलं. मी तिची 'बेस्ट फ्रेंड' आहे. मी तिला मला तिथं जाण्यात रस नसल्याचं सांगितलं, तर तिनं केवढा तमाशा केला–

"आपण कधीच काही करत नाही. फक्त आपण बाहेर जातो आणि खातो."

पण मी माझ्या मैत्रिणीशी पस्तीस वर्षं अशीच वागत होते. मला नेहमी असंच आवडायचं. जर मला सिनेमाला जायचं असेल तर मी एकटी जायचे. जर मला व्यायाम करायचा असेल, तर मी एकटी जायचे. माझ्या मैत्रिणींसोबत मला फक्त गप्पाटप्पा, खाणंपिणं किंवा कॉफी एवढंच आवडायचं.

'हे सगळं इतकी वर्षं तुला माहीतच आहे. तरी तू का रागावत आहेस?'

"पण तू हे सगळं तुझ्या मुलीसोबत करतेस."

"माझी आई माझी बेस्ट फ्रेंड होती (दोन वर्षांपूर्वी लिंडाच्या आई निवर्तल्या.) आता माझी मुलगी माझी बेस्ट फ्रेंड आहे. हो, मी माझ्या मुलीसोबत खरेदीला जाते, मी तिच्यासोबत काहीही करणं वेगळी गोष्ट आहे."

"तू तुझ्या मुलीला वेळ देण्याच्या नादात आपल्या मैत्रीला देण्याचा वेळ कमी करत आहेस."

हे ऐकून मी हतबुद्ध झाले.

"माझी मुलगी माझी किती लाडकी आहे, माझं तिच्यावर किती प्रेम आहे ते तुला माहीत आहे, पण त्याचा आपल्या मैत्रीशी काडीमात्र संबंध नाही. तरी तुला माझ्या मुलीचा मत्सर वाटतो?"

"मी फक्त इतकंच म्हणतेय की आपण बाहेर जाऊ या, काहीतरी

करू या.''

''माझ्या लेखी आपल्या मैत्रीची काय किंमत आहे ते तीस वर्षांनी मी तुला सिद्ध करून दाखवायची गरज नाही. ते तुला माहीत नाही का? जर मला ते सिद्ध करावं लागणार असेल तर आपली मैत्री संपली. मी नेहमी असंच वागते ही गोष्ट तू सोडून देऊ शकत नसशील तर त्याचं मला फार वाईट वाटेल. मी तुला ते चतुराईनं सांगण्याचा प्रयत्न करत होते; पण तू तर मी माझ्या मुलांना जो वेळ देते त्यावरच आक्षेप घेतलास. मी माझ्या मुलीला जो वेळ देते तोच काढून दाखवलास.''

त्यावर ती रडू लागली, मग मी तिची समजूत घातली.

''माझं तुझ्यावर प्रेम आहे हे तुला माहीत आहे. तू माझी चांगली मैत्रीण आहेस. माझं तुझ्यावर प्रेम आहे हे मी सिद्ध करू शकत नाही. हे म्हणणं माझ्या नवऱ्यासारखंच होतंय की, तू माझ्याबरोबर 'फाइट्सना' येत नाहीस म्हणजे तुझं माझ्यावर प्रेम नाही.''

तेव्हापासून ही मैत्री माझ्या दृष्टीनं कायमची बदलली.

ती मला विचारते, ''आपण जेवायला अथवा कॉफीच्या निमित्तानं बाहेर जायचं कां?'' मी म्हणते, ''हो'' त्याप्रमाणे कधीतरी मी जातेही. माझ्या मनात ती जे काही बोलली त्याबद्दल नापसंती आहे आणि मला वेळही नसतो. मी माझ्या मतावर ठाम आहे. भेटायचं तर जेवणाच्या अथवा कॉफीच्या निमित्तानं. आमच्या मैत्रीमध्ये बाकी काही फरक पडला आहे असं वाटत नाही. फक्त मला आमच्या दोघींतलं अंतर थोडंसं वाढलंय असं वाटतं. अर्थात मला असं वाटतं. तिला वाटतं की नाही, माहीत नाही. तिला वाटत असेल, असंही मला वाटत नाही. माझ्या मनात मात्र तिच्याबद्दल प्रेम आहे... आमचं नातं आता पूर्वीसारखं राहिलं नाही तरी मला तिच्याबद्दल खूप आपुलकी आहे.

माझ्या मनात त्यांच्या मैत्रीचा विचार आला. त्या दोघी एकत्र काम करत होत्या तेव्हा म्हणजे तीस वर्षांपूर्वी त्यांची ओळख झाल्याचं लिंडांनी सांगितलं. त्या वेळी ही मैत्रीणसुद्धा श्वसनरोग चिकित्सक होती. काही वर्षांनी तिनं ही नोकरी सोडली आणि ती ग्रंथपाल झाली. लिंडांचा मित्रपरिवार बराच मोठा होता. या मैत्रिणीचं मात्र तसं नव्हतं. साडेतीनशे पौंड वजनाची ही मैत्रीण अतिशय गप्प गप्प राहणारी, अतिशय बुजरी, खिन्न आणि एकाकी असायची.

लिंडा सांगत होत्या, ''माझा मित्रपरिवार बराच मोठा होता. मी तिला आमच्या गटात घेतलं आणि तिला मित्र-मैत्रिणी मिळवून दिल्या. ती मला आवडली आहे

म्हणजे तिच्यात काहीतरी असणार असं इतरांना वाटलं.''

ही मैत्री अशा प्रकारे सुरू झाल्यामुळे, आपल्या मुलीबद्दल मैत्रिणीला वाटणारा मत्सर पाहून लिंडा अवाक् झाल्या.

त्या म्हणतात, ''मी तुझ्यासाठी इतकं केलं आणि तू माझ्याच मुलीवर जळत आहेस... असा विचार माझ्या मनात आला. आता ती जिथं राहते तिथं तिला मैत्रिणी आहेत, तिला बऱ्याच मैत्रिणी आहेत, मग ती माझ्याकडून आणखी अपेक्षा का करतेय?''

मी लिंडांना विचारलं की, या मैत्रिणीनं तुमच्याशी कसं वागायला हवं होतं असं तुम्हाला वाटतं म्हणजे तुम्हाला इतका राग आला नसता?

त्यावर त्या म्हणाल्या,

> *माझं माझ्या मुलीशी जे जिवलग नातं आहे त्याबद्दल या मैत्रिणीनं मला अपराधाची टोचणी द्यायला नको होती आणि माझ्या मुलीबद्दल वाटणारा मत्सरही व्यक्त करायला नको होता. 'तुझ्यावर घरच्या बऱ्याच जबाबदाऱ्या आहेत. तुला तुझ्या मुलीचा सहवास हवा असतो. पण आपल्याला वेळ कमी मिळतो, हे मला कळतंय,' असं तिनं म्हणायला हवं होतं. 'तुला मुलीचं किती कौतुक आहे आणि तुमची किती खास गट्टी आहे ते मला माहीत आहे,' असं न म्हणता ती म्हणाली, 'मला हे अजिबात आवडत नाही. तुझी मुलगी तुला माझ्यापासून लांब नेतेय असं मला वाटतं.'*
>
> *हे बघा, बाकी काहीही करा; पण माझ्या मुलांवर यायचं नाही.*

एका तीस वर्षीय युवतीनं मत्सरापायी एका खास मैत्रीची अखेर केली. ही युवती मानववंशशास्त्राची पदवीची विद्यार्थिनी होती. आधी तिच्या या खास माजी मैत्रिणीला मत्सर होता तो ही विवाहित असल्याचा. त्या मैत्रिणीला 'डेट' मिळत नव्हती. त्यानंतर या युवतीनं लग्नानंतर दहा वर्षांनी घटस्फोट घेणार असल्याचं सांगताच ही मैत्रीण उसळलीच.

ही युवती सांगत होती : ''मी इतकं मौल्यवान व नशिबानं लाभलेलं नातं का तोडायला निघालेय हे तिला कळत नव्हतं. (मग माझ्यासाठी व माझ्या नवऱ्यासाठी या लग्नबंधनात किती का मोठ्या अडचणी आणि असमाधान असेना!) तिनं मला तासभर यावर उपदेशाचे डोस पाजले. तेव्हापासून आमच्यात पूर्वीचे भावबंध उरले नाहीत.'' एके काळच्या या खास मैत्रिणीबद्दल ती आता 'फक्त ओळख आहे' असं म्हणते.

स्पर्धा

मत्सर आणि हेव्यामुळे परिस्थिती हाताबाहेर जाऊ शकते; पण थोडी स्पर्धा सगळ्या नात्यांमध्ये अपेक्षित असते व ती सामान्य गोष्ट असते. समाजशास्त्रज्ञ ज्याला 'संदर्भसमूह' म्हणतात, त्याची ही स्वाभाविक निष्पत्ती असते. तुम्ही स्वतःचंच मूल्यमापन करण्यासाठी या समूहाचा उपयोग करत असता. असा संदर्भसमूह तुमच्या मित्रमंडळीतच असू शकतो. गटातील इतर मित्र/मैत्रिणींशी स्वतःची तुलना करणारी एखादी व्यक्ती अथवा कॉर्पोरेट क्षेत्रातील मुख्य कार्यकारी अधिकारी व्यक्तींशी तुलना करणारी उद्योगातील बड्या स्थानावरची व्यक्ती– जिची त्या व्यक्तींच्या गटात सहभागी होण्याची इच्छा असते.

अशी स्पर्धा जोवर काही प्रमाणातच असते आणि ती दुष्ट, आकसयुक्त किंवा प्रमाणाबाहेर गेलेली नसते तोवर ती प्रेरक असू शकते. तुम्हाला जी गोष्ट हवी असते, तीच गोष्ट मिळवण्याची आस असलेल्या व्यक्तीला तुमच्या यशाचा हेवा वाटत नाही किंवा तुम्हाला त्या व्यक्तीचा हेवा वाटत नाही, तोवर मैत्री ताणली जात नाही. पण ही स्पर्धा प्रमाणाबाहेर गेली, तर एक मित्र दुसऱ्या मित्राच्या सातत्यपूर्ण यशाचा आनंद कडू करण्याचे अथवा त्याचं यश कमी लेखण्याचे प्रयत्न करू शकतो, म्हणजे त्याचं यश लक्षातच आलं नाही असं दाखवणं किंवा स्पर्धेतून माघार घेणं. 'नाहीतरी इथं मोठं घर कुणाला हवंय; साफसफाईचं काम वाढवायला!' किंवा 'खरोखर इच्छा असेल तर हे कुणीही करू शकेल' अशी वाक्य म्हणजे 'कोल्ह्याला द्राक्षं आंबट'चा प्रकार असतो.

गर्विष्ठपणा

आपण मत्सर व हेवा या मुद्द्यांवर चर्चा केली, त्यामध्ये अशा मत्सरी मित्र/मैत्रिणीशी संबंध येतो तेव्हा तिला समजून घेतलं पाहिजे किंवा माफ केलं पाहिजे, या दृष्टीनं विचार केला; पण गर्विष्ठपणा- मग तो तुमचा असो वा इतरांचा- इतरांच्या मनात मत्सराची व सुडाची भावना निर्माण करू शकतो, मैत्री तोडू शकतो. गर्विष्ठपणा म्हणजे प्रचंड अहंकार आणि आत्मप्रौढी. या स्वभाववैशिष्ट्यामुळे एखादी व्यक्ती मैत्री तोडते. मी इतक्या वर्षांत अनेक नामवंत व अत्यंत यशस्वी स्त्री-पुरुषांच्या मुलाखती घेतल्या आहेत. त्यामध्ये मला दिसून आलं आहे की, ज्या व्यक्ती अत्यंत सामर्थ्यसंपन्न असूनही ज्यांना मित्र-मैत्रिणी आहेत, त्या व्यक्ती नम्र व जुळवून घेणाऱ्या आहेत; बढाईखोर नाहीत.

एकदा अशी गर्विष्ठ वृत्ती लक्षात आली की, मित्र/मैत्रिणी जवळ येण्याऐवजी दूर जातात. स्वतःमधला गर्विष्ठपणा लक्षात येणं अवघड असतं, कारण माणूस

जेव्हा यश व कीर्तीच्या शिखरावर पोहोचतो तेव्हाच बऱ्याचदा हा स्वभावविशेष प्रकट होतो. या यशाचा थरार अनुभवताना व खुशामत होत असते अशा वेळी हे सगळं कायम राहणार नाहीये, ही गोष्ट लक्षात राहणं अवघडच असतं. पण जेव्हा सगळे फोन येणं बंद होतं आणि चाहत्यांच्या पत्रांची संख्या रोडावते, तेव्हा काळाच्या कसोटीवर सिद्ध झालेले मित्र/मैत्रिणीच तुमच्या सोबत उरतात. तुम्हाला इतका भाव होता तेव्हाही ते तुमच्यासोबत होते आणि कायमच तुमच्यासोबत राहतील; फक्त तुम्हाला प्रसिद्धीचं वलय असेल तेवढ्या काळापुरतंच नाही.

जर तुमच्या स्वतःमध्ये अथवा तुमच्या परिचयातल्या कुठल्या व्यक्तीमध्ये गर्विष्ठपणा आहे असं लक्षात आलं, तर तुम्ही हा त्या व्यक्तीमध्ये काही काळापुरतं डोकं वर काढलेला स्वभावविशेष आहे– एखादं बक्षीस जिंकल्यामुळे किंवा मोठा लाभ झाल्यामुळे– अशा प्रकारे परिस्थितीत अचानक बदल घडल्यामुळे झालेली प्रतिक्रिया आहे, या गोष्टी विचारात घ्या. पण काही दिवस, काही आठवडे उलटल्यानंतरही त्या व्यक्तीचं वागणं पूर्ववत नम्र झालं नाही, तर मात्र त्या व्यक्तीच्या मूळ व्यक्तिमत्त्वाचं पुनर्मूल्यमापन गरजेचं आहे.

संताप

मत्सर व हेवा आणि संताप हातात हात घालून चालतात. या ताकदवान भावनांमागे- बऱ्याचदा याच भावना मैत्री तुटण्याचं कारण असतात- संताप असतो, एखाद्या मित्राला त्याची काही चूक नसताना दुसऱ्या व्यक्तीनं कमी लेखण्याचा राग असतो. स्वतःचा राग येण्याऐवजी किंवा त्या रागातून स्वतःमध्ये बदल घडवणं किंवा प्रगती करणं अशा प्रकारची सकारात्मक कृती घडवण्याऐवजी तो राग मित्र/मैत्रिणीवर काढला जातो. अशा प्रकारची मत्सर व संतापाची भावना तुमच्या मित्राच्या मनात तुमच्याबद्दल अथवा तुमच्या मनात तुमच्या मित्राबद्दल असू शकते.

या पुस्तकासाठी केलेल्या १८० सर्वेक्षणांपैकी ३० सर्वेक्षणांमध्ये मी प्रश्नावली दिल्या होत्या. त्यात १०४ प्रश्न होते. त्यामध्ये एक प्रश्न होता : 'तुम्ही तुमच्या मित्राच्या बाबतीत आजवर केलेली सर्वांत वाईट गोष्ट कोणती?'

तीस प्रतिसादकांनी या प्रश्नाला दिलेल्या उत्तरांमध्ये मला असं जाणवलं की, त्यांच्या हातून मित्र/मैत्रिणीच्या बाबतीत घडलेल्या अन्यायाबद्दल त्यांना अखेर सांगावंसं वाटलं; विश्वासानं मन मोकळं करावंसं वाटलं. या सर्वेक्षणाच्या निमित्तानं त्यांना अनेक वर्षं मनात टोचणी देणाऱ्या स्वतःच्याच वागण्याबद्दल कबुली द्यावी वाटली.

या प्रश्नाला काही व्यक्तींनी दिलेली उत्तरं अशी :

- 'मी मूठभर गोळ्या घेतल्या आणि सकाळी उठते की नाही याची त्याला

काळजी लावली होती.' (४६ वर्षांची विवाहित माता)

- 'त्याला ज्या मुलीत इंटरेस्ट होता, तिच्याशी मी 'फ्लर्ट' केलं.' (२८ वर्षीय अविवाहित ट्रक ड्रायव्हर.)
- 'चारचौघांत त्यांची टर उडवली.' (बेचाळीस वर्षीय विवाहित शिक्षक)
- 'मला स्वतःला काय वाटतंय हेच कळत नव्हतं, पण मी मनातला हा गोंधळ प्रामाणिकपणे कबूल करत नव्हते, त्यामुळे इतर सगळ्या लोकांना आनंद देण्याचा प्रयत्न करत होते. या प्रयत्नांत मी काहींना मूर्ख बनवलं आणि स्वतःलाही. जवळच्या मैत्रीतही असंच घडलं. जर वाद झाला तर मी म्हणायचे, 'अर्थातच आपण मैत्रिणी आहोत. मला तुमच्याशी मैत्री हवी आहे.' नंतर माझ्या मनात आलं की, हे खरं होतं का? माझ्या वागण्यातून तर तसं अजिबात दिसत नव्हतं. अशा प्रकारे मी काही वर्षांपूर्वी काही जणींना दुखावलं... माझं खूप चुकलं, पण आता मी असा विचार अजिबात करू शकत नाही.' (४७ वर्षीय अविवाहित परिचारिका.)

'तुम्ही तुमच्या मित्राच्या बाबतीत आजवर केलेली सर्वांत वाईट गोष्ट कोणती?' या प्रश्नाचं उत्तर देणं म्हणजे आपल्या मित्रांबद्दल आपल्याला वाटलेला राग जाणून घेणं आहे, तसंच त्या व्यक्तींना तुमचा किती राग आला असेल हेही समजून घेणं होय.

असं वागणं म्हणजे मैत्रीचा विश्वासघात आहे किंवा असा विश्वासघात म्हणजे राग दाखवण्याची चुकीची पद्धत आहे, हे समजून घेणं अतिशय महत्त्वाचं आहे. आपल्यापैकी काहींनाच राग थेट व सरळ साध्या पद्धतीनं कसा व्यक्त करायचा, हे शिकवलेलं असतं. उलट, आपल्याला रागावू नये, गप्प बसावं, राग गिळावा, दुर्लक्ष करावं, राग दाखवू नये असंच शिकवलेलं असतं. 'मला राग आला आहे,' हे सांगण्या-ऐवजी आणि ज्या लोकांचा राग आला आहे त्यांना त्याबद्दल सांगून प्रश्न सोडवण्याऐवजी राग गिळत राहण्यानं मैत्री तुटते. अशा वेळी राग एखाद्या कृतीतून व्यक्त केला जातो; तो रागाचा थेट उद्‌गार नसतो, पण त्याच्या जागी आलेली गोष्ट असते.

माणूस राग का व्यक्त करत नाही? कारण त्याला भीती वाटत असते की, आपण राग व्यक्त केला तर बाकीचे आपल्याला सोडून जातील, गायब होतील, आपल्याला नाकारतील, आपल्याला टाळतील. खरं तर रागाच्या भरात, विश्वासघातकी कृत्यं करण्यानं त्या व्यक्तीला नाकारलं जाणारच असतं; पण राग व्यक्त करताना मनात सर्वांत पहिला विचार येतो तो आपण नाकारले जाण्याचा.

या दुष्टचक्रातून बाहेर कसं पडायचं? 'द अँग्री बुक'मध्ये मानसोपचारतज्ज्ञ थिओडोर आयझॅक रुबिन यांनी सांगितल्याप्रमाणे ही भावना स्वीकारा आणि रागाचं

शाब्दिक रूप निरोगी, सकारात्मक समजा. या पुस्तकाच्या अखेरीस डॉ. रुबीन यांनी 'राग' या विषयासंदर्भात १०३ प्रश्न विचारले आहेत, त्यांपैकी काही प्रश्न :

(१५) रागाचा प्रेमाशी जवळचा संबंध असतो आणि तुम्ही ज्यांच्यावर प्रेम करता, त्यांच्यावरच नेहमी रागावता, याची तुम्हाला जाणीव आहे का? प्रेम आणि राग या गोष्टी वेगवेगळ्या उरत नाहीत. तुम्ही त्याच लोकांवर प्रचंड संतापता आणि प्रेमही करता, कारण तुम्हाला त्यांच्यासाठी सर्वोत्तम गोष्टी हव्या असतात.

(१६) आपल्याला काय वाटतंय तेच न कळणं ही सगळ्यात धोकादायक गोष्ट असते, याची तुम्हाला जाणीव आहे का? स्वतःचा राग मान्य करणं, आपण कोण आणि काय आहोत हे उमजण्यासारखं आहे.

पण एखादा माणूस तुमच्यावर रागावला तर काय?

त्यामुळे आपण बेचैन होतो; आपली पहिली स्वाभाविक प्रतिक्रिया म्हणजे तो राग व्यक्तिशः लावून घेणं. तसं करण्याआधी तुम्ही स्वतःलाच एक प्रश्न विचारा - माझा मित्र/मैत्रीण खरंच माझ्यावर रागावली आहे, की तो/ती दुसऱ्या कुणावर तरी रागावली आहे आणि तो राग माझ्यावर काढत आहे? दुर्दैवानं, जेव्हा एखादी व्यक्ती आपल्यावर रागावते तेव्हा आपण शांत व सावध वृत्तीनं त्या रागाच्या मूळ कारणापर्यंत पोहोचण्याऐवजी, आपणही रागानंच प्रत्युत्तर देतो. त्याची परिणती बरेचदा आरडाओरडा, अपमान, फोन आदळणं किंवा मैत्रीत दुरावा अथवा मैत्री तुटणं यात होते.

फार थोड्या व्यक्तींना इतरांना स्वतःबद्दल आलेला किंवा स्वतःला इतरांबद्दल आलेला राग नीट हाताळता येतो. आपल्याला राग आला तरी ते मान्य न करणं आणि त्यामुळे मैत्री तोडण्याचा प्रयत्न करणं यामुळे अधिक मूलभूत आव्हान उभं राहतं. राग व्यक्त करणारा माणूस आणि त्याचा राग या दोन गोष्टी वेगवेगळ्या मानण्यामुळे आणि राग येण्यामागची कारणे समजून घेण्याच्या प्रयत्नांमुळं तुम्ही तुमच्यासाठी लाभदायक असलेली माहिती मिळवता, तसंच ही माहिती तुमच्या मैत्रीसंबंधांसाठीही उपयुक्त ठरते.

त्यामुळे, जर एखादी व्यक्ती तुमच्यावर रागावली, तर तुम्ही उत्तम प्रतिसाद कसा द्यावा हे ठरवण्यासाठी पुढे दिलेले प्रश्न स्वतःलाच विचारा :

१. हा राग समर्थन करण्याजोगा आहे का?

२. हा राग थेट माझ्यावर आहे का? माझ्या मित्र/मैत्रिणीला दुसऱ्या कुणाचा तरी राग आलाय, तो राग तो/ती माझ्यावर काढतेय?
३. हे वर्तन अधूनमधून घडतं, की नेहमीच असा प्रकार असतो, जो मी सोसत आलो आहे?
४. मी माझ्या मित्र/मैत्रिणीचा राग शांत करण्यासाठी काही मदत करू शकतो/ शकते का?... मग तो/ती शांत झाल्यावर आम्ही त्याबाबत बोलू शकू.
५. या संदर्भात दुसऱ्या एखाद्या व्यक्तीची मदत घेण्याची गरज आहे का?
६. माझ्या मित्र/मैत्रिणीच्या भावनांना वाट मिळायला हवीच होती या विचारानं जर मी त्याकडे दुर्लक्ष करायचं ठरवलं, तर त्याचा चांगला उपयोग होईल, की ते माझ्या वा आमच्या मैत्रीच्या दृष्टीनं वाईटच ठरेल?

तुमच्या मैत्रीत तुम्ही व तुमचा मित्र/मैत्रीण संताप हा विषय उद्भवल्यास वा उद्भवतो तेव्हा कशा पद्धतीनं हाताळता, हे अत्यंत महत्त्वाचं असतं. तुमची मैत्री किती विसंबण्याजोगी आहे, हे त्यावरून लक्षात येईल.

बदल

रचनात्मक बदल– म्हणजे, नवी नोकरी मिळणं (जर तुमच्या मैत्रीची सुरुवात तुम्ही एकत्र काम करत होता तेव्हापासून झाली असेल तर) आणि दुसरीकडे राहायला जाणं (तुम्ही जवळपास राहत असाल तर) ही मैत्रीतली मोठी आव्हानं असतात. याबद्दलच्या माझ्या अभ्यासामुळे माझी अशी धारणा झाली आहे की, जी व्यक्ती वारंवार बदल करत नाही, ती व्यक्ती असं गृहीत धरते की, बदल घडवणाऱ्या व्यक्तीनंच मैत्रीत सलोखा राखण्याचे प्रयत्न करावेत. आणि यातूनच विश्वासघात झाल्याची भावना निर्माण होते. हे मत्सरातून होत असेल किंवा आपल्या मनातली निराशा दिसण्याच्या भीतीपोटी होत असेल, पण जी व्यक्ती मागे राहते त्या व्यक्तीची, नव्या वातावरणात गेलेल्या व्यक्तीनंच आपल्याशी संपर्क करावा अशी अपेक्षा असते. त्या व्यक्तीच्या दृष्टीनं या मैत्रीचं महत्त्व अजूनही आहे का, याची जणू ती परीक्षाच असते.

जी व्यक्ती बदलली आहे किंवा बदललेल्या वातावरणात गेली आहे ती व्यक्तीही असाच विचार करू शकते की, मागे राहिलेल्या त्या मित्र/मैत्रिणीनंच आपल्याशी संपर्क करावा, कारण ती व्यक्ती नव्या वातावरणात अजून स्थिरावलेली नसते. पण मागे राहिलेला मित्र/मैत्रीण तिच्यापेक्षा अधिक सुस्थितीत असते, त्यामुळे तिनंच संपर्क ठेवावा असं या व्यक्तीला वाटत असतं.

अर्थात हे निकष चुकीचे असतात. दुर्दैवानं या निकषांवर बरेच मैत्रीबंध अपयशी ठरतील. उदाहरणार्थ, जेव्हा एखादा मित्र अशा प्रकारे दुसरीकडे जातो तेव्हा, एक-दोन वर्षांनी बऱ्याचदा त्याची प्रतिक्रिया असते की, 'आधीच्या पैकी कुणीच माझा मित्र/मैत्रीण उरलेली नाही.'

असं का घडलं असेल?

बऱ्याचदा याचं कारण : दुसरीकडे जाणारी व्यक्ती संपर्क ठेवण्याची जबाबदारी जुन्या मित्रांवर टाकत असते, पण अनेकदा, दुसरीकडे गेल्यावरसुद्धा जुन्या मित्रांशी संपर्क ठेवणं, हे त्या व्यक्तीच्याही मनावर असतं.

का?

तर, मागे राहणाऱ्या व्यक्तीपेक्षा दुसरीकडे जाणार असलेल्या व्यक्तीसाठी ते अधिक सोपं असतं. ती व्यक्ती कोणत्याही तर्कशुद्ध कारणासाठी दूर जाणारी असली – म्हणजे अधिक चांगली नोकरी, लग्न केल्यामुळे जोडीदारासोबत राहण्यासाठी दूर जावं लागणार असणं, आई-वडिलांवर अवलंबून असलेल्या लहान मुलाला त्यांच्यासोबत दुसरीकडे जाणं भाग पडणं, आपल्या कुटुंबाच्या उदरनिर्वाहासाठी काही वेगळं करून पाहण्याची इच्छा– तरी मागे राहणाऱ्या व्यक्तीला तो बदल स्वतःला नाकारल्याचीच भावना देतो. काहीही असलं तरी ती व्यक्ती अजून पूर्वीच्याच अवस्थेत असते. मग तीच अवस्था पुरेशी चांगली का नव्हती? आणि जर दुसऱ्या व्यक्तीच्या आयुष्यात मोठाच बदल झाला असला, त्या व्यक्तीचं जीवनमान अधिक उंचावलं असलं किंवा सर्वस्वी निराळंच झालं असलं, तर मागे राहणाऱ्या व्यक्तीला आता आपल्या दोघांमध्ये काहीही समान सूत्र नाही असं वाटू शकतं. या बाबतीत स्पर्धात्मक व प्रादेशिकतेचे मुद्देही असतात. म्हणजे एखादी व्यक्ती कॅलिफोर्नियाला वास्तव्याला जाते त्या वेळी तिला आपली आधीची न्यूयॉर्क जीवनशैली बदलावी लागते किंवा एखादी व्यक्ती नव्या ठिकाणी राहायला जाते तेव्हा तिथला खर्च, गैरसोयी, अस्थिरता या सगळ्यांचं समर्थन करत तिथं जाण्याचा आपला निर्णय योग्यच असल्याचं सांगते.

अशा प्रकारच्या बदलामुळे मत्सर जागृत होतो. ज्या व्यक्ती आधी खूप जवळ आल्या होत्या त्या व्यक्तींना अशा बदलामुळे नातं तुटल्याची वा दूर गेल्याची भावना येते. अशा बदलामुळे मनात निर्माण होणाऱ्या भावना व्यवस्थित हाताळल्या नाहीत तर त्यातून चीड, कटुता निर्माण होऊन त्याची परिणती मैत्री तुटण्यात होऊ शकते.

समजा एखाद्या व्यक्तीला बढती मिळाली तर तिला फक्त 'अभिनंदन' करण्यापुरता फोन करण्याऐवजी एखाद्याला वाटू शकेल की, आत्ताच्या या सर्व थरारात त्या व्यक्तीनं आपल्यासाठी वेळ काढून मैत्री 'सिद्ध' करावी, 'हाय' म्हणण्यापुरता तरी फोन करावा.

समजा, तुमच्या मित्र/मैत्रिणीला बढती मिळाली नाही अथवा तिला तिचं एखादं ध्येय गाठता आलं नाही, पण तुम्हाला मात्र यश लाभलंय, तर अशा वेळी त्या मित्र/मैत्रिणीला बरं वाटावं म्हणून काहीही बोलताना सावधपणे बोला. 'खरं तर या बढतीसाठी माझ्यापेक्षा तूच लायक आहेस' किंवा 'माझी खात्री आहे, तुलाही लवकरच मि. राइट भेटेल,' अशी वाक्यं चुकीच्या अर्थानं घेतली जाऊ शकतात. अशा वाक्यांमधून त्या व्यक्तीचा आत्मसन्मान जपला जाण्याऐवजी त्या व्यक्तीच्या अजून साध्य न झालेल्या स्वप्नांवर व ध्येयांवर नकळत वार केला जातो. त्यामुळे शक्य असेल तर त्या व्यक्तीच्या आकांक्षा आणि तुमचं यश या दोन गोष्टी वेगवेगळ्या ठेवा.

तुमच्या नव्या आयुष्यात शक्य तितकं जुन्या मित्रांना स्थान द्या. सर्वांनाच जाणीव असेल की, आपल्याला इतर, अधिक सोयीचे मैत्रीबंध शोधावे लागणार आहेत; पण याचा अर्थ तुमचे पूर्वीचे मैत्रीबंध विरून जातील असं नाही. ते टिकून राहतीलच; फक्त तुमचा संपर्क पूर्वीइतका वारंवार होईल असं नाही. अशा वेळी शक्य तेव्हा फोनवर संपर्क साधा, त्यांना भोजनाच्या निमित्तानं आमंत्रण द्या. त्याचप्रमाणे काही 'मोठं' निमित्त असेल तेव्हाही त्यांना बोलवा. त्यामुळे तुम्हालाच बरं वाटेल; पण अशा वेळी प्रत्येक पाहुण्याशी अगदी खास गप्पा मारणं शक्य होतंच असं नाही. शक्य तेव्हा जुन्या मित्रांना भेटायला जा. भेटीची आमंत्रणं दुतर्फी असावीत म्हणजे वेळ, कामाचा भार आणि गेट टुगेदरचा खर्चही हलका होतो.

त्याचबरोबर, बदल रुळायला काही वेळ लागतो हे लक्षात ठेवा. त्यासाठी आठवडे, महिने, वर्षंसुद्धा लागू शकतात. जर तुमचं सध्याचं वर्तन तुमच्या मैत्रीवर नकारात्मक परिणाम घडवत असेल तर तुमच्या मित्रांना त्याची कल्पना द्या. त्याचप्रमाणे, जर तुमचे मित्र अशा प्रकारे वागत असतील तर त्यांच्याशी या बदलांबाबत चर्चा करा. त्यांच्या वागण्याचा तुमच्या मैत्रीवर कसा परिणाम होत आहे, त्यामुळे तुम्हाला काय वाटतं, हे त्यांना सांगता येतंय का बघा. कदाचित तुमचा मित्र त्यात काही सुधारणा करू शकणारही नाही; कारण ते त्याच्या/तिच्या आवाक्याबाहेरचं असेल, उदाहरणार्थ वेगळी नोकरी, नव्या बाळाचं आगमन, दुसऱ्या देशात स्थलांतर, विवाह, घटस्फोट, पूर्ण वेळ शाळा...

बदलाशी निगडित आणखी एक गोष्ट म्हणजे, काही मित्र एकदा त्यांची कुणाशी जोडी जमली किंवा त्यांनी विवाह केला की ते मुलगा अधिक मुलगी अधिक मित्र-मैत्रिणी या समीकरणामुळे दुःखी वा त्रस्त होतात, कारण या समीकरणामुळे संबंध ताणले जातात, काही गोष्टी लादल्या जातात वा नकारात्मक भावना निर्माण होते. 'प्रणय' या गोष्टीप्रमाणेच मैत्रीसुद्धा 'केमिस्ट्री' नामक एका गूढगहन घटकातून निर्माण होणारी जबरदस्त भावना असते. त्यामुळे तुम्हाला 'अ' मित्र/मैत्रीण आवडते

म्हणून तुमच्या जोडीदारालासुद्धा तो/ती आवडेल किंवा त्याला/तिला तुमचा जोडीदार आवडेल, असं गृहीत धरण्याचं काही कारण नाही. त्यामध्ये जर 'अ'च्या जोडीदाराचाही मित्र म्हणून समावेश असेल, तर या चारही लोकांना यातील सगळे जण आवडत असणं अतिशय अवघड व दुर्मीळ गोष्ट असते.

मात्र, कधी कधी जोडीनं आरंभ करणं अधिक सोपं जाऊ शकतं. अशा वेळी तुम्ही नव्या जोडीच्या प्रतिमेत जुन्या नात्यांना आकार देण्याचा प्रयत्न करण्यापेक्षा, इतर जोड्याच शोधू शकता. शिवाय, तुम्ही एकटे असताना तुमच्याशी मैत्री झालेल्या काही व्यक्तींना आता तुम्हाला जोडीनं स्वीकारणं अवघड वाटत असेल. त्यामुळे तुम्हाला जोडीनंच ओळखतात अशा नव्या मित्र/मैत्रिणींशी मैत्री जोपासण्यासाठी वेळ व ऊर्जा देणं दूरगामी विचार करता उत्तम ठरू शकेल.

या बाबतीत अगदी आखीव-रेखीव असे कुठले नियम नसतात; पण एक गोष्ट स्पष्ट असते, ती म्हणजे जिथं तुमच्या व तुमच्या जोडीदाराच्या नव्या नात्याशी जुळवून घेऊन नव्यानं मैत्रीबंधांचा गोफ विणण्याऐवजी, तुमच्याकडे स्वतंत्र व्यक्ती म्हणून पाहणारे मित्र/मैत्रिणी असतात, तेव्हा अशी मैत्री कायम ठेवणं दुर्दैवी व अयोग्य असतं.

चालू मैत्रीवर परिणाम करणाऱ्या अनेक बदलांपैकी हा फक्त एक बदल आहे आणि नैराश्य, प्रतारणा केल्याची भावना, गोंधळ, मन दुखावणं, या सगळ्या भावनांना जबाबदार असणारा सार्वत्रिक घटकबदल हा आहे.

वजनाशी संबंधित बदल : मैत्रीवर परिणाम घडवणारा आणखी एक बदल म्हणजे वजन कमी होणं अथवा वजन वाढणं. जर एखाद्या व्यक्तीचं वजन लक्षणीयरीत्या कमी झालं आणि त्या व्यक्तीचा मित्र/मैत्रीण अजूनही गलेलठ्ठच असेल तर त्याला/तिला ते आवडत नाही किंवा त्या व्यक्तीचा मत्सर वाटू लागतो. याआधी उल्लेख आलाच आहे, चाळिशीच्या ब्रेन्डांची मैत्री वजन कमी होण्याच्या मत्सरातूनच संपली. ब्रेन्डांचं वजन होतं दोनशे पौंड. त्यांनी डाएट सुरू केलं आणि त्यांचं वजन बऱ्याच पौंडांनी घटलं, त्याबरोबर त्यांची अडीचशे पौंड वजन असणारी मैत्रीण त्यांच्यापासून दूर गेली.

मात्र, जर ब्रेन्डांनी समजून घेतलं असतं, की मैत्रिणीला वाटणारा मत्सर आकसयुक्त वा दुष्ट भावनेनं नसेल, तर कदाचित ही मैत्री तुटली नसती.

यावरून असं दिसतं की, एखादं यश मनात खोलवर लागतं : तुम्हाला आत्ता लाभलेली एखादी गोष्ट तुमच्या मित्र/मैत्रिणीसाठी मोलाची असते (आणि त्याला/तिला ती पाहिजे असते). दुसऱ्याजवळ असणारी एखादी गोष्ट तुम्हाला हवी असणं याचा अर्थ ती दुसऱ्या कुणाकडे असता कामा नये असं तुम्हाला वाटणं, असा नाही.

जोएल येगर, एम. डी. 'इटिंग डिसऑर्डर्स रिव्ह्यू'चे मुख्य संपादक व न्यू मेक्सिको विद्यापीठात मानसोपचार विषयाचे प्राध्यापक, यांनी वजन व मैत्री या संदर्भात काही विचार मांडले आहेत :

आपण आपलं वजन व खाण्याच्या सवयी याकडे कसं पाहतो आणि आपल्या वजनाशी संबंधित प्रश्नांबाबत आपण काय करतो किंवा काय करत नाही, या सगळ्यामध्ये मैत्री मध्यवर्ती भूमिका बजावते. ज्यांना वजनाशी संबंधित समस्या आहेत, त्यांना खरी मैत्री साहाय्यभूत व्हावी, किमान उपद्रवी तरी नक्कीच होऊ नये. याचं रहस्य आहे अनुकंपा, समजून घेणं, स्वीकारणं आणि हळुवारपणे प्रोत्साहन देणं. फक्त तुमच्या चांगल्या काळातच तुमच्याशी मैत्री ठेवणारे व ज्यांची मैत्री स्पर्धा वा प्रतिष्ठा यांवर अवलंबून असते असे लोक तुलना, चेष्टा करणं, मत्सर, दुसऱ्याचं वाईट होईल अशा प्रकारची कृत्यं, पाठीत खंजीर खुपसणं, कारस्थानं करणं अशा गोष्टींनी मैत्रीत विष कालवतात अथवा विश्वासघात करतात.

तुम्ही तुमच्या एखाद्या मित्र/मैत्रिणीशी तुमच्या वजनविषयक समस्यांबाबत बोललात आणि संभाषणाच्या अखेरीस तुम्हाला बरं वाटलं तर चांगलंच आहे. तुम्हाला त्या संदर्भात कार्यप्रवृत्त करण्याची गरज असते त्या वेळी त्यानं/तिनं कळकळीनं तुम्हाला काही बजावलं तर तेही चांगलंच आहे.

पण तुमच्या मित्र/मैत्रिणीच्या वागण्या-बोलण्यातून तुम्हाला आपण तुच्छ आहोत, फालतू आहोत, आपल्याला काही किंमत नाही, अशी भावना ग्रासून आली आणि तुम्हाला विधायक सल्ला आणि पाठिंबा लाभणं तर दूरच, पण तुम्हाला खूप वाईट वाटत असेल तर तुमच्या या तथाकथित मित्र/मैत्रिणीला स्वतःलाच वजनविषयक समस्या असण्याची, तो/ती आत्मप्रेमात मग्न असण्याची किंवा तो/ती तुमच्याशी स्पर्धा करत असण्याची शक्यता आहे, या गोष्टीचा तुम्ही विचार करा.

तुमचे मित्र/मैत्रिणी तुमच्या वजनाच्या समस्येमुळे तुम्हाला तुच्छ लेखत आहेत असं जाणवलं, तर तुम्ही त्याचं वागणं त्यांच्या लक्षात आणून द्या. ते तुमचा अपमान करण्यात आनंद घेत आहेत असं जाणवलं तर, त्यांना त्यांच्या वागण्याची कल्पना द्या. जर तुम्ही वजन घटवण्यात यशस्वी झाल्यामुळे त्यांना तुमचा हेवा वाटत असेल आणि तुम्हाला यश मिळू नये असं त्यांना वाटत असेल तर, तेही त्यांच्या लक्षात आणून द्या. समजा त्यांना त्यांचं वागणं बदलता येणार नसेल,

तर अशा मित्र/मैत्रिणीच्या जागी चांगल्या मित्र-मैत्रिणीशी मैत्री जोडण्याची वेळ आली आहे, असं समजा.

जर तुम्हाला तुमच्या मित्र/मैत्रिणीनं बारीक होण्याचा हेवा वाटत असेल किंवा तुम्ही बारीक होण्याचा इतरांना हेवा वाटतो असं वाटत असेल तर या भावनांना सामोरे जा. त्यांना वेळ द्या. विशेषत: जर तुमच्या मित्र/मैत्रिणींनी तुम्हाला बराच काळ पाहिलं नसेल (जे मित्र/मैत्रिणी तुमच्या जवळपास असतात, त्यांना तुमचं 'नवं' रूप अंगवळणी पडलं असू शकेल) त्यांच्या दृष्टीनं तुमच्यात घडलेला बदल नवा असतो. त्यांच्या मनात तुमचं जे चित्र होतं त्यापेक्षा तुम्ही वेगळे दिसता, याचा त्यांना धक्का बसतो. लठ्ठ लोकांपेक्षा सडपातळ माणसं कोणत्याही वेशभूषेत वेगळ्या ऐटीत असतात. (जे लोक स्वतःच्या आकारमानाबद्दल नाखूश असतात- मग ते आकारमान कसंही असो– त्यांचंही लठ्ठ लोकांसारखंच होतं.) ज्या मित्र/मैत्रिणीनं वजन घटवलं आहे (किंवा फारच बारीक व्यक्तीनं वजन वाढवलं असेल तर) ती व्यक्ती छानसे कपडे घालू लागते तेव्हा तुम्ही दोघं रस्त्यानं बरोबर जात असताना लोकांचं अधिक लक्ष वेधून घेते. हा तुम्हा दोघांसाठीही नवा अनुभव असतो.

वजन प्रचंड वाढणं हासुद्धा काही मैत्रीबंधांवर परिणाम करणारा घटक असू शकतो. उदाहरणार्थ, जर तुमचे काही मित्र/मैत्रिणी त्यांच्या गटातील सदस्यांना त्यांच्या आकर्षकपणावरून जोखत असतील तर एखाद्या गलेलठ्ठ मित्र/मैत्रिणीमुळे त्यांना आपली किंमत कमी होते असं वाटू शकतं. ते अशा व्यक्तीला टाळायला सुरुवात करू शकतात. ते छद्मीपणे शेरेबाजीसुद्धा करू शकतात. ती तुमच्या वजन वाढण्याबद्दल असण्यापेक्षा लठ्ठ असण्याबद्दलच्या त्यांच्या स्वतःच्या मतातून होत असते. त्यांना याची भीती असते की, जर या व्यक्तीचं वजन इतकं वाढू शकतं तर कदाचित माझंही असंच वाढू शकेल.

अशा वेळी त्या व्यक्तीच्या शेरेबाजीबद्दल उघड बोला. तुम्ही स्वतःच या बाबतीत संवाद सुरू करू शकता. तुम्ही त्या व्यक्तीला सांगा की, "हे बरोबर की चूक हे मी सांगत नाहीये, मला फक्त इतकंच वाटतं की, माझं वजन वाढल्यामुळे तुम्ही माझ्याबद्दल असं बोलत आहात. तुम्ही मला वेगळी वागणूक देताय, त्यामुळे आता मला तुमच्यासोबत राहणं अवघड होऊ लागलं आहे, हे तुमच्या लक्षात येतंय का?"

करिअरशी संबंधित बदल : नोकऱ्या बदलणं किंवा करिअरचा पर्याय बदलणं अशा प्रकारच्या बदलांमुळेही मत्सर निर्माण होऊ शकतो आणि त्यामुळे मैत्रीची अखेर होऊ शकते; तथापि असं घडण्याची गरज नाही. उलट करिअरशी संबंधित बदलांमुळे मैत्रीत अतिस्पर्धा निर्माण होण्याचा धोका नसतो. दोन व्यक्ती वेगवेगळ्या

नोकरीत वा व्यवसायात असल्यामुळे त्यांच्यामध्ये तुलना व स्पर्धा कमी असते वा पूर्णतः नसते. करिअरशी संबंधित 'शॉप टॉक' (ज्यावर मैत्री आधारित असते) पेक्षा दोन मित्र/मैत्रिणींमधील भावबंधांमुळे मैत्री टिकू शकते. अर्थात, यासाठी कामापलीकडे त्या दोन व्यक्तींमध्ये पुरेशी समान सूत्रं असणं आवश्यक आहे, ज्यायोगे त्यांची मैत्री बदलानंतरही अधिक घट्ट होऊन खास नातं तयार होऊ शकेल.

जर तुमचा मित्र/मैत्रीण तुम्ही नवं करिअर निवडल्यामुळे तुमच्याशी काही संवाद साधू शकत नसेल, त्याला आपल्यात अंतर पडलं आहे असं वाटत असेल, तर ती समस्या तुमच्यापेक्षा त्याची स्वतःची आहे. अशा वेळीही तुम्हा दोघांमध्ये जे समान आहे व जे बदललेलं नाहीये, त्याकडे लक्ष देण्याचा प्रयत्न करा. अजूनही तुम्हा दोघांना एकमेकांसोबत कादंबऱ्या वाचणं, बाहेर जेवायला जाणं, बास्केटबॉलचे सामने पाहणं किंवा टेनिस खेळणं आवडत नाही?

तिशीकडे वाटचाल करणाऱ्या एका व्यक्तीनं सांगितलं, "मला बढती मिळाल्यापासून मला जुन्या कंपूसोबत नकोसं वाटतं. तो इतर लोकांपेक्षा कितीतरी प्रामाणिक आहे. त्याच्या बढतीमुळे त्याला अधिक वरच्या स्तरातले नवे मित्र हवेहवेसे वाटू लागले आहेत. जोवर तो या जुन्या व नव्या मित्रांना एकत्र आणण्याचा मार्ग शोधत नाही, तोवर तो यशाची शिडी चढता चढता असे नवे मित्र शोधतच राहील. त्याला दीर्घकालीन मैत्रीचा भक्कम पाया लाभणारच नाही. काळाच्या ओघातही त्याचा कुठलाच मैत्रीबंध टिकून राहणार नाही... ज्याच्या आठवणी जपून आहेत अशी मैत्री उरणार नाही.

उत्पन्नाशी संबंधित बदल : एखाद्या व्यक्तीच्या उत्पन्नात बदल घडला की मैत्रीचे धागे उसवू शकतात. एखाद्या मित्र/मैत्रिणीला अचानक धनलाभ होतो, त्यामुळे तो/ती महागड्या उपहारगृहांत जाऊ शकतात; पण ही उपहारगृहे त्याच्या/तिच्या बाकीच्या मित्र-मैत्रिणीच्या आवाक्याबाहेरची असतात. कधी याच्या उलट घडतं. नशिबाचे फासे उलटे पडतात आणि एखाद्या व्यक्तीला त्याचं राहतं घर विकून भाड्याच्या अथवा तुलनेनं स्वस्त जागा मिळणाऱ्या ठिकाणी राहायला जावं लागतं. अशा वेळी मिळकतीत घडणारे बदल बाकी सगळ्या गोष्टींप्रमाणेच सर्वांत भरवशाची व घट्ट मैत्रीसुद्धा हादरवू शकतात.

अशा वेळी या कारणांमुळे मैत्री तुटू न देता आपल्यामध्ये काय समान आहे, यावर भर द्यायला हवा; जे अजून बदललं नाही त्याला महत्त्व द्यायला हवं. प्रत्येकाचं उत्पन्न वेगवेगळं असलं तरी, जेव्हा सगळे मिळून सिनेमाला जातात तेव्हा प्रत्येकाला तिकिटासाठी सारखेच पैसे मोजावे लागतात. तुम्ही सिनेमाला एकत्र जाऊ शकता, त्यानंतर बाहेर कॉफी घेऊ शकता... अशा प्रकारे तटस्थ संवाद साधू शकता. आता

तुम्ही दोघं पूर्णतः वेगळ्या परिस्थितीत जगत असला तरी असल्या भौतिक गोष्टी बाजूला सारून तुमची मैत्री परस्परसंवाद व सहवासातून तुम्हाला घट्ट बांधून ठेवू शकते.

समजा, तुमची मिळकत अचानक खूप कमी झाली आहे, त्यामुळे तुम्हाला आपल्याला कुणी तुच्छ लेखू नये असं वाटतंय. समजा, तुमच्या मित्र/मैत्रिणीला नुकताच पाच लाख डॉलर्स बोनस मिळाला आहे. त्याला/तिला तुमची परिस्थिती माहीत आहे तरी ती तुमच्यासह इतर सगळ्यांपुढे डंका पिटत आहे. अशा वेळी तुम्ही त्या व्यक्तीला गर्वाचा कुरूप चेहरा डोकं वर काढू लागला आहे या गोष्टीची सौम्य शब्दांत जाणीव करून द्या. इतरांना हेवा वाटेल अशा धनलाभाबद्दल आपण फुशारक्या मारत आहोत, या गोष्टीची कदाचित त्याला जाणीवही नसेल.

त्याउलट, जर तुमच्या मित्राची मिळकत कमी झाली असेल तर तुम्ही त्याला पैसे देऊ नका; कारण बऱ्याचदा, मैत्री तुटण्यामागे पैसा हे मोठं कारण असतं. शिवाय, त्या व्यक्तीची मिळकत कमी झाली असली तरी तिचं जीवनमान चांगलं असेल तर त्या व्यक्तीचा तुमच्याकडून अजाणता अपमान होऊ नये. जर परिस्थिती उलट असती तर दुसऱ्या व्यक्तीनं तुमच्याशी कसं वागावं असं तुम्हाला वाटलं असतं, याचं भान ठेवा. तुम्ही व तुमचा मित्र/मैत्रीण या दोन स्वतंत्र व्यक्ती आहेत. त्या व्यक्तीला तुमची कशा प्रकारची मदत हवी आहे- तिची कदाचित तुम्ही काहीही मदत करू नये हीच विनंती असेल- हे लक्षात घ्या.

विवाह अथवा प्रेमसंबंधांमुळे घडणारे बदल : मी माझ्या पुस्तकांसाठी संशोधन करत असताना वारंवार एकच तक्रार ऐकली : "मला माझ्या मित्रांची नेहमीच सोबत होती, पण माझा नवरा/बायको गेल्यापासून त्यांना माझ्या सहवासात अवघडल्यासारखं होतंय असं वाटतं, विशेषत: विवाहित वा 'रिलेशनशिप'मध्ये असणाऱ्या मित्रांना."

घटस्फोटितांचीही हीच तक्रार होती : "त्यांनी एकाची बाजू घेतली आहे."

"होय, हा अनेक वर्षांच्या... अनेक दशकांच्या मैत्रीचा विश्वासघात आहे.

"होय, हे वागणं व्यथित करणारं आहे, चुकीचं आहे.

पण हे आपण व्यक्तिशः मनाला लावून घेता कामा नये. मैत्रीमध्ये निवडीचं स्वातंत्र्य असतं. त्यामुळे जर एखादी मैत्री तापदायक झाली असेल, तुमचा जोडीदार निवर्तल्यामुळे किंवा तुम्ही व तुमचा जोडीदार विभक्त झाल्यामुळे एखाद्याला ही मैत्री सुखकर वाटत नसेल, तर त्या व्यक्तीच्या भावनांचा आदर करून तुम्ही पुढे वाटचाल केली पाहिजे. तुम्ही अचानक एकटे पडल्यानंतर तुम्हाला सोडून जाणाऱ्या प्रत्येक मित्र-मैत्रिणीला तुम्ही जाब विचारला पाहिजे. कदाचित ते त्याचं वागणं भयंकर व वाईट होतं याची कबुलीही देतील. कदाचित ते तुम्ही तिघं किंवा चौघं

पुन्हा एकत्र भेटायचं ठरवतील, त्यामध्ये तुमच्या आयुष्यात नव्यानं आलेल्या जिवलग व्यक्तीलाही सहभागी करून घेतील.

हे सगळं ठीक आहे, तुमच्या मित्र/मैत्रिणीचा हा योग्य प्रयत्न आहे; पण तुम्ही सगळे एकत्र याल तेव्हा कसं वाटेल? तुम्हाला या सर्वांच्या सहवासात आरामदायी, निवांत वाटेल का वैतागल्यासारखं, तणावग्रस्त वाटेल?

तुमचा मित्र/मैत्रीण कदाचित तुमचा व कधी काळच्या तुमच्या मैत्रीचा विश्वासघात होऊ न देण्याचा प्रयत्न म्हणून हे सगळं करत असेल; पण नात्यात बदल घडल्यामुळे उद्भवणारी परिस्थिती, निर्माण होणाऱ्या भावना दुर्लक्षिता येत नाहीत. तिथं जर सुखद भावना, जिवलग मैत्री उरली नसेल तर तसं खोटंच भासवणं किंवा भाग पाडणं शक्य नाही. ज्याप्रमाणे 'समानशीले...' व्यक्तींनी एकत्र येणं हा दृढ मैत्रीचा आधार असतो, त्याचप्रमाणे जोड्यांमधल्या व्यक्तींनाही इतर मित्रांबद्दल स्नेहल भावना असणं आवश्यक असतं; मग त्या व्यक्ती अविवाहित असोत वा विवाहित. बऱ्याचदा,अविवाहित व्यक्तीपेक्षा जोड्यांचं जोड्यांशी सहजपणे जमतं.

तुमच्या मित्र-मैत्रिणींनी तुमच्या व तुमच्या माजी जोडीदारामध्ये एकाची 'निवड' करायला भाग पाडण्यापेक्षा किंवा तुम्हाला वैधव्य आलं असेल तर सर्व मित्रपरिवाराला त्या गेलेल्या जिवलगाचं स्मरण करून देण्यापेक्षा तुम्ही नवं वातावरण निर्माण करण्याचा प्रयत्न करा, जिथं त्या आठवणींची पाठशिवण नसेल. जर तुम्ही स्त्री असाल आणि एखाद्या जोडप्यामधल्या स्त्रीशी तुमची खास गट्टी असेल, तर तुम्ही तिच्याशी अधिक मिळून-मिसळून राहण्याचा प्रयत्न करा. फक्त त्यामुळे त्या जोडप्याच्या नात्यात संघर्ष उद्भवणार नाही याचं भान ठेवा. हेच पुरुष मित्रांनाही लागू होतं. ते चौघं जण असताना सगळं जसं होतं, तसं आता तिघांच्या नात्यात असेलच असं नाही; पण हा आदर्श मार्ग नसला तरी अधिक सोयीची तडजोड मात्र होऊ शकेल.

तीन किंवा चार जणांमध्ये अडचणीची परिस्थिती येऊ शकते, ती एका व्यक्तीनं तिच्या जोडीदाराला त्यांचं सध्याचं नातं आणि आता सुखद न उरलेली एखादी मैत्री धरून ठेवणं, या दोन्हीपैकी एक गोष्ट 'निवडायला' सांगितल्यावर.

पंचवीस वर्षीय हिलरींच्या बाबतीत असंच घडलं. त्या गृहिणी आहेत. दोन लहान मुलं आणि पती जॉर्ज असं त्यांचं चौकोनी कुटुंब आहे. जॉर्ज आणि त्यांचा मित्र मार्क यांची पंधरा वर्षांची मैत्री तुटली. मार्कची मैत्रीण जेसिका हिलरींची पूर्वीची मैत्रीण. ती या दोघा जुन्या मित्रांना एकमेकांशी संपर्क साधू देत नाही.

अशा वेळी घडणाऱ्या घटनांना व्यक्तिगत पातळीवर न नेणं आवश्यक असतं. हिलरींच्या मते, मार्क आणि जेसिका यांचं विवाहबंधन तितकंसं सुखी नाही.

हिलरी म्हणाल्या, "जेसिका मार्कला त्याच्या पंधरा वर्षांपासूनच्या 'बेस्ट

फ्रेंड'ला फोन करू देत नाही; पण जॉर्ज मात्र अजूनही प्रयत्न करतो.''

या उदाहरणामध्ये, या दोन जोडप्यांच्या सुखी वैवाहिक जीवनात असलेली तफावत हेच जेसिकानं या दोन जुन्या मित्रांचा संपर्क तोडण्याचं कारण असू शकतं. विरुद्धलिंगी मैत्रीची अशी अनेक उदाहरणं आहेत, जिथं एका अथवा दोन्ही मित्रांनी दुसऱ्यांशी जोडी जमवल्यानंतरही त्यांची मैत्री टिकून आहे; पण अशा मैत्रीची फलनिष्पत्ती नेहमी हितकारक ठरतेच, असं मात्र नाही. जेव्हा आधीची एखादी 'प्लॅटॉनिक' मैत्री किंवा प्रेमसंबंध ठेवणाऱ्या व्यक्ती दुसऱ्या विरुद्धलिंगी व्यक्तीशी संबंध ठेवते, तेव्हा या मैत्रीचा दुसऱ्या व्यक्तीला मत्सर वाटू शकतो. अगदी त्यांच्यात मैत्रीचंच नातं आहे ही गोष्ट स्पष्ट असली तरी. आपल्या जोडीदाराच्या 'प्लॅटॉनिक' मैत्रीत त्यानं/तिनं केवळ आपल्याला बरं वाटावं म्हणून त्याच्याशी/तिच्याशी मैत्री तोडावी असा बायकोनं/नवऱ्यानं आग्रह धरणं योग्य आहे का?

या गुंतागुंतीच्या प्रश्नाला निश्चित असं उत्तर नाही. काही नातेसंबंधांमध्ये, आपल्या जोडीदाराच्या विरुद्धलिंगी मैत्रीबद्दल वाटणाऱ्या मत्सरामागे असुरक्षिततेची भावना असू शकते, जिला त्या मैत्रीतल्या खऱ्याखुऱ्या बौद्धिक नात्याशी काहीही देणंघेणं नसतं. बाकीच्या ठिकाणी, बायकोला तिच्या नवऱ्यावर होणारा प्रेमभावनांचा वर्षाव लक्षात येत असू शकेल, जो अजून त्याच्या लक्षात आलेला नाही.

प्रत्येक विरुद्धलिंगी मैत्री अस्वीकारार्ह अथवा संशयास्पद मानून त्यावर फुली मारण्याआधी तुम्ही स्वतःला हे प्रश्न विचारा :

- इथे 'फ्लर्टिंग'चा काही पुरावा मिळाला आहे का?
- तुमचा तुमच्या जोडीदाराच्या कोणत्याही विरुद्धलिंगी मैत्रीला विरोध असतो, की तुम्ही या विशिष्ट मैत्रीनं अस्वस्थ झाला आहात?
- दुसऱ्या कुणी तुम्हाला हे लक्षात आणून दिलं आहे का?
- ही मैत्री तुमच्या व तुमच्या जोडीदारासाठी किती महत्त्वाची आहे? ही मैत्री तुम्ही दोघांनीही प्रयत्नपूर्वक यातून मार्ग काढावा इतक्या योग्यतेची आहे का?
- ही मैत्री पुढे सुरू ठेवायची की नाही याचा निर्णय तुमच्या जोडीदारानं तुमच्यावरच सोपवला आहे का?
- तुम्ही तुमच्या जोडीदाराच्या त्या 'प्लॅटॉनिक' मित्र-मैत्रिणीशी मैत्री जोडण्याचा प्रयत्न केला आहे व तो अयशस्वी ठरला आहे, असं झालं आहे का?

या प्रश्नांच्या उत्तरांवरून तुम्ही व तुमचा जोडीदार अशा प्रकारची समस्या उद्भवल्यास तिला तोंड देण्याचा सर्वोत्तम मार्ग ठरवू शकाल.

का रे दुरावा...

- माझी ही इतक्या वर्षांची मैत्री, पण अलीकडे माझ्या लक्षात आलं आहे की, आमच्यात अंतर पडलं आहे; आम्ही आता पूर्वीसारखे राहिलो नाही. आता आमच्यात मैत्री उरलेली नाही. मुळात आम्हाला एकमेकांशी मैत्री करावी असं वाटलंच का?
- आमची मुलं अगदी लहान होती तेव्हा आमची पहिल्यांदा ओळख झाली. त्या वेळी तिचं लग्नबंधन ताणलेलं होतं, अखेर तिचं लग्न मोडलं. माझं लग्न फार 'ग्रेट' वगैरे नसलं तरी टिकून राहिलं... आमची दोघींची बरीच वर्षं मैत्री होती. ती नवऱ्यापासून विभक्त झाली त्या काळात मी तिला मदत केली होती, पण आमची ही मैत्री तीन कारणांमुळे तुटली... ती, तिचं (विपर्यस्त) अर्थ काढत राहणं आणि माझा पती या तीन गोष्टींमध्ये मला एका गोष्टीची निवड करावी लागली. मी माझ्या पतीला महत्त्व दिलं... आमची मैत्री दहा वर्षं टिकली.

बऱ्याचदा दीर्घ काळ टिकणारी... वर्षानुवर्षं वा दशकानुदशकं टिकणारी मैत्री त्यामध्ये एकाच्या दुसऱ्याकडून अपेक्षा कमी असल्यामुळे व कमी असतात तोवर टिकते : अशी मैत्री टिकवून धरण्यासाठी जे प्रयत्न करावे लागतात त्यापेक्षा, ती तुटण्याची वेदना व निराशा अधिक असते, पण तरीही असं काहीतरी घडतं की, एका मित्र/मैत्रिणीला अथवा दोघांनाही मैत्रीचा पुनर्विचार करून काहीतरी ठोस निष्कर्षाप्रत यावं लागतं. ही मैत्री तोडायची का जपायची, हे ठरवावं लागतं.

अठ्ठावन्न वर्षीय ॲनींच्या बाबतीत असंच घडलं. ॲनी विवाहित आहेत, त्यांना तीन मोठी मुलं आहेत. त्या उद्योजक आहेत. जवळ-जवळ चाळीस वर्षं दूरवर पश्चिमेकडील राज्यात वास्तव्य केल्यानंतर निवृत्ती घेऊन, त्या बालपणी जिथं राहायच्या त्या उत्तरी-मध्य प्रांतातल्या छोट्या गावात राहायला आल्या.

त्या पश्चिमेस राहत होत्या त्या काळात त्यांना सॅली या बालमैत्रिणीशी मैत्री ठेवणं अगदी सहजसोपं होतं. त्या दोघीही हायस्कूलमध्ये होत्या त्यादरम्यान दोघींची चर्चमध्ये ओळख झाली होती. त्यानंतर हायस्कूलमधून बाहेर पडल्यानंतरही त्यांची मैत्री टिकून राहिली. त्यानंतर सॅलीनं एका एक्झिक्युटिव्हशी लग्न केलं. आठ वर्षांत त्यांना चार मुलं झाली. इकडे, ॲनी लॉस एंजलिसला गेल्या. त्यांनी स्वतःचं करिअर घडवलं. पाच वर्षांनी त्या विवाहबद्ध झाल्या. त्यानंतर तीन मुलांना वाढवताना त्यांनी करिअरला रामराम केला.

ॲनी आठवण सांगतात की, त्या कुटुंबासमवेत गावी यायच्या, त्या वेळी सॅली व तिच्या नवऱ्याला भेटायला जायच्या. ते 'अतिशय तापदायक' वाटायचं, पण दूर

अंतरावर राहत असल्यामुळे व अगदी कमी संपर्क येत असल्यामुळे या मैत्रीसंदर्भात फार काही करण्याची आवश्यकता नव्हती.

त्यानंतर, निवृत्ती घेऊन ॲनी पतीसमवेत पुन्हा तिथं राहायला आल्या तेव्हा, सगळंच खूप बदललं होतं. ॲनींना या जुन्या मैत्रिणीचं ऐहिक गोष्टींबद्दलचं प्रेम सहन करण्यापलीकडलं वाटू लागलं. या मैत्रीची अखेर का झाली याचं कारण सांगताना ॲनी म्हणाल्या,

"तिच्या दृष्टीनं महत्त्वाच्या अशा काही गोष्टींना माझ्या लेखी अजिबात महत्त्व नसायचं."

बऱ्याच काळची मैत्री तोडताना सगळे जण स्वतःला जो प्रश्न विचारतील तोच प्रश्न ॲनीही विचारतात, "आमची मैत्री इतके दिवस टिकलीच कशी?"

मजेची गोष्ट म्हणजे, आपली मैत्री झालीच कशाला हा प्रश्न बऱ्याच जणांना पडतो, तसंच ही मैत्री इतके दिवस टिकलीच कशी आणि का, याचं आश्चर्य सर्वांनाच वाटतं. पण मैत्रीत अंतर पडू देण्याचं वा तिची अखेर होण्यासाठी ती नाट्यपूर्णरीत्या व 'अधिकृतरीत्या' तोडण्याची गरज नसते; एकमेकांपासून दूर होत जाणं हा निश्चितच चांगला मार्ग असतो. तुम्हाला अशी मैत्री हळूहळू विरत जावी असं वाटत असलं तरी, मनातून तुम्हाला या मैत्रीची अखेर होणं आवश्यक वाटत असतं. तुम्ही जेव्हा एकमेकांपासून दूर झालेलेच असता, त्या वेळी तुम्हाला मैत्रीत संबंध कमी करणं किंवा ती तोडणं का महत्त्वाचं वाटतं?

पहिली गोष्ट म्हणजे, ही मैत्री किंवा या मित्र/मैत्रिणीचा विचार मनातून हद्दपार केल्याखेरीज तुम्ही नव्या मैत्रीचं स्वागत खुल्या मनानं करू शकत नाही. दिवसभरात, आठवड्यात, वर्षांत जे तास असतात त्यात तुम्ही सगळा वेळ व ऊर्जा या दुरावा निर्माण झालेल्या मैत्रीचा विचार करण्यात घालवलात तर तुम्ही स्वतःच्या हिताचा विचार कधी करणार? जे मित्र तुम्हाला मनापासून हवेहवेसे वाटतात, त्यांच्यासाठी तुम्हाला वेळ कसा मिळणार?

ही गोष्ट फार महत्त्वाची आहे, कारण आयुष्यात किती मित्रांना अगदी जवळचं स्थान द्यावं याबाबत काही नियम आहेत. या संदर्भात व्यक्तीनुसार परिस्थिती वेगवेगळी असते. उदारहणार्थ, काही माता-पिता घर व नोकरी यादरम्यान कसरत करत असताना सगळ्या गोष्टी आरामात सांभाळून, शिवाय छंद व मित्र-मैत्रिणींसाठी वेळ काढू शकतात, तर काही जणांना मुलांना वाढवणंच इतकं मुश्कील झालेलं असतं की, त्यात काम, मित्र-मैत्रिणी, बाकी आवडीच्या गोष्टी यांसाठी वेळ देणं दूरची गोष्ट. तसंच, एका वेळी पाच, दहा किंवा पंधरा जिवलग वा खास मित्र सांभाळू शकणारे लोक असतात, तर काहींना एखाद-दुसराच मित्र सांभाळता येतो.

समजा तुम्ही दोनच मित्र सांभाळू शकत असलात आणि हे दोन्हीही मित्र तुम्ही

ज्या मित्रापासून दूर झाला आहात त्याचे मित्र आहेत, तर तुम्हाला तुमचा वेळ आणि भावबंध सोडवून घेण्यासाठी काहीतरी करावंच लागेल.

दुसरी गोष्ट म्हणजे, ज्या व्यक्तींमध्ये अजूनही मैत्रीबंध व आस्था टिकून आहे अशा जिवलग मित्रांपेक्षा, ज्या जिवलग मित्रांमध्ये दुरावा निर्माण झाला आहे त्यांच्या मैत्रीत विश्वासघात होण्याची शक्यता जास्त असते. अशा प्रकारे दुरावा निर्माण होण्यानं एखाद्या मित्राला अतिशय संताप येऊ शकतो. आता हा दुरावा मिटणार नाही किंवा थांबवताही येणार नाही असं त्याला वाटत असतं. विश्वासघातामुळे या सगळ्या परिस्थितीतून एक नाट्यपूर्ण निष्कर्ष निघतो. जर तुम्हाला अशा प्रकारचा विश्वासघात टाळायचा असेल तर, तुमच्या आजी वा माजी मित्राला अशा कृत्यास प्रवृत्त करणारं भावनिक इंधन पुरवू नका. दुरावा निर्माण होणं हा विश्वासघातासाठी अजाणतेपणी तयार झालेला एक मंचच असतो; कारण एरवी यातल्या एका मित्रानं जी गोपनीय माहिती गुप्तच राखली असती, ती माहिती आता तो मित्रांना सहजपणे सांगून टाकतो. मैत्रीत दुरावा निर्माण झाला की त्यांच्यातले भावबंधही सैल होतात, त्यामुळे त्यांची जीभही सैल सुटते. 'लूज लिप्स सिंक शिप्स' या वचनानुसार, दुरावा निर्माण होण्यातून काहींची जीभ सैल सुटते, त्यामुळे प्रचंड मोठ्या विश्वासघातासाठी उत्तम पार्श्वभूमी तयार होते.

कधी कधी मैत्री आधीइतकी जवळची उरत नाही. अशा वेळी नापसंती दाखवत राहण्यानं मैत्रीला पूर्ण तडा जाऊ शकतो. त्या वेळी कायमचा दुरावा निर्माण होण्याची शक्यता असते. त्यामुळे अशी नापसंती व्यक्त करत न राहणं उत्तम. तुमच्या मित्र/मैत्रिणीनं ज्यांच्याशी सूर जुळतात अशा इतर व्यक्तींशी मैत्री करण्यानंही तुमच्या मैत्रीत विश्वासघाताची भावना निर्माण होणार नाही अथवा तिचा नाट्यमय शेवट होणार नाही. ही मैत्री हळूहळू विरत जावी असं तुम्हाला वाटत असेल तर तुम्ही युक्तीनं व चातुर्यानं हा विषय हाताळा. तुमच्या या मित्र/मैत्रिणीबद्दल अथवा तुमच्या मैत्रीबद्दल इतरांशी बोलू नका; कारण तुमचं बोलणं त्या मित्र/मैत्रिणीपर्यंत पोहोचू शकतं आणि तुमच्या शब्दांनी ती व्यक्ती व्यथित होऊ शकते. एवढंच नव्हे, तर तुमच्या मैत्रीबंधांबद्दल बाहेर चर्चा करून तुम्ही त्याचा/तिचा विश्वासघात केला आहे असं तिला वाटू शकतं.

भावबंध अलगद सोडवून घेत, मैत्री जराही धक्का न लावता विरू देणं, ही कला आहे. हे भावबंध असे हळुवारपणे सोडवले पाहिजेत की, त्या व्यक्तीला 'इशारा तर मिळेल' पण तिच्या मनात संतापाची व सुडाची भावना निर्माण होणार नाही. मात्र, जर तुम्हाला हा दुरावा मिटवावा असं वाटत असेल, तर तुम्ही पुन्हा हे भावबंध जोडण्याचा प्रयत्न करू शकता. तुम्ही या नात्यासाठी अधिक वेळ दिलात, भावनांचं आणखी शिंपण केलंत तर तुमच्यात पुन्हा पूर्वीसारखेच भावबंध

गुंफले जाऊ शकतात का, हेही पाहू शकता.

आपल्यात दुरावा निर्माण होतोय हे कसं ओळखायचं? बऱ्याच जणांच्या बाबतीत, ते अंतःप्रेरणेनंच कळतं. आज बरेच लोक आपापल्या व्यापात इतके व्यग्र आहेत की, त्यांना एकमेकांना फोन करायला, एकत्र भेटायला वेळ नाही. एवढंच काय तर त्यांना पत्र लिहायला किंवा इ-मेल करायलाही वेळ नाही. हे जाणण्याचा या व्यक्ती हा काही योग्य निकष ठरणार नाही. मित्रांमधल्या संवादावरून त्यांची मैत्री अजूनही जवळची व पक्की आहे, की ती मावळत चालली असून दोघांमध्ये दुरावा वाढत चालला आहे, हे कळतं.

याची एक खूण म्हणजे, मैत्रीत तुम्ही सुरुवातीपासून मनातल्या खास गोष्टी किंवा गुपितं एकमेकांशी 'शेअर' करत होता, तशी आता करता की नाही? (काही लोक, त्यांच्या घरातल्या लोकांखेरीज इतर कुणालाही आपली गुपितं कधीही सांगत नाहीत.)

दुसरी खूण म्हणजे, दोघा मित्रांपैकी एक जण किंवा दोघंही कायम तिसऱ्या अथवा चौथ्या मित्राला बरोबर घेऊन येऊ लागले आहेत. पूर्वी त्या दोघांमध्ये जी जवळीक होती व सगळा वेळ ते दोघंच एकत्र असत, तसं आता उरलेलं नाही.

जेव्हा एक मित्र दूर होऊ इच्छितो; पण दुसऱ्याची तशी इच्छा नसते, तेव्हा हा दुरावा सर्वांत वेदनादायी ठरतो. विशेषतः दोघांपैकी एकाला आधीच्यासारखीच मैत्री ठेवायची इच्छा असते तेव्हा. मैत्रीसारखं मौल्यवान नातं नाजूक बनण्याचं कारण म्हणजे, दोघांपैकी एकाची दूर होण्याची वा मैत्रीची अखेर करण्याची इच्छा असणं. मैत्रीसाठी हात पुढे करून ती टिकवण्यासाठी दोघांची साथ लागते; पण ती उसवायला एक जण पुरेसा असतो.

मात्र, तुम्ही संघर्ष निर्माण होऊ न देता अशी मैत्री संपवू शकता. तुम्हाला ही मैत्री का तोडायची आहे किंवा तुमच्या मित्राला तुमच्यापासून का दूर व्हायचं आहे, यावरून होणाऱ्या संघर्षामुळे मैत्रीला खूप मोठा तडा जाण्याची मोठी शक्यता असते.

फ्रेंडशिफ्ट्स

आयुष्यात वाटचाल करत असताना मैत्रीबंध ज्याप्रकारे बदलतात वा त्याचं स्वरूप बदलतं ते आणि मैत्रीत दुरावा निर्माण होणं या गोष्टी वेगवेगळ्या आहेत. १९८५ साली मी 'फ्रेंडशिफ्ट्स' हा नवा शब्द तयार केला. १९९७ साली मी 'मैत्री व मैत्रीचे प्रकार' या विषयावर लिहिलेल्या माझ्या पहिल्या पुस्तकाचं शीर्षकही तेच होतं. असे 'फ्रेंडशिफ्ट्स' घडणं अपेक्षित व स्वाभाविक असतं. बऱ्याच जणांच्या बाबतीत ते घडताना दिसतात. तुम्ही दुसरीकडे जाता... आणि काही काळानं लक्षात येतं की, तुमच्या शेजाऱ्याशी जुळलेली मैत्री तुम्ही टिकवलेली नाही किंवा तुम्ही व

तुमचा जिवलग मित्र/मैत्रीण एकत्र काम करत होता, पण तुम्ही दोघांनीही नोकऱ्या बदलल्यापासून तुम्ही एकमेकांना भेटणं तर दूरच पण फोनसुद्धा क्वचितच करता.

'फ्रेंडशिफ्ट्स' शब्दात असे 'शिफ्ट्स' म्हणजेच बदल स्वाभाविकपणे घडतात असं व्यक्त करायचं आहे. म्हणजे, एखादी वयस्क व्यक्ती मित्रांचं वर्तुळ वाढवत राहते किंवा त्यातले काही मित्र दुसरीकडे राहायला जातात अथवा निधन पावतात त्यावेळी त्यांना आपल्याला मित्र नाहीत असं वाटू लागतं. एखादा शाळकरी मुलगा शालेय शिक्षण संपवून कॉलेजमध्ये जातो तेव्हा त्याला कॉलेजजीवनाचा खराखुरा आनंद घ्यायचा असेल, तर त्यानं त्या नव्या ठिकाणी आणखी काही मित्र जोडणं आवश्यक ठरतं. अशा विद्यार्थ्यांना त्यांच्या आयुष्यात जे काही घडतंय ते 'शेअर' करण्यासाठी कुणी मित्र नसतील तर त्यांच्यात नैराश्य, वर्गात अनुपस्थित राहणं किंवा कमी गुण मिळणं, अशी लक्षणं दिसू लागण्याची खूप शक्यता असते.

एकमेकांपासून दूर होण्याचा अर्थ असा असतो की, त्यापैकी एका मित्र/मैत्रिणीला मैत्री जशी होती तशी ठेवायची आहे. तिला कसलंही गालबोट लागू द्यायचं नाही. मात्र हा संघर्षाचा मुद्दा बनू शकतो आणि एकमेकांपासून दूर होताना जर योग्य रीतीनं दूर झालो नाही, तर ते मैत्रीबंध तुटू शकतात.

'फ्रेंडशिफ्ट्स' ही संकल्पना किती सर्वसामान्य व अंदाज बांधण्याजोगी आहे, याची जर एका अथवा दोन्ही मित्र/मैत्रिणींना जाणीव नसेल तर हा मैत्रीत विश्वासघाताचा मुद्दा ठरू शकतो. 'फ्रेंडशिफ्ट्स' हा आयुष्याचा एक भाग आहे ही गोष्ट स्वीकारता आली नाही, तर मैत्री या विषयावर विचार होण्याऐवजी ती राग, संताप, सूडभावना, खुनशीपणा व विश्वासघात यांनाच निमंत्रण देऊ शकते. उदाहरणार्थ, समजा एखाद्या मित्राचं लग्न झालं आणि त्याच्या एकुलत्या एक जिवलग मित्राला त्यामुळे त्यांच्या आधीच्या मैत्रीत फरक पडला आहे असं वाटू लागलं आणि त्याला ते मान्य नसलं तर सगळ्या प्रकारच्या अप्रिय गोष्टी... म्हणजे त्याला अपमानित करण्यासाठी त्याच्या नवपरिणित पत्नीबद्दल वाईटसाईट बोलण्यापासून ते मैत्री तुटण्यापर्यंत काहीही घडू शकतं.

आत्मसन्मानाच्या जाणिवेचा अभाव

आत्मसन्मानाच्या जाणिवेचा अभाव हा मुद्दा मैत्री नकारात्मक अथवा विध्वंसक टप्प्यावर कशी काय नेऊ शकतो? मैत्री हे नातं काही साधंसरळ 'कारण व परिणाम' अशा छापाचं नसतं. सर्वसाधारणपणे, तुमचा आत्मसन्मान जितका प्रखर, तितके तुम्ही विध्वंसक मैत्रीबंधात गुंतवण्याची शक्यता कमी. तुमचा आत्मसन्मान प्रखर असेल तर तुम्ही एरवी सकारात्मक म्हणता येण्याजोग्या मैत्रीतला विध्वंसक वा अपायकारक टप्पा पार होण्याची संयमी प्रतीक्षा करता. तुमच्या नात्यात उठलेल्या

या तात्पुरत्या वादळावर तुम्ही अतितीव्र प्रतिक्रिया देणं टाळता. बऱ्याचदा अशा प्रसंगी आपल्या हातून घडायला नको होती असं वाटण्याजोगी कृती अथवा तोंडून जायला नको होता असा शब्द जातो.

जर तुमच्या मित्र/मैत्रिणीत आत्मसन्मानाची जाणीव अगदी अल्प असेल, तर त्या व्यक्तीला मैत्रीची किंमत जाणवणार नाही आणि ती जाणता-अजाणता तुम्हाला दूर लोटण्यासाठी काहीतरी करेल अथवा बोलेल. दुर्दैवाची गोष्ट म्हणजे, असे काही मित्र/मैत्रिणी तुम्हाला तुमची मैत्री 'सिद्ध' करायला भाग पाडून, मैत्रीची 'परीक्षा' घेतील.

आपण निवडलेले मैत्रीबंध आवडण्यासाठी आधी स्वतः स्वतःला आवडावं लागेल. जर एखाद्या व्यक्तीमध्ये आत्मसन्मानाची जाणीव अगदी अल्प असेल आणि ती व्यक्ती स्वतःला फारशा योग्यतेची समजत नसेल, म्हणजेच ती व्यक्ती स्वतःचंच अवमूल्यन करत असेल, तर ती व्यक्ती तिच्या मित्र/मैत्रिणींचंही अवमूल्यन करू शकते. या अर्थानं आत्मसन्मानाची जाणीव अल्प असणं ही अशा व्यक्तीची समस्या असतेच; पण ती तिच्या मित्र/मैत्रिणीसाठीही अडचणीची ठरू शकते.

अशा व्यक्ती आपल्या मित्र/मैत्रिणींच्या समस्या स्वतःच्याच असल्यासारखं मानून वागू शकतात. तर कधी त्याच्या अगदी उलट, बिकट परिस्थितीतून (वा अतिशय चांगल्या दिवसांत) जात असलेल्या मित्रांना ते पूर्णपणे टाळू शकतात. या मित्र/मैत्रिणीच्या अवस्थेबद्दल त्यांना काय वाटतं, यावर ते अवलंबून आहे. याच्या अगदी विरुद्ध, ज्या व्यक्तींची आत्मसन्मानाची जाणीव निकोप आहे, त्या व्यक्ती आपल्या मित्र/मैत्रिणीचे चांगले वा वाईट गुण, तसंच त्याचं / तिचं यश वा निराशा यांची स्वतःच्या आयुष्याशी सरमिसळ करत नाहीत अथवा दुसऱ्या कुणाची योग्यता ठरवायला जात नाहीत.

टिकून राहणारे सकारात्मक, निकोप मैत्रीबंध एखाद्याचा आत्मसन्मान उंचावण्यास मदत करू शकतात; पण आत्मसन्मानाची जाणीव अल्प असलेल्या व्यक्ती मैत्रीबंध तोडू शकतात अथवा ते निर्माण होणं टाळू शकतात.

जवळिकीतील आव्हान

तुम्हाला किंवा तुमच्या मित्र/मैत्रिणीला तुमच्या खऱ्याखुऱ्या मैत्रीबंधांमधली जवळीक सांभाळणं फारच अवघड वाटू लागलं तर त्यावर तीव्र प्रतिक्रिया दिली जाणार नाही याबाबत दक्षता घ्या. कदाचित तो तुमच्या मित्र/मैत्रिणीचा स्वभाव असेल, काही लोक संवाद साधताना अथवा भावना 'शेअर' करताना तितकेसे मोकळे होत नाहीत.

जवळीक माणसाला कमजोर बनवते. जवळीक असली की गमावण्याची व

दुःखाची भावना गडद होते. डॉ. डेव्हिड लीड्स यांनी म्हटल्याप्रमाणे, तुम्ही वेगळे होण्यासाठी आधी तुम्ही जोडलं जावं लागतं. काही व्यक्ती अशा असतात की, ज्यांचे कुटुंबाशी सुरुवातीपासूनच कधी भावबंध जुळलेले नसतात. त्यामुळे अशा व्यक्ती प्रौढ झाल्यानंतरसुद्धा मित्र/मैत्रिणींशी भावबंध जुळवू शकत नाहीत अथवा वेगळेही होऊ शकत नाहीत. तुम्ही त्यांची ही अडचण दूर करू शकत नाही. अशा व्यक्ती जीवनानुभव किंवा उपचारांनी बदलू शकतात; पण दरम्यानच्या काळात तुम्हाला जर त्यांच्याशी मैत्री टिकवून ठेवायची असेल तर, तुम्हाला त्या व्यक्तीच्या भावनिक स्तरावरील या मर्यादा स्वीकाराव्या लागतील.

तथापि, काही वेळा अशा भावनिक अंतरामुळे जो अपेक्षाभंग होतो किंवा निराशा पदरी येते, त्यामुळे अशा अपेक्षित भावनिक सोबत न करणाऱ्या मैत्रीसाठी वेळ व ऊर्जा खर्च करणं फार अवघड वाटतं. तुम्ही एकतर अशा मैत्रीची अखेर तरी करता किंवा जोवर तुम्हाला पूर्ण तोडावं असं वाटत नाही, तोवर हा विषय जरा बाजूला ठेवून देता. या मित्र/मैत्रिणीत आत्ता तरी जवळीक साधण्याची क्षमता नाही आणि ती कधी निर्माण होईल, तेही सांगता येत नाही.

त्याउलट, समजा तुमची एखाद्या व्यक्तीशी मैत्री झाली आहे, पण जसजशी तुमच्यात जवळीक होऊ लागते तसा तुमचा मित्र/मैत्रीण मागे सरकू लागतो असं लक्षात आल्यावर तुम्ही निराश होता. खरं तर अशा मित्र/मैत्रिणींना वरवरची अथवा फारशी अपेक्षा न करणारी मैत्री हवी असते. अशा वेळी समस्या अशी निर्माण होते की, तुमची मैत्री ओळख ते जिवलग मैत्री हा टप्पा पार करते, त्या वेळी तुमचा मित्र/मैत्रीण मात्र हा टप्पा पार करू शकत नाही, हे लक्षात आल्यावर या टप्प्यावरून मागे फिरणं तुम्हालाच अतिशय मुश्कील वाटत असतं. समजा, तुम्ही अशा व्यक्तीशी मैत्री सुरूच ठेवलीत तर एक गोष्ट लक्षात ठेवा, समस्या त्या व्यक्तीची आहे; तुमची नाही. जे काही घडत आहे ते तुम्ही व्यक्तिशः घेऊ नका, म्हणजे तुमच्या आत्मसन्मानाला धक्का लागणार नाही. एखाद्या व्यक्तीला जवळीक साधता येत नसेल किंवा साधायची नसेल तर तुम्ही त्या व्यक्तीवर सक्ती करू शकत नाही. संयम ठेवलात तर त्याचं फळ मिळेल किंवा कदाचित मिळणारही नाही. तुम्ही त्या व्यक्तीला त्रास होणार नाही अशा स्तरावर ही मैत्री टिकवून ठेवू शकता आणि तुमचे जे मित्र/मैत्रिणी तुमच्याशी मनातलं अधिक खुलेपणे 'शेअर' करतात, त्यांच्याकडून तुम्हाला आवश्यक असणारी भावनिक सोबत मिळवू शकता.

'लक्षात' घ्या

'डेटिंग' आणि 'कोर्टशिप' या भावबंध पक्के जुळणाऱ्या वाटेवर घडणाऱ्या पारखण्याच्या व जाणून घेण्याच्या प्रक्रिया आहेत ही गोष्ट सर्वश्रुत आहे; पण

एखाद्या व्यक्तीशी मैत्री जुळावी का किंवा मैत्री राहावी का, या बाबतीतला निर्णय हीसुद्धा अशाच प्रकारची प्रक्रिया असते, ही गोष्ट काही लोकांना समजतच नाही. एखाद्या व्यक्तीला जो विश्वासघात वाटेल, तो दुसऱ्या व्यक्तीच्या दृष्टीनं मैत्रीची अखेर करण्याचा कळकळीचा प्रयत्न असेल. कारण त्या दुसऱ्या व्यक्तीला मुळात ही मैत्री नकोच असेल किंवा ती कायम टिकावी, असं वाटत नसेल.

मैत्रीच्या बाबतीतली अतिशय मौल्यवान आणि सामर्थ्यशाली गोष्ट म्हणजे ती ऐच्छिक असते. आपण एखाद्याशी मैत्री चालू ठेवायची का नाही, हे आपलं आपण ठरवू शकतो; तसंच दुसरा माणूस तुमच्याशी मैत्री ठेवायची की नाही हे ठरवू शकतो. त्यात गैर काहीच नाही. हे बंध कायम जुळवून ठेवलेच पाहिजेत अशी तुम्हाला कुणीच सक्ती करू शकत नाही... ना कायदेशीर, नैतिक वा आर्थिक बंधनं... पण मैत्रीत- विशेषतः जवळच्या अथवा सर्वांत जिवलग मैत्रीत प्रेमसंबंधाइतकीच तीव्र आणि दीर्घ काळची भावनिक गुंतवणूक असू शकते, त्यामुळे अशा मैत्रीची अखेर एखाद्याला उद्ध्वस्त करणारी ठरू शकते, विशेषत: कसलीही पूर्वसूचना न देता किंवा कोणत्याही सबळ 'कारणा'शिवाय मैत्री तोडली असेल तर.

मैत्री अनेक कारणांमुळे तुटते; पण ती तुटायच्या बेतात आहे किंवा ती समोरच्याला तोडायची आहे हे लक्षातच घेतलं नाही, तर अशा मैत्रीची अखेर करण्यासाठी एखादी व्यक्ती काहीतरी जहाल कृती करू शकते.

पण जर तुम्ही समोरच्याची 'हिंट' लक्षात घेतलीत किंवा समोरच्यानं तुमची 'हिंट' लक्षात घेतली तर, तुमची मैत्री नाट्यपूर्ण रीतीनं तुटणार नाही, तुमच्यातले मैत्रीबंध हळूहळू विलग होऊन विरून जातील आणि कदाचित पुढे कधीतरी परिस्थिती बदलेल तेव्हा, किंवा ती व्यक्ती बदलेल वा निवळेल तेव्हा पुन्हा हे बंध जुळवू शकाल... कदाचित त्या वेळी तुम्हाला अधिक वेळ असेल, तुमचा मित्र/मैत्रीण एकटी असेल, त्या वेळी त्याला/तिला मित्र-मैत्रिणीची गरज असेल; किंवा तुम्ही वा ती व्यक्ती आयुष्यात अशा अनुभवांतून पार झाला असाल की त्या वेळी तुमचं व्यक्तिमत्त्व बदललं असेल, त्या अनुभवांतून तावूनसुलाखून अधिक झळाळून उठलं असेल.

खिन्नता आणि मानसिक अस्वास्थ्याचे प्रकार

खिन्नता किंवा औदासीन्य या बाबतीत एक मजेशीर गोष्ट म्हणजे एकाकीपणामुळे खिन्नता ग्रासून येऊ शकते; पण खिन्नतेमुळेही माणूस एकाकी होऊ शकतो. अशा प्रकारे हे एक दुष्टचक्रच असतं.

जर एखादी व्यक्ती खिन्नतेची शिकार झालेली असेल किंवा तिला तुमची खिन्नता झेलावी लागत असेल तर अशी मैत्री तुटण्याच्या इतक्या टोकाला जाऊ शकते की, त्यासाठी बाह्य मदतीची म्हणजे एखाद्या उपचारकाचं साहाय्य घेण्याची

गरज भासू शकते. अशा वेळी मित्र/मैत्रिणींचा उपचारक म्हणून गैरवापर करू नये. तुमच्या खिन्नतेचा परिणाम म्हणून तुमच्या मनात तीव्र झालेल्या इच्छा किंवा तक्रारी तुमच्या जवळच्या अथवा सर्वांत जिवलग मित्र/मैत्रिणीनं ऐकून घ्याव्यात अशी अपेक्षा करता येईल, पण जर ही खिन्न मनोवस्था दीर्घकालीन असेल तर तुम्हाला वा त्या संबंधित व्यक्तीला बाह्य मदतीची गरज आहे. आपल्या प्रिय व्यक्तीच्या निधनाच्या दुःखातून सावरण्यास जर एखाद्याला काही महिने पुरत नसतील... वर्षभरानंतरही या आघातातून सावरता येत नसेल तर त्यासाठी दुःखनिवारक समपुदेशक उपलब्ध आहेत. (आयुष्यातल्या मोठ्या आघातांतून किंवा काही गमावण्यातून म्हणजे नोकरी गमावणं, घटस्फोट किंवा जोडीदाराचा वा आई-वडिलांपैकी कुणाचा तरी मृत्यू सावरण्यास किती वेळ लागावा हे व्यक्तिसापेक्ष आहे. ते अनेक गोष्टींवर अवलंबून असतं, ते व्यक्तीच्या खंबीरपणावरही अवलंबून असतं; तसंच आधीच्या भरून न येणाऱ्या हानीची जखम या आघातानं पुन्हा ताजी होणार आहे का, यावरही ते अवलंबून असतं. अशा स्थित्यंतरादरम्यान सामाजिक, कौटुंबिक वा सांप्रदायिक बंध साहाय्यभूत ठरतात का, यावरही ते अवलंबून असतं. हे व्यक्तिसापेक्ष तर असतंच असतं. हा आघात अपेक्षित होता का अचानक झाला आहे, यावरही ते अवलंबून असतं.) काही लोक उपचारकाकडे जायचं टाळतात, कारण आपण दहा-वीस वर्षांच्या एखाद्या योजनेत बांधले जाऊ याची त्यांना भीती वाटत असते. काहींना त्यातून काय निष्पन्न होईल, किती वेळ लागेल याची भीती वाटत असते.

पण खिन्नता ग्रासून आलेल्या व साहाय्याची आवश्यकता असलेल्या रुग्णांचे जितके प्रकार असतात तितक्याच प्रकारचे उपचारक व उपचारशैली उपलब्ध आहेत. अगदी अल्पकालीन उपाय शोधण्यावर भर देणाऱ्या 'थेरपी'पासून ते अंतरंग जाणून घेण्याच्या दीर्घकालीन 'थेरपी'पर्यंत तसंच ग्रुप थेरपी, सामाजिक कार्यकर्ते, मनोचिकित्सक, मानसोपचारतज्ज्ञ, समुपदेशक, मानसशास्त्रज्ञ, आर्ट थेरपिस्ट, म्युझिक थेरपिस्ट, बिहेवियर थेरपिस्ट इत्यादी. काही जणांच्या बाबतीत खिन्नतेसाठी औषधांचा व संमोहन आणि 'कॉग्निटिव्ह' उपचारांचाही उपयोग होऊ शकतो.

या संदर्भात महत्त्वाचा मुद्दा असा आहे की, खिन्नता सर्वांत जवळच्या व अगदी आस्थेवाईक मित्रांच्या मैत्रीला सुरुंग लावू शकते. मित्र/मैत्रिणी हे काही प्रशिक्षित उपचारक किंवा खिन्नतेवर इलाज करणारे नसतात. त्यामुळे तुम्ही किंवा तुमच्या मित्र/मैत्रिणीनं खिन्नता हा स्वतंत्र विषय मानून त्याकडे पाहिलं पाहिजे आणि मैत्रीवर त्याचं ओझं न लादता तिचं पुनर्मूल्यांकन केलं पाहिजे.

ज्या माणसांना गंभीर मानसिक आजार आहे, असे लोक मैत्रीत विश्वासघात करू शकतात कारण ते स्वतःच स्वतःलाच सावरू शकत नाहीत. उदाहरणार्थ, एखाद्या माणसाला जर खोटं बोलण्याचा आजार असेल, तर तुम्ही त्यानं तुमच्याशी

किंवा अन्य कुणाशी खरं बोलावं अशी अपेक्षा करू शकत नाही. अशा प्रकारच्या मानसिक आजारासाठी उपचारांचीच गरज असते.

समजा तुम्हाला अथवा तुमच्या मित्र/मैत्रिणीला मानसिक आजार असेल आणि त्यामुळे त्याची/तिची मनःस्थिती बिघडलेली असेल, त्याला/तिला भ्रम होत असतील किंवा स्किझोफ्रेनियाच्या रुग्णांमध्ये आढळतात तशी वास्तवापासून फारकत घेणारी लक्षणं दिसत असतील, तर अशा परिस्थितीचा मैत्रीवर नक्कीच वाईट परिणाम घडतो. तुम्ही ती व्यक्ती व मैत्री वेगळी मानू शकत नाही आणि तुमच्यात वा तुमच्या मित्र/मैत्रिणीत असा मानसिक आजार आढळला असेल तर तो मैत्री जुळण्याआधीपासूनच असू शकतो.

मैत्रीमध्ये विश्वासघात होण्याच्या बहुतेक उदाहरणांमध्ये, असं घडण्यास संबंधित व्यक्तीच्या बालपणीचं कौटुंबिक वातावरण कारणीभूत असतं. याबद्दल पुढच्या प्रकरणात विवेचन आहे. समजा एखाद्या बाईनं तिच्या मित्र/मैत्रिणीच्या रोमॅन्टिक पार्टनरचा अथवा जोडीदाराचा विश्वासघात केला असेल व त्यामुळे त्या मित्र/मैत्रिणीचा विश्वासघात वा फसवणूक झाली असेल, तर अशा वेळी अन्य कारणांमुळे त्या व्यक्तीची मनःस्थिती बिघडलेली असणं, हे त्याचं कारण असू शकतं.

निरोगी मैत्री ही इतर सर्वांप्रमाणेच मानसिक आजारग्रस्त व्यक्तीच्याही फायद्याचीच असते; पण जर तुम्हाला अथवा तुमच्या मित्र/मैत्रिणीला मानसिक आजार असेल तर तुम्ही त्या व्यक्तीच्या वागण्याचा अर्थ लावताना विचार केला पाहिजे. म्हणजे, तुम्हाला जो विश्वासघात वाटतोय असं वागणं, काही मोठ्या समस्यांमुळे उद्‌भवलं आहे का, याचा विचार केला पाहिजे. मला एक प्रसंग आठवून शरमल्यासारखं होतं. कॉलेजमध्ये असताना माझी एक मैत्रीण होती. आपण तिला सिंडी म्हणू. तिच्या बाबतीत मी जी असंवेदनशीलपणे वागले होते, त्याची मला लाज वाटते. आता या गोष्टीला तीस वर्षं उलटली आहेत.

सिंडीनं मला सांगितलं होतं की, 'मी स्वतःला संपवण्याचा प्रयत्न केला होता.' सिंडीचे वडील अत्यंत कठोर होते हे मला माहीत होतं. तिच्या शैक्षणिक प्रगतीसंदर्भात त्यांनी अतिउच्च मापदंड ठरवले होते. माझ्या नेहमी मनात यायचं की, या बाप-लेकीचे संबंध काही बरे दिसत नाहीत. अर्थात माझ्याजवळ तसे काही पुरावे नव्हते. तिला कुठला मानसिक, शारीरिक, लैंगिक त्रास होता, की या तिन्ही त्रासांना तिला तोंड द्यावं लागत होतं, की यांपैकी काहीच त्रास नव्हता, हे मला माहीत नव्हतं. पण तिनं आत्महत्येचा प्रयत्न केल्याचं मला अजिबात आवडलं नव्हतं. तिनं आमच्या मैत्रीच्या तोंडात मारलीय, असं मला वाटत होतं.

आज मागे वळून पाहताना मला असं जाणवतं की, माझं तेव्हाचं वागणं स्वार्थी आणि गोंधळलेलं होतं. मी असं वागायला नको होतं. तेव्हा माझी पहिली प्रतिक्रिया

होती- मैत्रीण म्हणून तुला माझी किती पर्वा आहे? तू आत्महत्या करण्यात यशस्वी झाली असतीस, तर मला किती त्रास झाला असता!

पुढे एक-दोन वर्षांतच आमची मैत्री तुटली. त्याला केवळ आमच्यातलं 'अंतर'च (आम्ही वेगवेगळ्या शहरांत राहत होतो) कारणीभूत नव्हतं. त्या दरम्यान माझी दुसऱ्या मैत्रिणीशी गट्टी जमली होती, हेही कारण नव्हतं. आमची मैत्री तुटण्याचं मुख्य कारण होतं, सिंडीच्या मानसिक आजाराची मला वाटणारी भीती.

आपण तिला शोधावं असं पुढे बऱ्याचदा माझ्या मनात येऊन गेलं आहे. तिला त्यातून बाहेर येण्यासाठी काही मदत मिळाली का, तिच्या आयुष्याची घडी बसली आहे ना, हे पाहावं असं अनेकदा वाटलं; पण प्रत्यक्षात मी तिला कधीही फोन केला नाही. आता माझ्या आयुष्यात अनेक सकारात्मक, निरोगी मैत्रीबंध व नातेबंध असूनही मी भित्रेपणे मागे सरकले. पण कधीतरी मनात येतंच, 'सिंडीचं काय झालं असेल?'

व्यक्तित्व किंवा स्वभाव

उपचार व साहाय्याची आवश्यकता असलेल्या मानसिक आजारांचा विषय आपण पाहिला, त्याचप्रमाणे माणसाचं व्यक्तित्व अथवा स्वभाव यामुळेही मैत्रीत विश्वासघात होण्याचा संभव असतो. मैत्रीत विश्वासघात करणं हा एखाद्या व्यक्तीच्या स्वभावाचाच भाग आहे का, जो बदलणं असंभवनीय वा अशक्य आहे, हे तुम्हालाच ओळखावं लागेल. शिवाय तुम्हाला ते ओळखता येतं का हेही पाहावं लागेल... म्हणजे तुम्ही इतका हळवेपणा करत आहात का, की जिथं विश्वासघात करण्याचा उद्देशसुद्धा नसेल, तिथंसुद्धा तुम्हाला तशी कृत्यं दिसू लागली आहेत? उदाहरणार्थ, तुमचा जवळचा मित्र/मैत्रीण तीन दिवस तुमच्या फोनला उत्तर देत नाही. त्याचा/तिचा फोन येतो तो सुटीचा मस्त आनंद लुटून आल्यावर. तो/ती तुम्हाला त्याबद्दल सांगते तेव्हा तुमचा संतापानं तिळपापड होतो. त्याचे शब्द ऐकणं तुम्हाला नकोसं होतं. सहलीवर जाण्याआधी तुम्हाला फोन न करता आल्याबद्दल ती व्यक्ती तुमची माफीसुद्धा मागते. तिला विमानतळावर पोहोचायला उशीर होत असल्यामुळे ती तुम्हाला फोन करू शकली नाही आणि खरीखुरी निवांत विश्रांती घेता यावी यासाठी त्या व्यक्तीनं मेसेजही न पाहण्याचं ठरवलेलं असतं. जर तुमच्या मित्र/मैत्रिणीला स्वतःचे रंग दाखवण्याची आवश्यकता वाटत असेल, तर त्यानं/तिनं बदलणं गरजेचं आहे. दोष त्याच्या/तिच्या व्यक्तित्वात आहे; तुमच्या नाही. पण आपला विश्वासघात झाला आहे या तुमच्याच मनातील भीतीमुळे तुम्ही तीव्र प्रतिक्रिया देता आणि समोरच्याचा तसा उद्देश नसूनही त्याच्या वागण्याचा चुकीचा अर्थ लावता, असं घडत असेल तर तुम्हीच स्वतःला बदलण्याची गरज आहे. तुम्ही मनातील आत्मसन्मानाची भावना व आत्मविश्वास वाढवलात तर तुम्ही तुमच्या मित्रांना

'संशयाचा फायदा' देऊ शकाल; त्यांची प्रत्येक कृती तुम्हाला विश्वासघातकी वाटणार नाही. फोनला उत्तर देण्यास उशीर होणं किंवा गंमत म्हणून अथवा सहज चेष्टा म्हणून बोललेलं एखादं वाक्य तुम्हाला आक्षेपार्ह वाटणार नाही.

व्यसनाधीनता

काही लोक विश्वासघात करतात, कारण ती त्यांची सवय असते. त्यांनी निष्ठा, विश्वासार्हता ही मूल्यं स्वतःमध्ये विकसितच केलेली नसतात; त्यांना इतरांचा विश्वासघात करण्याची सवय असते. काही जण मैत्रीत विश्वासघात अथवा उपद्रवी वर्तन करत असतात; कारण त्यांना निराशा, संताप याचं व्यसन जडलेलं असतं आणि त्यांचा एक वा अनेक मित्र/मैत्रिणींनी विश्वासघात केलेला असतो.

काही माणसांना जसं अमली पदार्थांचं किंवा चक्क कामाचं व्यसन असतं, तसं काही जणांना एखाद्या माणसाचं व्यसन असतं. डॉ. हॉवर्ड एम. हॅलपर्न यांनी 'हाऊ टु ब्रेक युवर ॲडिक्शन टु अ पर्सन'मध्ये उसवलेल्या लग्नबंधनात अथवा रोमॅन्टिक नातेसंबंधात जोडीदाराचं व्यसन कसं सोडवावं याबद्दल विवेचन केलं आहे. त्या संदर्भात त्यांनी सुचवलेली तंत्रे मित्र/मैत्रिणीच्या व्यसनातून मुक्त होण्यासाठीही लागू होऊ शकतात :

- नात्यांची नोंदवही ठेवा. त्यामध्ये नात्यांशी संबंधित घटना नोंदवत राहा आणि मग त्यावरून तुमच्या नात्याचे 'पॅटर्न्स' ठरवा.
- तुमचं एखाद्या नात्याचं 'व्यसन' सोडवण्यासाठी तुम्हाला आधार ठरू शकेल अशा 'नेटवर्क'चं साहाय्य घ्या. डॉ. हॅलपर्न यांनी रोमॅन्टिक नात्याचं व्यसन सोडवण्यासाठी मैत्रीच्या नेटवर्कचा आधार घ्यावा, असं सांगितलं आहे. तुम्ही जर एखाद्या विशिष्ट मित्र/मैत्रिणीचं व्यसन सोडवण्याचा प्रयत्न करत असाल तर तुम्ही तो मित्र/मैत्रीण सहभागी नसलेल्या मित्र-मैत्रिणीच्या नेटवर्कचा अथवा रोमॅन्टिक पार्टनर वा घरच्या सदस्याचा आधार घेऊ शकता.
- तुम्हाला एखाद्या व्यक्तीचं व्यसन जडलं असेल तर त्यातून सुटण्यासाठी तुम्हाला मानसोपचार पद्धतीचा उपयोग होऊ शकतो.

'प्रतिबिंब' सापळा

तुमचा मित्र/मैत्रीण प्रत्येकानं आयुष्याकडे त्याच्या/तिच्याच दृष्टिकोनातून पाहिलं पाहिजे असं गृहीत धरते का? तुमच्यातील मतभिन्नतेचा आदर न करता ती तुम्हाला 'बदलण्याचा' प्रयत्न करते का, अथवा ज्या बाबतीत अनेकविध मतप्रवाह तितकेच

योग्य असू शकतील अशा बाबींतसुद्धा तुमचं कसं 'चूक' आहे हे सांगण्याचा प्रयत्न करते का?

उदाहरणार्थ तुम्ही एकमेकांसोबत एखादा सिनेमा पाहता. त्या सिनेमाबद्दल त्या व्यक्तीचं मत तुमच्या अगदी विरुद्ध असतं तेव्हा ती व्यक्ती तुम्हाला 'तुझं चूक आहे' असं ऐकवते किंवा एखाद्या गोष्टींबद्दल तुम्हाला तुमचं मत विचारलं जातं. तुम्ही ते सांगता तेव्हा, 'नाही, नाही, तसं अजिबात नाही,' असं ऐकावं लागतं. अगदी तुम्ही व्यक्त केलेलं मत तुमचं स्वतःचं... अगदी आत्मनिष्ठ असलं तरीही.

मैत्रीमध्ये असा 'प्रतिबिंब' दृष्टिकोन असणं हे निरोगी, सकारात्मक मैत्री फुलण्याच्या दृष्टीनं आव्हानात्मक व मुश्कील असतं. तुम्हाला जर तुमच्या मित्र/मैत्रिणीच्या अशा स्वभावाशी जुळवून घ्यायचं असेल तर, तुम्ही स्वतःची मतं स्वतःपाशीच ठेवा अथवा वाद टाळण्यासाठी चक्क 'खोटं बोला.' दरम्यान तुम्ही ठरवू शकाल की, तुमच्या मैत्रीत तुमच्यावर लादलं गेलेलं मौन वा 'हो ला हो' करणं तुम्हाला जमणार आहे का? की तुमची मतं विरुद्ध असतात तेव्हा तुम्ही मान न तुकवता वाद घालणार आहात?

हा/ही मी आहे का?

दुसऱ्याच्या स्वभावातले मैत्रीला धक्का लावणारे अपकारक अथवा नकारात्मक स्वभावविशेष लक्षात घेणं अगदी सोपं असतं, पण असे कुठले गुण तुमच्यातही असू शकतात. अर्थात असं स्वतःमध्ये काही दुर्गुण शोधणं धडकी भरवणारंच असतं; पण विध्वंसक मित्र-मैत्रिणींना आकर्षित करणारा असा काहीतरी दुर्गुण स्वतःमध्ये असू शकतो, या गोष्टीचा किमान विचार करा. (अशा मैत्रीत तुमचा विश्वासघात होतो आणि पदरी निराशाच येते.) 'लाइक ॲट्रॅक्ट्स लाइक' या पुरातन संकल्पनेला पुष्टी देणारे भरपूर पुरावे उपलब्ध आहेत.

नकार

नकार ही मानसशास्त्रीय बचाव यंत्रणा आहे. यामुळे माणूस पराजित वृत्ती स्थापित करत असतो. तो वर्तन व त्याचे अनुषंगिक परिणाम मान्यच करत नाही. आपला मित्र/मैत्रीण मैत्री तोडत आहे हे या व्यक्तीला कळतच नाही. ही गोष्ट स्वतः प्रत्यक्ष पाहीपर्यंत अथवा ती स्वच्छ- स्पष्ट रीतीने निदर्शनाला आणून दिल्याखेरीज ही व्यक्ती ते मान्यच करत नाही. तुमच्यापाशी अन्य निरोगी मैत्रीबंध अथवा पर्याय ठरू शकण्याजोगी इतर नाती नसतील, तर एखादी मैत्री नकारात्मक आहे किंवा तुमचा एखादा मित्र/मैत्रीण तुम्हाला टाळत आहे हे तुम्ही मान्य न करण्याची खूप शक्यता असते. काही वेळा मैत्रीचे अनुषंगिक परिणाम जसे आहेत तसे पाहणं-

विशेषतः अशी मैत्री संपणं हाच उपाय असतो त्या वेळी- अतियातनादायी असतं त्यामुळे त्यातली नकारात्मकता अथवा विश्वासघात मान्य केला जात नाही. अशा व्यक्तीला ही मैत्री सुरू ठेवणं अजिबात शक्य नाही, हे दाखवून देण्यासाठी बऱ्याचदा 'मर्यादा ओलांडून' मैत्री तोडणारी कृत्यं करावी लागतात.

भांडखोर मित्र/मैत्रीण

जे मित्र-मैत्रिणी असुरक्षित भावनेनं घेरलेले आणि मनातून भयभीत असतात ते भांडखोरपणा करतात. मैत्रीत प्रेमळ व आस्थेवाईकपणे वागण्याऐवजी त्यांचं वागणं कठोर, तिटकारा येण्याजोगं व नकारात्मक असतं. याची मुळं त्यांच्या बालपणीच्या परिस्थितीत असतात. याविषयी पुढच्या प्रकरणात सविस्तर विवेचन केलेलं आहे. हे सारं कुटुंबातच असतं. तुमच्या मित्र/मैत्रिणीचे आई-वडील प्रेमळ आणि सकारात्मक वृत्तीचे होते का, या मित्र/मैत्रिणीची भावंडं मायाळू आणि पाठीशी राहणारी होती का, हा मित्र/मैत्रीण बुजरी, शांत, लाघवी, अत्यंत मनमिळाऊ असेल; पण बालपणी अथवा किशोरवयात त्याला/तिला अत्याचाराला तोंड द्यावं लागलं असेल तर तो/ती एखाद्या आत्मकेंद्री, कठोर, सतत अपेक्षा करणाऱ्या व स्वार्थी मित्र/मैत्रिणीमुळे भांडणास प्रवृत्त होऊ शकेल. अशा मैत्रीत एखाद्याच्या अधिक आक्रमक होण्यामुळे मैत्रीत वर्तन कसं अयोग्य आहे, हे लक्षातच येत नाही.

'मी तुला वाचवू शकतो' या विचाराची प्रेरणा

तुम्हाला जर तुमचा मित्र/मैत्रीण ही खरंच खूप चांगली व्यक्ती आहे असं अगदी मनापासून वाटत असेल आणि आपण त्या व्यक्तीला चांगला मित्र/मैत्रीण होण्यासाठीही मदत करू शकतो असं तुम्हाला वाटत असेल, तर तुम्ही अशी मैत्री सुरू ठेवाल; म्हणजेच तुम्ही ही मैत्री वाचवाल. अशा प्रकारच्या परहितदक्षतेसोबत इतरही काही मुद्दे येतात. सर्वांत पहिली गोष्ट म्हणजे, हा मित्र/मैत्रीण आहे; तुमच्या घरचा सदस्य किंवा तुमच्यावर अवलंबून असलेलं लहान मूल नाही. तुम्ही या मित्र/मैत्रिणीशी विश्वासाचं नातं जपणं कौतुकास्पद असलं तरी तुम्हाला तुमच्या नोकरीसाठी व मूलभूत जबाबदाऱ्या पार पाडण्यासाठी वेळ, ऊर्जा व साधनस्रोतांची आवश्यकता असते. त्यातसुद्धा तुम्ही विवाहित असाल, तुमच्यावर अवलंबून असलेलं लहान मूल असेल किंवा तुम्ही नोकरी करत असाल तर अधिकच! तुमच्या मित्राचा तारणहार बनणं हे सर्वसाधारण निरोगी मैत्रीतल्या अपेक्षेपेक्षा वेगळं असतं. जर तुमच्या मित्राला तशी गरज असेल तर त्याला व्यावसायिक उपचारकाची वा बारा कलमी 'रिकव्हरी प्रोग्रॅम'ची गरज आहे.

तर्कशुद्ध कारणमीमांसा

तुमच्या मित्र/मैत्रिणीच्या वागण्याचं तुम्ही तर्कशुद्ध समर्थन करत राहिलात किंवा ते सोडून देत राहिलात, तर कदाचित ते अनुभव पुनःपुन्हा येत राहतील. तुम्ही ते स्वीकारून, त्याला माफ करत राहिलात तर त्या व्यक्तीची बदलण्याची इच्छाच संपून जाईल. तुमच्या अशा वागण्यानं तुम्ही त्या व्यक्तीचा स्वभाव व वागणं- जे अस्वीकारार्ह असेल- चालवून घेत राहाल आणि त्या व्यक्तीचे डोळे उघडणार नाहीत. त्या व्यक्तीचं वागणं तुम्हाला अजिबात आवडलेलं नाही, हे तुम्ही स्पष्ट न दाखवल्यामुळे त्या व्यक्तीचंही नुकसानच होईल. त्या व्यक्तीचं वागणं बदलण्यासाठी तुमची प्रतिक्रिया उत्प्रेरक (कॅटॅलिस्ट) ठरू शकते.

मी आजवर ऐकलेल्या काही कारणमीमांसा :

- 'मला माहीत आहे, बॉब नेहमी खोटं बोलतो; पण त्याचे वडीलसुद्धा खोटारडे होते, त्यामुळे बॉबकडून वेगळी काय अपेक्षा करणार!'
- 'नक्कीच. मेलिसा गेल्या काही महिन्यांपासून स्वतःच्याच नादात आहे. वर्गाचं नाटक बसवत आहेत त्यात तिला मुख्य भूमिका आहे ना; मग काही बोलायलाच नको!'
- 'लिंडाच्या बॉयफ्रेंडनं तिला दुसऱ्या मुलीसाठी सोडलं. लिंडा अतिशय संवेदनशील असल्यामुळे सध्या तिच्या डोक्यात दुसरं काहीही नाही...' खरं तर लिंडा कधीच इतकी संवेदनशील नव्हती.
- 'बघा, सध्या तो नोकरीत इतका गर्क आहे की, त्याला मैत्रीची पर्वाच नाही,' पण तुम्ही त्याला शाळेपासून ओळखत असता आणि तो कायम असाच वागत आलेला असतो.

मॅसोकिझम (एक मानसिक आजार)

कुणीतरी आपल्याशी वाईट वागावं अशी काही लोकांची मानसिक गरज असते. अशा लोकांना 'मॅसोकिस्ट्स' म्हटलं जातं. ('सॅडिस्ट' लोकांना इतरांना इजा करण्यात आनंद मिळतो. मला एक विनोद आठवतो, एक 'मॅसोकिस्ट' म्हणतो, "हिट मी." त्यावर 'सॅडिस्ट' म्हणतो, "नो.") तात्पर्य काय, प्रत्येक 'मॅसोकिस्ट'च्या मागे एक 'सॅडिस्ट' असतो. 'मॅसोकिस्ट' दुःखाला आमंत्रण देतो म्हणून तुम्ही त्याला दोष द्याल, की दुसऱ्याला दुःख देण्यासाठी आसुसलेल्या 'सॅडिस्ट'ला?

जर तुम्हाला असमाधानकारक मैत्रीबंधांचे प्रकार अनुभवास येत असतील, तुम्ही अखेर विश्वासघात करणारेच मित्र-मैत्रिणी जोडत असाल, तर कदाचित तुमच्यातच

'मॅसोकिझम'ची लक्षणं असू शकतील. ती तुम्ही वेळीच जाणून त्यावर मात केली पाहिजे. एकदा तुम्ही या विषयाच्या मुळापर्यंत पोहोचलात की तुम्ही योग्य मित्र/मैत्रिणींची निवड करू शकाल. जे मित्र/मैत्रिणी तुमच्याशी प्रेमानं, आदरानं, विश्वासानं आणि निष्ठेनं वागतील अशांशी मैत्री जोडू शकाल. (आणि तेच प्रेम, आदर, विश्वास व निष्ठा तुम्ही स्वीकाराल व त्यांनाही देऊ शकाल.)

अपराधीपणाची भावना

'मॅसोकिझम'सोबत अपराधीपणाची भावनाही येते : बहुतेक 'मॅसोकिस्ट' लोकांना कशाबद्दल तरी अपराधी वाटत असतं आणि त्यामुळेच त्यांना दुःख सोसावं असं वाटत असतं.

तुमच्या घरातील एखाद्या सदस्यानं तुमच्याशी गैरवर्तन करून, उलट तो तुमचाच दोष असल्याचं भासवलं होतं का?

तुम्ही लहानपणी एखाद्या माणसाचं वाईट घडावं अशी इच्छा केली होती आणि त्यानुसार तसं घडलं होतं, त्यामुळे तुमच्या मनात अपराधी भावना आहे का?

आपल्या सर्वांनाच माहीत आहे की, केवळ मनात विचार आले म्हणून एखादी गोष्ट घडू शकत नाही. तरीही, एखाद्या जिवलग व निरोगी मैत्रीतून जो आनंद व आधार लाभतो, ते सुख अनुभवू न शकणारी व्यक्ती आपल्या प्रिय व्यक्तीला अशा विचारांमुळे 'आश्चर्यकारक'रीत्या दुखवू शकते.

कशानंच समाधान नाही... काहीच पुरेसं वाटत नाही

एखाद्याला बालपणातल्या अनुभवामुळे, म्हणजे प्रेमापासून वंचित राहिलेल्या, घरात दुर्लक्षित राहिलेल्या अथवा आई-वडील अथवा भावंडांकडून कौतुक न लाभलेल्या व्यक्तीला कधीच काही पुरेसं वाटत नाही. अशा व्यक्तीला अत्यंत प्रेमळ, समर्पित व विश्वासू मित्र लाभला तरी अशा व्यक्तीचं समाधान होत नाही. ती व्यक्ती बारीकसारीक खुसपटं काढून निराश होत राहते. तुमचं व्यक्तिमत्त्व जर अशा प्रकारचं असेल तर तुम्हाला तुमचा दृष्टिकोन बदलावा लागेल. तरच तुम्हाला प्रेमळ व आस्थेवाईक मित्र लाभू शकतील, जे मित्र मिळण्यास तुम्ही लायक आहात; पण आत्ता ते तुमच्यापासून दूर गेले आहेत, तुम्हाला टाळत आहेत.

परिपूर्णतेचा ध्यास

कशानंच समाधान न होणारा मित्र/मैत्रीण स्वतःबरोबरच आपल्या मित्र/मैत्रिणींमध्येही परिपूर्णतेचा आग्रह धरते. जर तुम्ही अथवा तुमचा मित्र/मैत्रीण अशा प्रकारचे असाल तर तुम्ही विश्वासघात झाल्याचा गैरसमज करून घ्याल. प्रत्यक्षात तसा कुणाचा

उद्देशही नसेल किंवा तुम्ही तुमच्या मित्र/मैत्रिणीला किरकोळ, बिनमहत्त्वाच्या गोष्टी व वाक्यांबाबत माफ करू शकणार नाही. एरवी इतर लोक तुमच्याबाबतीत तसं वागत-बोलत असले तरी तुम्हाला मित्र/मैत्रीण परिपूर्ण हवी असते. त्यामुळे तुम्ही त्याचं/तिचं वागणं-बोलणं सहज घेऊ शकत नाही. कुणीही माणूस परिपूर्ण असत नाही. त्यामुळे मैत्रीही परिपूर्ण असू शकत नाही. अशा परिपूर्ण नात्याच्या शोधात तुम्ही फक्त अपयश व निराशा यांना आमंत्रण देता आणि त्या व्यक्तीचा जीवनविषयक दृष्टिकोन व परिस्थिती याबाबत मनात तीव्र भावना बाळगता.

समजा तुमचा मित्र/मैत्रीण असा परिपूर्णतेचा ध्यास असणारी असेल तर 'कुणीही परिपूर्ण नसतं, अगदी तूसुद्धा नाहीस,' ही गोष्ट तुम्ही तिच्या निदर्शनाला आणून देण्याचा प्रयत्न करा. अर्थात, हे परिपूर्णतेचं वेड हाताबाहेर जात असेल तर त्यावर कायमस्वरूपी इलाज करण्यासाठी बाह्य उपचारांची मदत घ्यावी लागू शकेल.

अतिसंवेदनशीलता

तुम्ही जर इतके संवेदनशील असाल की तुमच्या मित्रांना तुमच्याशी बोलणं म्हणजे दर वेळी तारेवरची कसरतच वाटत असेल, तर तुम्हाला मैत्रीबंध तुटण्याचा अनुभव येईल. बाकीची माणसं, जे फक्त मतभिन्नत्व असं मानत असतात, ते तुम्ही मनाला लावून घेत असता. तुम्ही इतरांचा प्रतिसाद व प्रतिक्रिया या बाबतीत अतिसंवेदनशील असाल, तर तुमचे मित्र वाद टाळण्यासाठी त्यांची मतं तुमच्यासमोर सांगतच नाहीत, असं तुमच्या लक्षात येईल. यामुळे काही काळातच तुमची मैत्री कृत्रिम व खोटी वाटू लागेल.

टीका झेलण्याची अक्षमता

अतिसंवेदनशीलता म्हणजे टीका झेलण्याची अक्षमता असते. या अक्षमतेमुळे अगदी सर्वोत्तम मित्रांमध्येसुद्धा विश्वासघात झाल्याची व शत्रुत्वाची भावना रुजू लागते. खरं तर तसा कुणाचा उद्देशही नसतो. ही गोष्ट समजून घेणं तसं कौशल्याचं; पण महत्त्वपूर्ण असतं. जिथं तसा उद्देशही नसतो, तिथं तुम्हाला नकारात्मकता का आढळते, हे समजून घेणं महत्त्वाचं असतं. आदर्श मैत्रीमध्ये प्रामाणिकपणा, सत्याधार, खुलेपणा व गोपनीयता राखणं, या गोष्टी अत्यंत महत्त्वाच्या असतात असं आपण म्हणतो. जर तुम्ही तुमच्या जवळच्या अथवा सर्वांत जिवलग मित्र/मैत्रिणीशी काहीही बोलू शकत असाल, तर तो मित्र तुम्हाला काही बोलला तर तुम्हाला त्यानं टीका केली असं वाटून राग का येतो? त्याचप्रमाणे तुमच्या मित्र/मैत्रिणीच्या एखाद्या वाक्यावर, कृत्यावर, पोशाखावर, निर्मितीवर वा विचारांवर तुमचं प्रामाणिक मत व्यक्त केलंत तर त्या व्यक्तीला तुम्ही तिचा विश्वासघात केला

आहे असं का वाटावं?

बचावात्मक पवित्रा घेणं, माघार न घेणं किंवा आपलंच बरोबर असल्याचं सिद्ध करण्याचा प्रयत्न करणं, हा मानवी स्वभाव आहे हे आपण पाहिलं आहे. हाच बचावात्मक पवित्रा मैत्रीच्या मार्गात येतो आणि माणसाला विश्वासघात वा नकारात्मकता शोधायला लावतो, जिथं तसा कुणाचा उद्देशही नसतो.

ही टीका खरोखरच 'अभिप्राय' या पद्धतीनं सांगितली गेली होती का? हा अभिप्राय कुणी विचारला होता का? काही जण प्रामाणिक प्रतिक्रिया विचारतात, पण ती ऐकली की बिथरतात. ही प्रतिक्रिया आकसयुक्त होती का साहाय्यकारक? ती चिडकेपणे व सूडबुद्धीनं दिली होती का हुशारीनं, हलक्याफुलक्या शब्दांत?

या टीकेकडे टीका म्हणून पाहण्यापेक्षा अभिप्राय म्हणून पाहणं तुम्हाला शक्य आहे का? त्यामुळे तुमच्या मित्र/मैत्रिणीच्या बोलण्यावर अथवा कृतीवर तुम्ही जी तीव्र प्रतिक्रिया देत आहात, ती तुम्हाला नेमकी समजेल.

माझं असं निरीक्षण आहे की, ज्या लोकांना टीका स्वीकारणं जड वाटतं, त्यांना ती करतानाही अतिशय त्रास होतो. त्यामुळे तिथून सुरुवात करा. तुम्ही तुमच्या मित्र/मैत्रिणींना अभिप्राय देण्याचा असा चांगला मार्ग शोधून काढा की, ते तुमचे आभार मानतील. तुमच्या मैत्रीवर कसलाही दुष्परिणाम घडणार नाही, अशा प्रकारे त्यांना अभिप्राय (टीका) देण्याचा सराव करा.

तुमच्या मित्र/मैत्रिणींना त्यांची मते व्यक्त करण्यास प्रोत्साहित करा, अगदी ते तुमच्यावर टीका करत असले तरी. याद्वारा तुम्हाला टीका झेलण्याचा सराव होईल.

अति नकारात्मकता

तुम्ही प्रत्येक संवादाकडे नकारात्मक दृष्टिकोनातून पाहिलंत तर तुम्हाला मैत्रीत विश्वासघात झाल्याचंच आढळेल, पण खरं तर तसं काहीच नसेल. अशा वेळी तुम्हाला अथवा तुमच्या मित्र/मैत्रिणीला शब्द व कृती यावर कसे संस्कार करावेत हे शिकावं लागेल, स्वतःमध्ये बदल घडवावा लागेल. वस्तुनिष्ठपणे पाहिल्यास अशा मैत्रीत घडणाऱ्या गोष्टी हा विश्वासघात नसतो. त्रयस्थ माणसाच्या नजरेतून, अशी मैत्री नकारात्मक अथवा विध्वंसक नसते. या मैत्रीसंबंधात तुमची वा तुमच्या मित्र/मैत्रिणीची व्याख्या अथवा संदर्भचौकट बदलण्याची गरज असते.

एखाद्या विशिष्ट मित्र/मैत्रिणीबद्दल अथवा मैत्रीबद्दल तुम्ही स्वतःशी काय बोलता? ही मैत्री खूप सुंदर आहे आणि आपल्या आयुष्यात ही व्यक्ती आली हे भाग्य आहे असं तुम्हाला वाटतं, का आपण या नकारात्मक मैत्रीला का थारा देतोय, आपण त्यातून सुटका मिळवली पाहिजे असं वाटतं? या संदर्भात वास्तव काय असतं आणि अंदाज बांधणं किती असतं?

तुम्ही जर तुमच्या मित्र/मैत्रिणीकडे अथवा एखाद्या विशिष्ट मैत्रीबंधाकडे सकारात्मकपणे पाहू लागलात तर कदाचित तुम्हाला त्यात चांगलं आढळू लागेल.

'प्रोजेक्शन' किंवा 'डिस्प्लेसमेन्ट'

तुम्ही तुमच्या बोलण्यानं अथवा कृतीनं तुमच्या मित्र/मैत्रिणीला तोडत असाल आणि तुम्ही त्यांच्याशी जसं वागताय ते तुमच्याशी तसचं वागत आहेत असा त्या निरपराध्यांवर आरोप करत असाल, यालाच 'प्रोजेक्शन' किंवा 'डिस्प्लेसमेन्ट' असं म्हणतात. ही बचावात्मक यंत्रणा त्या वेळी कार्यरत होते जेव्हा तुमच्या भावना इतक्या तीव्र होतात, की तुम्ही त्या गोष्टी स्वतः मान्य करण्याऐवजी दुसऱ्यावर ढकलून मोकळे होता.

उदाहरणार्थ, तुमचा मित्र/मैत्रीण तुम्हाला फोन करून विचारते की, "सिनेमा किती वाजता सुरू होणार आहे?"

त्यावर तुम्ही उसळून विचारता, "तू आज रात्री सिनेमाला जावं की नको अशा विचारात पडल्यामुळे हे विचारतो आहेस का?"

खरं तर त्या मित्र/मैत्रिणीला सिनेमाला जाण्यासाठी तुम्हाला किती वाजता भेटायचं आहे हे ठरवायचं असतं आणि तुम्हालाच दुसऱ्या दिवशी देण्याचा 'रिपोर्ट' अद्याप अपूर्ण असल्यामुळे मनात अपराधाची बोच असते.

तुमच्या मैत्रीमध्ये असं 'प्रोजेक्शन' किंवा 'डिस्प्लेसमेन्ट' सुरू आहे का, हे पाहण्यासाठी तुम्ही सखोल व कठोर परीक्षण करून असं का वाटतंय याचा विचार केला पाहिजे. त्यासाठी शक्य तितका वस्तुनिष्ठपणे विचार करा; गरज असेल तर घटनाक्रम लिहून काढा आणि त्यामध्ये कुणाचं चुकतंय हे शोधण्याचा प्रयत्न करा. तुमचा मित्र/मैत्रीण खरंच तुम्हाला दुखावत आहे अथवा तुमचा विश्वासघात करत आहे, की तुम्हीच त्या मित्र/मैत्रिणीला दुखावत आहात किंवा तुम्हालाच त्या व्यक्तीशी नातं तोडायचं आहे? स्वतःला जे हवं आहे त्याची जबाबदारी घेण्याऐवजी, आपल्यालाच ती मैत्री तोडायची आहे हे मान्य करण्याऐवजी तुम्ही त्याच व्यक्तीवर तुम्हाला दुखावण्याचा (चुकीचा) आरोप करत आहात का?

■

या साऱ्याची मुळं कुटुंबातच असतात

आपल्याला अतिशय छान, सोबत करणारं, ज्याच्याशी आपण खूप काही 'शेअर' करू शकू असं नातं हवं असतं म्हणून आपण मित्र/मैत्रिणी जोडत असतो असं तुम्हाला वाटत असेल; पण जर तुमच्या आयुष्यात काही प्रश्नांचा गुंता सुटलेला नसेल तर तुमचे मित्र/मैत्रिणी म्हणजे तुमच्या सुप्त मनातील संघर्षाचं मूर्तिमंत उदाहरण असतं. तुम्हाला तुमच्या आई-वडिलांचं तुमच्यावर प्रेम नव्हतं किंवा तुम्ही त्यांना आवडत नव्हता असं वाटत असेल, त्यांनी तुम्हाला मानसिक अथवा शारीरिक इजा केली असेल, तुम्हाला सतत धारेवर धरलं असेल, अथवा अतिशय नकारात्मकपणे वागले असतील तर तुम्ही तुमच्याही नकळत तुमच्या परिचयाची आणि तुम्हाला अपेक्षित असलेली गोष्ट निवडता... म्हणजेच नकारात्मक गोष्ट.

आता तुमचे सगळेच मैत्रीबंध काही अपकारक अथवा विध्वंसक असणार नाहीत. त्यातील बरेच सहायक, खूप चांगले आणि सकारात्मकही असतील. फक्त एखादाच नकारात्मक असेल, वाईट असेल... आणि फक्त एका मित्र/मैत्रिणीनं तुमचा विश्वासघात केला असेल. ती व्यक्ती तुमच्या कामाच्या ठिकाणचा कॅज्युअल मित्र/मैत्रीण असू शकेल. ती व्यक्ती तुमच्या व्यक्तिगत आयुष्यातील जवळचा अगर सर्वांत जिवलग मित्र/मैत्रीण असू शकेल. असा एक वाईट अनुभव अपवाद असू शकतो; नियम नव्हे. मात्र एखाद्याच्या आयुष्यातला असा एक उपद्रवी मित्र अशा अनेक जणांना भारी असू शकतो.

तथापि, सर्वप्रथम तुम्ही तुमच्या बालपणातले 'पॅटर्न्स' जाणून घेणं गरजेचं आहे. हे काम सोपं नाही, त्यासाठी एखाद्या व्यावसायिक तज्ज्ञ व्यक्तीची गरज लागू शकते. अशी व्यक्ती आपल्याला आपल्या बालपणातील असे धक्के-आघात ओळखण्यासाठी मदत करू शकते जे आपल्या सुप्त मनात रुतून आहेत आणि आपल्याही नकळत आपल्या भविष्यातील वर्तनास दिशा देत आहेत. नकारात्मक

नातेबंध तोडणं हे आयुष्यभराची एखादी सवय मोडण्याइतकंच अवघड असतं. तुम्हाला खरोखर त्यासाठी प्रयत्न करावे लागतात.

वाईट कौटुंबिक संबंधांचेही वेगवेगळे प्रकार आणि स्तर असतात. क्रेग बक यांच्या 'टॉक्सिक पेरेन्ट्स' च्या सहलेखिका सुसान फॉरवर्ड म्हणतात की, सगळेच आई-वडील आपल्या मुलांना वाढवताना अनेकदा चुकीच्या गोष्टी करत असतात; पण 'विषारी' आई-वडील त्यांच्या मुलांशी शाब्दिक, लैंगिक अथवा भावनिक गैरवर्तन करतात, त्यामुळे त्या मुलाच्या आत्मसन्मानाला तडा जातो आणि अशी मुलं आत्मघातकी वर्तनाकडे वळतात. अशा मुलांना आपल्याला काही किंमत नाही, आपण कुणाच्या प्रेमाला पात्र नाही, आपल्यात न्यून आहे असं वाटू लागतं.

या गोष्टींवर उपाय न केल्यामुळे ही मुलं मोठी होतात तेव्हा त्यांना आत्मसन्मानाच्या जाणिवेअभावी प्रचंड समस्या येतात. आपण मागील प्रकरणात पाहिलंच की, आत्मसन्मानाअभावी मैत्रीवर नकारात्मक परिणाम घडतो आणि त्यामुळे ती व्यक्ती असे मित्र/मैत्रिणी निवडते ज्यांचं वागणं अगदी बालपणापासूनच विध्वंसक प्रकारचं असतं. आत्मसन्मानाच्या जाणिवेअभावी आपण मैत्री लाभण्याच्या लायकीचेच नाही, असं एखाद्याला वाटू शकतं.

उदाहरणार्थ, क्लाउडिया या पन्नाशीच्या विवाहित बाई. त्यांना दोन मुलं आहेत. त्या कॉम्प्युटर प्रोग्रॅमर आहेत. त्या दहा वर्षांच्या असताना त्यांच्या थोरल्या भावानं त्यांचं लैंगिक शोषण केलं. हा प्रकार चार वर्षं सुरू होता. त्यामुळे त्यांचे कौटुंबिक संबंध व गृहजीवन याचा त्यांच्या मैत्रीबंधांवर दुष्परिणाम झाला आहे. त्या म्हणतात, की, ''माझे कौटुंबिक संबंध व गृहजीवन तणावपूर्ण, चढाओढीचं, दहशतीच्या छायेखाली, उपेक्षित होतं. त्यामध्ये भावनेचा ओलावा नव्हता, खूप त्रासच होता...''

> *क्लाउडिया म्हणतात, ''माझी आत्मसन्मानाची जाणीव पूर्णतः खचायला लैंगिक शोषण हे फक्त एक कारण होतं. लैंगिक शोषणामुळे मला आपण हिणकस वागणूक देण्याच्या लायकीचे आहोत, असंच वाटू लागलं. मी मैत्री जोडताना खूप सावध असते. कोणत्याही पुरुषाच्या मैत्रीपूर्ण कृतीत मला 'वेगळाच' अर्थ दिसतो. मला एखाद्याचं वागणं अथवा मत आवडलं नाही तर मी लगेच आव्हान देते. तो विषय जाऊ दे; आपल्याला जेवढा आनंद लुटता येईल तेवढा लुटावा, असं मला वाटत नाही. आपण इतरांच्या लेखी महत्त्वाचे आहोत असं मला वाटत नाही. (त्यामुळे) मी नेहमी संपर्क ठेवून राहत नाही. माझा कुणावर विश्वास नसतो. मला नेहमी वाटतं की, कुणाला 'मी' आवडते, की ते फक्त माझ्याशी यासाठी बरं वागत आहेत, की नंतर मला काहीतरी*

(गैर) करायला सांगता यावं, ज्यायोगे त्यांना संतोष लाभेल?"

एखाद्याला कौटुंबिक समस्यांमुळे एकसुद्धा जिवलग मित्र जोडणं अवघड होऊ शकतं. एखाद्या व्यक्तीला मनापासून मैत्रीचं नातं हवं असेल, पण तिच्या इतर वागण्यातून नेमकं त्याच्या उलट व्यक्त होत असेल, अशी व्यक्ती सस्मित चेहऱ्यानं आपुलकी व्यक्त करण्याऐवजी कपाळावर आठ्या पाडते, तक्रारीचा सूर आळवते आणि पर्यायानं लोकांना दूर लोटते. अशी व्यक्ती तिचं वागणं, तिचं बालपण, तिच्या मनातलं भय आणि या सगळ्याची तिला आत्यंतिकतेनं हवे असणारे मैत्रीबंध तुटण्यात होणारी परिणती यामधील सूत्र समजून घेत नाही, तोवर अशा अनुभवांची- मग ते कितीही दुःखदायक असले तरी- पुनरावृत्ती होतच राहणार.

तुम्ही या कठोर वास्तवाचा सामना केलाच पाहिजे की, जर तुम्हाला तुमचा विश्वासघात करून दूर जाणारे अथवा तुम्हाला अपकारक वा वाईट वागणूक देणारे मित्र/मैत्रिणी जोडणं थांबवायचं असेल, तर तुम्ही बालपणातल्या काही विषयांचा गुंता सोडवायला हवा. या गुंत्यात अडकल्यामुळे तुम्ही अशा प्रकारचे मित्र/मैत्रिणी जोडत असता. जोवर तुम्ही हा गुंता सोडवत नाही तोवर नकारात्मक अथवा विध्वंसक मित्र/मैत्रिणी तुमच्याकडे चुंबकासारख्या खेचल्या जातील.

आशा सोडायचं कारण नाही. प्रशिक्षित तज्ज्ञ व्यावसायिक आणि स्वयंसहायता पुस्तके व कार्यशाळा तुम्हाला तुम्ही प्रेम करण्याजोगे, दुसऱ्याची पर्वा करणारे, सहृदय, कनवाळू व नातेबंध जोडण्यास योग्य व्यक्ती आहात, ही भावना तुमच्या मनात जागण्यास साहाय्य करतील. तुम्ही प्रेमळ, समर्पित व चांगले मित्र/मैत्रिणी लाभण्यास पात्र आहात, हा विश्वास तुमच्या मनात जागवतील.

उदाहरणार्थ, सॅली या चाळिशीच्या विवाहिता आहेत. त्या सेल्स क्लार्क म्हणून काम करतात. त्यांनी उपचारांच्या मदतीनं बालपणीच्या कटू अनुभवांचा झाकोळ दूर सारला. (त्यांच्या वडिलांनी व भावानं त्यांचं लैंगिक शोषण केलं होतं...) आपल्या आत्ताच्या भावनांचे पूर्वीच्या नात्याशी जोडले गेलेले संबंध त्यांनी व्यवस्थित सोडवले. या गोष्टींचा नीट विचार केल्यानंतर त्या आता अधिक चांगली नाती जोडू शकल्या आहेत. त्यांचं आयुष्यही अधिक सुखी झालं आहे. पूर्वी त्यांच्या जडणघडणीच्या काळात त्यांच्या बाबतीत फक्त वाईट अनुभव व वाईट नात्यांचीच पुनरावृत्ती होत होती :

"मी सतत उदास असते. मी उपचार घेऊ लागेपर्यंत ही गोष्ट मला कधी कळलीच नव्हती. मी लहान होते तेव्हा प्रत्येक गोष्ट मनात दाबून ठेवायचे, कधीच कुणाला काही सांगितलं नाही. मला ते सांगायची

भीती वाटायची.

"आता माझ्या मनात सतत दोन परस्परविरोधी विचार असतात, मी लहान होते तेव्हासुद्धा असंच असायचं. माझे वडील काय करत आहेत हे माझ्या लक्षात आलं तेव्हा मला त्यात सहभागी होण्याची इच्छा नसायची; पण त्याच वेळी 'ते आपले वडील आहेत, आपण ते केलं पाहिजे' असंही वाटायचं. आजही घरात अथवा नोकरीच्या ठिकाणी अनेकदा एकाच वेळी माझ्या मनात परस्परविरोधी विचार असतात.

"मी कधी संताप व्यक्त करत नाही. स्वतःला त्रास करून न घेता तो कसा व्यक्त करायचा, हे मला खरंच कळत नाही. माझ्या मनात प्रचंड अविश्वास असतो. (मी लहान असताना) काही जणांवर विश्वास ठेवला होता (वडील आणि भाऊ) आणि त्यामुळे मला बरंच दुःख भोगावं लागलं आहे. मला कुणावरही विश्वास टाकणं फार अवघड वाटतं.

"संताप आणि आक्रस्ताळेपणा हातात हात घालून चालतात; पण मी तसं करत नाही. मी जेव्हा ते करते तेव्हा बऱ्याचदा माझा मलाच त्रास होतो. मला जवळीक साधताना खूप अडचणी येतात. माझ्या नवऱ्याला विचारा. मला कुणाच्याही जवळ जाणं फार अवघड वाटतं. अगदी कुणाला आलिंगन देणं किंवा हस्तांदोलन करणं , एवढा स्पर्शही मला नकोसा वाटतो.

"मी आयुष्यात चांगल्या गोष्टी लाभण्यास लायक आहे असं मला वाटत नाही. एखादी मैत्रीण माझ्यासाठी काही चांगलं करते तेव्हा मला आपण त्यासाठी पात्र नाही, असं वाटतं. मला त्यांना द्यायचं असतं, मी त्या बदल्यात काही परत घेऊ शकत नाही."

सुदैवाची गोष्ट म्हणजे, सॅली अजून जवळीक साधायला शिकलेल्या नसल्या, तरी त्यांनी स्वतःच्या या समस्येकडे पुरेसं लक्ष देऊन ती सोडवण्याचा प्रयत्न केला असल्यामुळे त्यांचं विवाहबंधन अजून टिकून आहे. त्यांना दोन जवळच्या मैत्रिणीही मिळाल्या आहेत. सध्या त्या ज्या नोकरीत आहेत ती नोकरी मिळण्यास त्यांपैकीच एका मैत्रिणीनं मदत केली आहे आणि त्यालासुद्धा आता २५ वर्षं झाली आहेत. त्या दोघी अजूनही एकत्र काम करतात आणि दररोज मधली सुटी सोबत घालवतात.

तुम्ही तुमच्या बालपणापासूनच्या अशा समस्यांना सामोरं जाण्याची पद्धत बदला. तुमचा स्वतःकडे पाहण्याचा दृष्टिकोन आणि लोकांना प्रतिसाद देण्याची पद्धत बदला. मग तुम्ही मित्रांची निवड वेगळ्या प्रकारे करू लागाल.

मुलांमध्ये आत्मसन्मानाची जाणीव कशी जोपासावी याबद्दल एक फार चांगलं पुस्तक आहे – डोरोथी कॉर्किल ब्रिग्ज लिखित 'युवर चाईल्ड्स सेल्फ एस्टिम.' ब्रिग्ज यांनी लहान मूल शब्दांद्वारा वा शब्दांविना मिळणाऱ्या संदेशातून स्वतःची किंमत करायला कसे शिकते, हे या पुस्तकात सांगितले आहे. 'देहबोली शब्दांपेक्षा जास्त स्पष्ट बोलते' ही गोष्ट यांनी ठळक नमूद केली आहे. (म्हणूनच मला ठामपणे वाटतं की, प्रौढ माणसं कितीही कामात व्यग्र असली तरी सायबरस्पेस मैत्री त्यांच्यासाठी पुरेशी नसते. त्यांनासुद्धा मित्रांच्या देहबोलीची व प्रत्यक्ष शब्दांतून व्यक्त होण्याची गरज असते, अगदी आमनेसामने, किमान फोनवर आवाजातून तरी.)

तुम्हाला बालपणी आई-वडिलांकडून जी मायेची ऊब मिळायला हवी, ती न मिळाल्यामुळे, तुम्ही कदाचित विध्वंसक मैत्रीच जोडत असाल.

कदाचित दुसऱ्या व्यक्तीनं मित्र/मैत्रीण म्हणून तुम्हाला शोधलं असू शकेल. तुमचं बालपण अगदी फूलपंखी असेल, तुमच्यात आत्मसन्मानाची प्रखर जाणीव असेल आणि इतरांना हवाहवासा वाटणारा आत्मविश्वास आणि सुख तुमच्यापाशी असल्यामुळे या गोष्टींना पारख्या झालेल्या व्यक्तींनी तुम्हाला शोधलं असेल. मनातल्या अपराधी भावनेमुळे किंवा बालपणी तुमचा मित्र/मैत्रीण ज्या सुखाला पारखी झाली ते सुख त्याला/तिला देण्याच्या इच्छेतून तुम्हाला असं वाटतं की, तुमची मैत्री तुमच्या या क्षुब्ध वा दुःखी मित्र/मैत्रिणीच्या मनावर फुंकर घालून घाव बरे करायला मदत करेल.

पण दुःखाची बाब अशी की, अशा दुःखी, चिडलेल्या, विषण्ण मित्र/मैत्रिणीला तुम्ही जीव लावलात तर बऱ्याचदा ती तुमचा विश्वासघात करते, तुमच्या मैत्रीमुळे ती व्यक्ती अस्वस्थ होते; कारण तिला ज्या गोष्टी कधीच मिळाल्या नाहीत त्या न मिळाल्याचा सल तिच्या मनात उसळी घेतो. बालपणातल्या या निराशाजनक आठवणींतून बाहेर पडून, दीर्घ प्रयत्नांनी अशा यातनादायी व मनात वादळ माजवणाऱ्या भावनांवर मात करण्याऐवजी ही व्यक्ती मैत्रीत तुमचा विश्वासघात करते आणि तुम्हालाच तिला नाकारायला भाग पाडते.

तुमच्या मित्र/मैत्रिणीमध्ये आत्मसन्मानाच्या जाणिवेचा अभाव असेल तर या समस्येवर उपाय करणं हे तुमचं काम नाही. मात्र त्या व्यक्तीच्या वागण्यामागची कारणं समजून घेतलीत तर मैत्रीची अखेर होण्याबद्दल तुम्ही स्वतःला दूषणं देणार नाही. त्या व्यक्तीच्या वागण्यामागचं कारण जाणून घेऊन, जर तुम्हाला योग्य वाटत असेल तर तुम्ही त्या व्यक्तीच्या ते निदर्शनास आणून देऊ शकता. त्यामुळे ती व्यक्ती हे दुष्टचक्र भेदण्यासाठी व्यावसायिक तज्ज्ञ व्यक्तीची मदत घेऊ शकेल. पण ती व्यक्ती या गोष्टीला तयार होऊन, तिच्या बालपणीच्या आई-वडिलांसोबतच्या

भावबंधाच्या समस्येमुळे उदभवलेल्या मैत्रीविषयक समस्यांसंदर्भात स्वतःमध्ये बदल घडवेपर्यंत तुम्ही या मैत्रीपासून दूर होण्याचा विचार करा, तुमचा आत्मसन्मान चक्काचूर होण्याआधी.

तुमचे आत्ताचे मैत्रीबंध सुधारण्यासाठी तुम्ही तुमच्या आधीपासूनच्या कौटुंबिक संबंधांचा विचार करून, तो गुंता सोडवणं आवश्यक आहे. पण भावनिक आणि विकासात्मक प्रगतीच्या संदर्भात आपण सर्व जण एकाच मार्गानं जात असतो... आपलं पहिलं नातं असतं ते आपल्या आई-वडिलांशी, त्यानंतर भावंडांशी आणि त्यानंतर इतर अधिकारी व्यक्ती अथवा बरोबरचे लोक, त्यानंतर रोमॅन्टिक पार्टनर्स आणि मग आपण ज्यांचं संगोपन करतो ती आपली मुलं.

आपण जर त्यातल्या आई-वडिलांशी संबंध या पहिल्याच टप्प्यावर 'अडून' राहिलो तर आपण पुढे जाऊच शकणार नाही. सामाजिक मानसशास्त्रज्ञ डॉ. डफी स्पेन्सर म्हणतात की, माझ्याकडे येणाऱ्यांमध्ये मैत्रीविषयक समस्या घेऊन येणारे लोक अगदी दुर्मीळ आहेत, याचा अर्थ मैत्री ही बिनमहत्त्वाची गोष्ट आहे असा नाही, तर हे लोक आई-वडील व मूल किंवा भावंडं यांच्यामधल्या नात्याच्या गुंत्यात सापडलेले असतात, हे कारण आहे. मैत्री या गोष्टीकडे अद्याप 'विषय' किंवा ताकद देणारा स्रोत म्हणून पाहिलं जात नाही. (मजेची गोष्ट म्हणजे, त्यांच्याकडे येणारे लोक याखेरीज नोकरीच्या ठिकाणी सहकारी अथवा बॉस यांच्या संदर्भातल्या समस्यांवर त्यांच्याशी चर्चा करतात.)

तुम्ही अपकारक मैत्रीबंधांबद्दल तक्रार केलीत तरी तुम्ही नकारात्मक मैत्रीबंधांकडे खेचले जाल. कारण दोन हात करणं व ते बदलण्याचा प्रयत्न करणं यापेक्षा, आहे ती अवस्था तशीच ठेवणं, कमी यातनादायी असतं. उदाहरणार्थ, कौटुंबिक अथवा प्रेमसंबंध तुमच्यापेक्षा वाईट असलेल्या मित्र/मैत्रिणींशी मैत्री जोडण्यामुळे तुम्ही जवळच्या नातेबंधांमध्ये तुमच्या पदरी आलेल्या अपेक्षाभंगाचं पुनर्परीक्षण करायचं टाळू शकता. हा साधा सरळ मार्ग वाटू शकेल; पण बऱ्याच जणांच्या बाबतीत बालपणीच्या कौटुंबिक अनुभवांचं प्रतिबिंब मैत्रीत पडलेलं दिसतं.

डॉ. स्पेन्सर म्हणतात :

"आपण आपल्या आजूबाजूला कौटुंबिक नात्यांची पुनर्निर्मिती करत असतो. बहुतेक लोकांचे असे आधीपासूनचे न सोडवलेले गुंते असल्यामुळे, अशा लोकांना त्यांच्या भावंडांचं किंवा आई-वडिलांचं स्मरण करून देणारी व्यक्ती भेटली की, तिच्याबद्दल त्यांच्या मनात शत्रुत्व भावना निर्माण होऊ शकते. ही गोष्ट त्यांच्याही नकळत घडते. बहुतेक लोकांच्या हे लक्षातही येत नाही. तुम्हाला जर एखाद्या माणसाबद्दल असं वाटत

असेल आणि त्या क्षणी प्रत्यक्ष घडणाऱ्या गोष्टीशी ते अतिशय विसंगत असेल तर तो इशारा समजा.''

अठ्ठेचाळीस वर्षांच्या मेलिसा घटस्फोटित आहेत. त्या कलावंत आहेत. त्यांना नोकरी नाही. उसवणारे मैत्रीबंध ही त्यांना त्यांच्या बालपणीच्या अनुभवांची पुनरावृत्ती वाटते :

''मी खूप मोठ्या कुटुंबात वाढले. आमच्या घरी मैत्री जोडण्यास प्रोत्साहन नसायचं. मी माझ्या मुलीच्या बाबतीत तसं होऊ दिलं नाही. तिला काही जिवलग भावबंध लाभले आहेत आणि ते दीर्घ काळ टिकून आहेत. माझा (एक्स) नवरा मिळूनमिसळून वागणारा नव्हता. तो माझ्या आई-वडिलांसारखाच होता. आयुष्यात मला फक्त एकदाच असं वाटलं की, मी छान मैत्रीण आहे जिला छान मित्र-मैत्रिणी आहेत. आता मी लग्नबंधन मोडून नव्यानं आयुष्य सुरू केलंय. माझ्या आयुष्यात हे मोठं स्थित्यंतर घडलं आहे. सध्या मला मित्र/मैत्रिणी नाहीत, फक्त एक मैत्रीण आहे; पण ती बरीच दूर आहे. आता नव्यानं कशी सुरुवात करावी ते मला कळत नाहीये. मी एकाकी आहे. माझी सोबत करते ती फक्त चित्रकला आणि प्रार्थना व ध्यानधारणा यांच्या जोडीनं घडणारं आत्मज्ञान.''

भावंडांशी भावबंध

तुमचं आई-वडिलांशी अगदी उत्तम नातं असलं तरी एक वा अधिक भावंडांशी जर नातं कटू असेल तर तुम्हाला मैत्रीत असा अनुभव पुनःपुन्हा येऊ शकतो. या संदर्भात विशेष महत्त्वाचा आहे तो भावंडांच्या लैंगिकतेचा मुद्दा. या संदर्भात 'नॉर्मल' कशाला म्हणायचं, ते गैरवर्तन कधी मानलं जातं, चिडवणं-भांडणं आणि अपशब्द वापरणं, हा विषयही महत्त्वाचा असतो. त्या संदर्भातही 'नॉर्मल' कशाला म्हणायचं? त्याला मनोविकार कधी म्हणतात? सध्या तुमचे जे अपकारक वा नकारात्मक मैत्रीबंध आहेत किंवा तुमच्या आत्मसन्मानाशी निगडित बाबी आहेत, त्याच्याशी या गोष्टी प्रत्यक्ष वा अप्रत्यक्षरीत्या संबंधित आहेत का?

विकी ही २९ वर्षांची नोकरी करणारी बाई. ती अविवाहित आहे. तिची 'बेस्ट फ्रेंड'ची व्याख्या पहिल्या प्रकरणात उद्धृत केली आहे. ('सायबिल' या टीव्ही शो वर आधारित.) विकी आणि जोआचिमची चार वर्षांची घनिष्ठ मैत्री होती. जोआचिमचं आणि तिचं नातं शारीरिक नव्हतं. तो तिच्यासोबत काम करायचा. तो तिला 'रिपोर्ट'

करायचा. त्यानं भावनिकदृष्ट्या तिची साथ न दिल्याबद्दल विकी संतापली होती. त्या वेळी तिनं तिच्या बालपणात डोकावून पाहिलं. तिचं तिच्या एकुलत्या एक भावाशी सख्य नव्हतं. बालपणापासून त्या दोघांचे सूर कधी जुळले नव्हतेच; आणि आता मोठेपणी ती जोआचिममध्ये ते नातं शोधत होती. जोआचिमशी मैत्री सुरू ठेवावी असं तिला वाटत होतं. हे सगळं समजून घेतल्यानंतर तिनं जोआचिमच्या मर्यादांबद्दल अस्वस्थ होणं, चिडणं बंद केलं.

ग्रेटशेन ही तिघा भावंडांमधली थोरली. तिला एक भाऊ आणि एक बहीण होती. त्या दोघांमध्ये फक्त वर्षभराचं अंतर होतं. त्या दोघांची एकमेकांशी जास्त गट्टी होती. त्याचे आई-वडील सतत या तिघांची तुलना करत असायचे, याचा ग्रेटशेनवर फारच परिणाम झाला. तिच्या मनात लहान भावंडांच्या गट्टीबद्दल कायमची मत्सरयुक्त अढी बसली. ग्रेटशेन म्हणते, मी माझ्या दोन मैत्रिणींची एकमेकांशी ओळख करून देते आणि त्या दोघींची मैत्री होते तेव्हासुद्धा मला प्रचंड मत्सर वाटतो. बालपणी मनात बसलेली अढी अशा वेळी डोकं वर काढते. हे माहीत असल्यामुळे ती आपल्या मैत्रिणींमध्ये असं मैत्रीचं नातं जोडलं जाऊ नये यासाठी आटापिटा करते. आपण ही अढी काढून टाकण्यासाठी प्रयत्न केला, तर हा प्रश्नच सुटेल हे तिला चांगलं माहीत असूनही ती हे करू शकत नाही.

तुम्ही आणि तुमच्या आई-वडिलांनी तुमच्या वाढत्या वयात पुन्हा भावंडांमधली स्पर्धा कशी हाताळली आहे, या गोष्टीचा तुमच्या आजच्या मैत्रीबंधावर परिणाम दिसेल. तुमच्या आई-वडिलांनी प्रत्येक मुलाला ज्याप्रकारे वागवलं असेल आणि तुम्हाला जर कुठल्या विषमतेला तोंड द्यावं लागलं असेल तर, त्याचा तुमच्या वागण्यावर परिणाम दिसेल... तुमच्या बरोबरच्या लोकांबद्दलच्या तुमच्या भावनांना तो रंग चढू शकेल, म्हणजे तुम्ही त्यांना स्वीकाराल अथवा त्यांचा प्रचंड मत्सर वा दुस्वास करत असाल.

प्रत्येक मुलाला अगदी सारखं वागवणं आई-वडिलांसाठी अशक्य असतं; त्यातसुद्धा वय व क्षमतांमध्ये प्रचंड तफावत असेल तर अगदीच अवघड असतं. पण मुलांना भावंडांशी निगडित विषयांमुळे दीर्घकालीन, नकारात्मक मैत्रीविषयक समस्या येऊ नयेत यासाठी मुलांना समान व न्याय्य वागणूक 'मिळाल्याची भावना' असणं गरजेचं असतं. उदाहरणार्थ, तुमच्या आई-वडिलांनी त्यांचं तुमच्यावर तुमच्या भावंडांइतकंच प्रेम आहे, ते तुम्हाला त्याच्याइतकंच कार्यक्षम मानतात असा विश्वास दिला असेल तर, तुम्ही तुमच्या मित्र/मैत्रिणीचं यश व कर्तबगारी अगदी सहज पचवाल. पण जर तुमच्या आई-वडिलांनी तुम्ही तुमच्या भावंडांइतके यशस्वी नाही, त्यांच्याइतके प्रिय वा लाघवी नाही अशी तुम्हाला जाणीव दिली असेल, तर तुम्हाला मत्सर वाटेल.

पण, भावंडांशी निगडित असलेल्या समस्यांचा न सुटलेला गुंता पाच, दहा किंवा वीस वर्षं टिकलेल्या मैत्रीत सगळं काही सुरळीत छान सुरू आहे, असं वाटत असताना, अचानक का उद्भवतो? तुम्ही आणि तुमचा मित्र/मैत्रीण दोघंही भेटता तेव्हा तुम्ही समान स्तरावर असता. तुम्ही एकाच शाळेत असता किंवा एकाच ठिकाणी नोकरी करत असता. तुम्ही दोघंही अविवाहित असता, पण मग एके दिवशी तुमचा वाङ्निश्चय होतो किंवा तुमच्या मित्र/मैत्रिणीला बढती मिळते आणि तिथंच हा विषय डोकं वर काढतो.

तुम्हाला अथवा तुमच्या मित्र/मैत्रिणीला अबोध मनात जाणवू लागतं की, रोमॅन्टिक पार्टनर आपल्यापेक्षा त्या व्यक्तीला 'झुकतं माप' देत आहे किंवा बढती मिळाल्यामुळे तुम्हाला किंवा तुमच्या मित्र/मैत्रिणीला आपण 'कमी' आहोत असं वाटू लागतं. त्या क्षणी भावंडांच्या जागी ती दुसरी व्यक्ती आलेली असते.

समजा तुम्ही अथवा तुमचा मित्र/मैत्रीण एकुलते एक असाल तरी भावंडं नसल्याचा तुमच्या आत्ताच्या मैत्रीबंधांवर कसा परिणाम होतो ते तुम्हाला जाणून घ्यावं लागेल. भावंडांमध्ये स्पर्धा असणं अगदी सर्रास दिसत असलं तरी, त्यांच्यामधलं प्रेमाचं व मैत्रीचं नातं त्यांच्या भावी मैत्रीबंधांसाठी सकारात्मक प्रशिक्षण देण्याचं काम करत असतं. पण एकुलत्या एक मुलाच्या बाबतीतसुद्धा, जोवर घराबाहेर चांगले मैत्रीबंध जोपासण्यास वेळ आणि संधी दिली जाते तोवर प्रश्न येत नाही. माझ्या मैत्रीविषयक संशोधनात मला आढळून आलं आहे की, एकुलत्या एक मुलाला आपल्या बरोबरच्या मुलांशी उत्तम संबंध जोडण्याचं कौशल्य विकसित करण्यास प्रोत्साहन दिलं जातं. कारण त्याच्या आई-वडिलांना माहीत असतं की, त्याच्याशी खेळायला घरात त्याच्या बरोबरचं कुणी नाही, त्यामुळे ते त्याला मित्रांबरोबर (वा चुलत-मावस भावंडांबरोबर) खेळता येईल यावर कटाक्ष ठेवत असतात.

ज्या आई-वडिलांना दोन, तीन अथवा त्यापेक्षा जास्त मुलं असतील, विशेषतः ही मुलं जवळपास वयाची असतील, तर त्यांना काही वेळा या मुलांना 'एकमेकांची सोबत आहे' असं वाटतं आणि त्यामुळे मुलांना घराबाहेर खेळायला पाठवण्याकडे त्यांचं फारसं लक्ष नसतं.

शारीरिक, भावनिक, लैंगिक अत्याचार करणारी भावंडं ही अधिक तीव्र समस्या असते. समवयस्क भावंडांमधील लैंगिक कुतूहल सौम्य प्रकारचं असतं आणि म्हणून ते 'शोषण मानू नये' असं मला म्हणायचं नाही. लैंगिक शोषणाची कृती, मग तो मौखिक संपर्क, कुरवाळणं अथवा स्पर्श काहीही असो, ती तीव्र असते.

भावंडांच्या संदर्भात कुरवाळणं अथवा स्पर्श करणं याप्रकारच्या लैंगिक शोषणाच्या तक्रारी सर्वाधिक नोंदवल्या गेल्या आहेत. विशेषतः १० व १२ या वयोगटातल्या भावंडांमध्ये. या वयात पालकांकडून होणाऱ्या मुलांच्या लैंगिक शोषणाच्या तुलनेत

भिन्नलिंगी भावंडाकडून होणाऱ्या लैंगिक शोषणाचं प्रमाण पाच पट अधिक असलं तरी या संदर्भात तक्रारी क्वचितच दाखल होत असल्यामुळे, ते प्रमाण नेमकं किती आहे, हे सांगणं कठीण आहे. जेव्हा पालकानं मुलाचं केलेलं लैंगिक शोषण उजेडात येतं तेव्हा तो अगदी स्वाभाविकपणे गुन्हा ठरतो. पण भावंडानं असं कृत्य केलं, तर तो वयानं कितीही मोठा असला तरी त्याकडे तितक्याच गांभीर्यानं पाहिलं जात नाही. तो दोन मुलांनी परस्परसंमतीनं केलेला आचरटपणा अशा दृष्टीनं त्याकडे पाहिलं जातं. पण ही संमती मानसिक दबाव आणून मिळवलेली असते, काही वेळा इजा करण्याच्या अथवा शस्त्राच्या धमकीनंसुद्धा.

मी अशा अनुभवांतून पार झालेल्या व्यक्तींशी बोलले आहे. त्यांपैकी काहींना बालपणी तर काहींना किशोरवयात अशा लैंगिक शोषणाची शिकार व्हावे लागले होते. मी अशा व्यक्तींच्या संस्थेच्या वार्षिक राष्ट्रीय अधिवेशनाला तसंच कार्यशाळांनाही उपस्थित राहिले आहे. विवाहित जोडप्यांसाठी आयोजित केलेल्या एकदिवसीय कार्यशाळेलाही मी गेले होते (या जोडप्यांमधील पत्नी अशा प्रकारच्या लैंगिक शोषणाचा बळी ठरली होती). या साऱ्यामधून माझ्या लक्षात आलं की, या घटनेचा संबंधित व्यक्तींबरोबरच त्यांच्या जोडीदारांवरही खोलवर परिणाम झालेला असतो. अशा प्रकारच्या घटनांत बऱ्याचदा बळी ठरते ती लहान मुलगी. तिचं तिच्याच थोरल्या भावानं लैंगिक शोषण केलेलं असतं. भावाभावांमध्ये अथवा बहिणीबहिणींमध्येही अशा घटना घडतात; पण ते प्रमाण या तुलनेत कमी दिसतं. या प्रकाराचा आपल्या बालपणावर आणि पुढे इतकी वर्षं उलटल्यानंतर प्रौढावस्थेवरसुद्धा नकारात्मक परिणाम झाला आहे, ही गोष्टच अशा प्रकारे बालपणात लैंगिक शोषणाचे बळी ठरलेल्या व्यक्तींच्या लक्षात येत नाही. पण हा दुष्परिणाम अनेक वर्षं अथवा आयुष्यभरसुद्धा टिकू शकतो. या घटनांचा लगेच दिसून येणारा परिणाम म्हणजे 'बळी' ठरलेली व्यक्ती खिन्न होणं, अपराधीपण ग्रासून येणं, स्वतःचाच तिरस्कार करू लागणं, दुःखी होणं, इतरांपासून दूर जाऊ लागणं, सतत भुकेची जाणीव, भूक मंदावणं वा अतिशय भूक लागणं अथवा आपल्या सोबत्यांपासून दूर जाणं. याचे काही दीर्घकालीन परिणाम म्हणजे संताप, शरम, अतिखाणं, भूक मंदावणं वा सतत भुकेची जाणीव, असे अन्नसेवनाशी संबंधित परिणाम. वाजवीपेक्षा जास्त खर्च करणं, अपराधीपणा, सेक्सविषयी एकाच वेळी परस्परविरोधी भावना आणि कुणाशीही घसट वा जवळीक साधता न येणं. अगदी चांगली मैत्री वा प्रेमाचं नातं जोडताना व ते टिकवताना अशा व्यक्तींना समस्या येतात.

एखाद्या व्यक्तीला अशा प्रकारच्या अनुभवाला तोंड द्यावं लागलं आहे का, हे आपल्याला शोधून काढायचं असेल तर आपल्याला त्याची सूक्ष्म लक्षणं वा खुणा शोधाव्या लागतील. कारण शारीरिक शोषणाचे सांगता न येणारे घाव दिसत नाहीत.

आपल्याला जर एखाद्या व्यक्तीला अशा अनुभवाला तोंड द्यावं लागलं आहे का, हे शोधून काढून तिच्यावर इलाज करायचा असेल, तर आपल्याला काही गोष्टींबद्दल अधिक संवेदनशीलपणे विचार करावा लागेल.

पहिली गोष्ट, अशा प्रकारच्या लैंगिक शोषणाला कौटुंबिक वातावरण पोषक ठरत असतं : आई-वडील दूर असणारे बहीण-भाऊ (ते भावनिकदृष्ट्या दूर असतील अथवा कामाच्या व्यापात प्रचंड बुडालेले असतील वा अनुपस्थित असतील.)

दुसरी गोष्ट, आपण औत्स्युक्य व नव्या गोष्टी जाणून घेण्याच्या भरात मर्यादा ओलांडत आहोत ही गोष्ट अशा मुलांच्या वृत्तीमुळे ('बॉईज विल बी बॉईज, यू नो') त्यांच्या लक्षातच येत नाहीये व त्याची परिणती लैंगिक शोषणात झाली आहे का, ही गोष्ट आई-वडील व शिक्षकांनी तपासून पाहायला हवी.

तिसरी गोष्ट, आपण त्या मुलाला, किशोरवयीन व्यक्तीला वा प्रौढ व्यक्तीलासुद्धा जर पूर्वी अनेक वर्षांपूर्वी घडलेल्या अशा प्रकारच्या लैंगिक शोषणाची कबुली देण्यास प्रेरित करणार असाल तर आपल्याला बळी ठरलेल्या व्यक्तीलाही आपलं ऐकून घेतलं जाईल व त्यावर विश्वास ठेवला जाईल याची खातरी तिच्या मनात निर्माण करावी लागेल.

अशा प्रकारे, भावंडांकडून लैंगिक शोषणाची शिकार ठरलेल्या व्यक्तीच्या भावी मैत्रीबंधांवर त्याचा नक्कीच परिणाम घडतो; पण त्याचं कारण आणि परिणाम उघड दिसतीलच असं नाही, अशा व्यक्तींच्या इतर मैत्रीबंधांमध्ये वाईट अनुभवांची पुनरावृत्ती होत राहील.

बालपणी अशा प्रकारचा भयानक अनुभव आलेल्या व्यक्तीनं असे सकारात्मक मित्र/मैत्रिणी जोडायला हवेत, जे तिला बालपणातले हरवलेले क्षण पुन्हा देऊ शकतील.

पन्नाशीतल्या घटस्फोटित लिलियननी अगदी असंच केलं. त्या म्हणतात, "माझ्या आयुष्यात, माझ्या घरच्यांशी माझं जमलं नाही; पण माझ्या मित्रपरिवारानं ती जागा घेतली आहे. तेच माझं कुटुंब बनले आहेत." लिलियन बारा वर्षांच्या होत्या (त्या दरम्यान त्या काही खास दृढ मैत्रीबंध जोडत होत्या.) तेव्हा त्यांच्या अठरा वर्षांच्या भावानं त्यांच्यावर बलात्कार केला होता. (त्यांना त्यांच्यापेक्षा तीन वर्षांनी मोठा आणखी एक भाऊ आहे व चार वर्षांनी लहान बहीण. या दोघांशीही त्यांचे संबंध अजिबात वाईट नव्हते.)

लिलियन त्यांच्या बाबतीत जे घडलं त्याबद्दल सांगताना म्हणतात :

> *"मी बारा वर्षांची होते. घरच्यांचं लक्ष आणि प्रेम मिळावं यासाठी अतिशय आसुसलेली होते. माझे वडील दारू आणि कामात बुडालेले*

असत. त्यांचा सहवास क्वचितच मिळत असे आणि भावनिक आधार तर नाहीच. आई असायची; पण तिच्यात मायेचा ओलावा अजिबात नव्हता. तिच्या बोलण्यातून अथवा कृतीतून (प्रेमानं जवळ घेणं, वगैरे) कधीही प्रेम व्यक्त व्हायचं नाही. आमच्या कुटुंबात वातावरण अगदी कडक असे ; परस्परसंवाद नव्हता. त्यामुळे ही आपली चूक आहे याचं मला अपराधीपण आणि लाज दोन्ही वाटत असे. घरात ही गोष्ट विश्वासानं सांगावी असं माझ्या दृष्टीनं कुणीच नव्हतं. मी जर काही सांगितलं तर घराची घडी विस्कटेल याची मला भीती वाटत होती आणि माझी आई माझ्यावर मुळीच विश्वास ठेवणार नाही, याचीही मला काळजी होती. मी वयाच्या ४१ व्या वर्षी ही गोष्ट माझ्या आई-वडिलांना एकेकट्याला सांगितली, त्यावर माझ्या वडिलांनी जराही शंका न घेता विश्वास ठेवला आणि मला आधार दिला; पण माझी आई मात्र यावर विश्वास ठेवायला तयार नव्हती. असं घडल्याचं माझ्या त्या भावाच्या पहिल्या बायकोनं सांगूनसुद्धा माझ्या आईनं त्यावर विश्वास ठेवला नाही. त्यामुळे बालपणी मला जी भीती वाटत होती ती योग्यच होती, असं मला वाटलं.

''माझ्या भावानं माझं लैंगिक शोषण केल्यामुळे मला अगदी दुर्बल, किळसवाणं आणि लाजिरवाणं झालं होतं. या प्रसंगानं माझं बालपण हिरावलं, लैंगिक भावना हरवल्या, माझं अस्तित्व हरवलं... आपल्याला मित्र मिळण्यासाठी आधी आपण मित्र बनावं लागतं म्हणूनच मी मला आमच्या कुटुंबात जशी वागणूक मिळावी असं वाटायचं, पण जी कधीही मिळाली नाही, तसं इतरांशी वागण्याचा प्रयत्न केला आहे. त्यामुळे आपण विचारीपणे, दुसऱ्याला समजून घेऊन व ममतेने वागतो. मी कल्पक भेटवस्तू व सुज्ञ सल्ले देण्याबद्दल प्रसिद्ध आहे. मी उत्तम श्रोता आहे आणि मी मदतीला तत्पर असते. मी माझ्या मित्र-मैत्रिणींना एकत्र भेटण्यासाठी नियमित वेळसुद्धा देते.''

तुम्ही वयानं मोठे झाल्यानंतर, तुमच्या आई-वडिलांशी अथवा भावंडांशी अधिक चांगलं नातं जोपासण्याचा नक्कीच प्रयत्न करू शकता आणि तुमच्या बालपणी ज्या गोष्टी तुम्हाला मिळाल्या नसतील त्या तुम्हाला आता मिळू शकतील, त्या तुम्ही स्वतः मिळवूही शकता.

तुम्ही भूतकाळ बदलू शकत नाही; पण बालपणीची कटुता कायमची मनात बाळगणं ही खरी शोकांतिका आहे. अशा वेळी तुम्ही तुमच्याही नकळत मैत्रीच्या

नात्यात विश्वासघात व नकारात्मकेचा विखार भरून ते नातं दुःखकारक बनवता आणि तीच कटुता जोपासत राहता.

आपण याआधी ब्रेन्डा या पन्नाशीच्या महिलेचं उदाहरण पाहिलं आहे. ब्रेन्डांनी प्रयत्नपूर्वक काही पौंड वजन घटवल्याबरोबर त्यांची एक मैत्रीण त्यांच्यापासून दूर झाली. ब्रेन्डा या आघातातून बाहेर पडण्याचा प्रयत्न करत आहेत. अशा गोष्टींचे परिणाम त्यांच्या मनावर दीर्घ काळ टिकून राहतात; कारण त्यांचे वडील त्यांना कमरेच्या पट्ट्यानं मारायचे, तसंच त्यांच्या थोरल्या भावानं व त्याच्या मित्रांनी ब्रेन्डावर सामूहिक बलात्कार केला होता. या प्रसंगांच्या खुणा त्यांच्या मनात रुतून आहेत. ब्रेन्डा म्हणतात,

> *"मी लहानपणी माझ्या कोणत्याही मित्र-मैत्रिणीला कधीही घरी आणलं नाही. कारण कधी काय घडेल त्याचा नेम नसायचा आणि मला मिळणारी वागणूक कधी कुणाला कळू नये, असं मला वाटायचं. तसंच आपण घरच्यांनाही वाचवू शकतो असं मला वाटायचं. आपण कुणाशी मैत्रीच जोडली नाही तर आपण चांगली मैत्रीण ठरू असं मनात यायचं... मला अजून कोणतंही नवं नातं जोडणं अवघड वाटतं. लोकांशी संपर्क करणं, अगदी माझ्या जवळच्या मैत्रिणींशीसुद्धा, मला फार अवघड वाटतं. आपली लायकी नाही किंवा आपण मैत्रीण होण्यासाठी चांगली व्यक्ती नाही, या विचाराशी मला अजूनही लढावं लागतं. मला कुणावरही विश्वास ठेवणं मुश्कील वाटतं. त्यामुळे मैत्रीत जवळ येताना मनातल्या भीतीशी मला झगडावं लागतं."*

त्याचप्रमाणे, तुमचं स्वतःचं बालपण अगदी संस्मरणीय, लाडाकोडात आणि मायेच्या पंखाखाली गेलं असलं तरी तुम्ही ज्यांच्यांशी मैत्री करता, त्यांच्या बालपणीचं कौटुंबिक वातावरणही तशाच प्रकारचं सकारात्मक नसेल तर तुम्हालाही या समस्येची झळ बसू शकते. तुमच्या मित्र/मैत्रिणींचे आई-वडील वा भावंडांशी असलेल्या संबंधांनुसार त्यांची जशी जडणघडण झाली असेल, त्याला तुम्हाला तोंड द्यावंच लागेल.

मैत्रीविषयक समस्यांतून मार्ग काढणं ही तुमच्याच बालपणीच्या कौटुंबिक नात्यांचा गुंता सोडवण्याची उत्तम संधी ठरू शकते; पण तुम्ही अथवा तुमचा मित्र/मैत्रीण अमुक एक असा का वागतो/वागते हे समजून घेतल्याखेरीज यातून मार्ग निघणार नाही. त्यात काही बदल घडण्याऐवजी त्याच गोष्टींची पुनरावृत्ती होत राहील. बालपणीच्या या नात्यांचा मैत्रीवर वाईट परिणाम घडू न देणं महत्त्वाचं आहे.

या दोन्हींमध्ये संबंध नक्कीच असतो. 'लव्ह, हेट ॲन्ड सेपरेशन' या अतिशय सुंदर लेखात मनोविश्लेषक मेलानी क्लेन म्हणतात,

> *"प्रौढ व्यक्तींच्या आयुष्यातील प्रेमसंबंध त्याच्या आयुष्याच्या आरंभीच्या काळातील भावनिक स्थितीवर म्हणजे आई-वडील, बहीण-भावंडं यांच्याशी असलेल्या संबंधांवर आधारित असतात; पण नवी नाती मात्र त्याची केवळ पुनरावृत्ती असण्याची गरज नाही. सुप्त मनातील स्मृती, भावना आणि कल्पना नव्या प्रेमसंबंधात अथवा मैत्रीच्या नात्यात अगदी नकळत हळूच डोकावतात... सामान्य प्रौढ व्यक्तीच्या नात्यांत नेहमी नवे, ताजे घटक असतात आणि ते नव्या परिस्थितीतून – आपण ज्या प्रकारची परिस्थिती व माणसं अनुभवत असतो त्यातून आणि आपल्या भावनिक गरजांना व व्यावहारिक इंटरेस्ट्सना त्यांचा काय प्रतिसाद मिळतो यातून आलेले असतात."*

■

भाग ३

यशस्वी लढा

ही मैत्री वाचवता येईल का?

एखाद्या मित्र/मैत्रिणीनं विश्वासघात केल्यास त्यावरची तुमची ताबडतोब घडणारी प्रतिक्रिया म्हणजे तुम्हाला धक्का बसतो, असं काही घडल्याचं तुम्हाला पटत नाही, तुमचा विश्वासच बसत नाही... त्यापाठोपाठ तुम्ही संतापता आणि अखेर, जे घडलं त्या संदर्भात तुम्ही काहीतरी निश्चय करता. मानसरोगचिकित्सक एलिझाबेथ कुबलर-रॉस यांनी रुग्णाचा आजार अंतिम टप्प्यावर पोहोचला आहे हे कळल्यावर तो व त्याचं कुटुंब ज्या दुःखाला तोंड देतं त्याचे पाच टप्पे सांगितले आहेत, त्यावरच या प्रतिक्रियेचे टप्पे आधारित आहेत.

अनपेक्षित विश्वासघातावरील प्रतिक्रियेचे टप्पे

१. धक्का, न पटणे, विश्वास न बसणे.
२. असा आघात पुन्हा होईल याचे भय, एकच गोष्ट डोक्यात घेणे म्हणजे त्या घटनेबद्दल अनावर बोलत राहणे.
३. रुक्षतेपाठोपाठ संताप.
४. निश्चय.

मैत्रीत विश्वासघात झाल्या झाल्या तुमच्या मनात उसळी घेणारी पहिली भावना म्हणजे मैत्री तोडून टाकण्याचा विचार. पण तुम्ही शांत झालात आणि जे काही घडलं आहे ते पचवलंत तर, कदाचित असं का घडलं हे समजून घेण्याचा प्रयत्न करावा असं तुम्हाला वाटेल किंवा ही मैत्री टिकवण्यासाठी काहीतरी करणं गरजेचं आहे याचं हे लक्षण आहे असं तुम्हाला वाटेल. तुम्ही मैत्री पूर्णतः तोडून टाकण्याचा विचार करणार नाही.

पहिली पायरी म्हणजे एका प्रश्नाच्या उत्तराचा गांभीर्यानं विचार करणं : *ही मैत्री*

टिकवण्यासाठी जेवढा वेळ व ऊर्जा लागेल तितका खर्च करण्याइतकी ही मैत्री माझ्या लेखी महत्त्वाची आहे का?

जर या प्रश्नाचं उत्तर 'होय' असेल तर छानच! मग तुम्हाला या प्रकरणाची मदत होईल.

समजा, तुमचं आधी चांगलं असणारं मैत्रीचं नातं नकारात्मक वळणावर आलं आहे आणि ते टिकवण्यासाठी आवश्यक असलेला वेळ व ऊर्जा खर्च करण्याची तुमची तयारी नाही, तरीही ते तुम्हाला करणं भाग आहे. तुमची मैत्री खाली नमूद केलेल्या प्रकारांपैकी एक असेल तर कडवटपणा दूर करून ही मैत्री सावरणं तुमच्या हिताचं ठरू शकेल.

१. तुम्ही एकत्र काम करत आहात.
२. तुमचा मित्र/मैत्रीण तुमची 'बॉस' आहे.
३. हा मित्र/मैत्रीण तुमचा कर्मचारीही आहे किंवा होती.
४. हा मित्र/मैत्रीण तुमचा ग्राहक अथवा पक्षकार आहे किंवा होता.
५. हा मित्र/मैत्रीण 'सेवा पुरवणारी' आहे किंवा होती आणि तुम्ही दुसरा पर्याय शोधू शकत वा इच्छित नाही.
६. हा मित्र/मैत्रीण सूडभावनेनं पेटेल याचं तुम्हाला भय वाटत आहे.
७. तुम्ही घराजवळ राहणारे अथवा शेजारी आहात.
८. तुम्ही व तुमचा मित्र/मैत्रीण तुमचे जोडीदार वा मुलांमुळे जोडले गेलेले आहात.
९. तुमची व तुमच्या मित्र/मैत्रिणीची गावात अथवा समुदायात गाठभेट होत राहील.
१०. तुम्ही दोघंही एकाच प्रार्थनास्थळी जाता.
११. तुम्हाला तुमच्याविषयी कुणाच्या मनात कटू भावना अथवा तुमच्याविषयी कुणी वाईट बोलणं, ही कल्पनाही सहन होत नाही.
१२. तुम्ही '१२ कलमी कार्यक्रम' करत आहात, त्यामुळे या मैत्रीत कटुता का आली किंवा त्या बाबतीत तुमच्या हातून अजाणतेपणे काही चुका झाल्या का, हे समजून घेणं तुम्हाला महत्त्वाचं वाटतं.

यांपैकी एका वा अधिक प्रश्नांना तुमचं उत्तर 'होय' असेल आणि ही आधी चांगली असलेल्या पण आता नकारात्मक वळणावर आलेल्या मैत्रीबंधांतला गुंता न सोडवताच आयुष्यात व करिअरमध्ये आनंदानं वाटचाल करू शकत असलात, तरी हे नातं वाचवण्याचा निदान प्रयत्न तरी करून पाहणं, हे तुमच्या अत्यंत हिताचं ठरेल.

ही मैत्री वाचवण्यासाठी तुम्ही तुमच्या बाजूनं काय करू शकता?

** पहिली पायरी : या मैत्रीकडे लक्ष देण्याची गरज ध्यानात घ्या.*

या मैत्रीबाबत तुम्ही विचार करण्याची गरज आहे ही गोष्ट लक्षात घेणं ही पहिली पायरी आहे. बऱ्याचदा मैत्रीचं नातं, विशेषतः ते दीर्घ काळचं असतं तेव्हा, गृहीत धरलं जातं आणि जेव्हा त्यात झालेला गुंता लक्षात येतो, तोवर बराच उशीर झालेला असतो. आपलं मैत्रीचं नातं छान आहे असं तुम्ही समजत असता, एकमेकांना फोन करणं किंवा एकत्र जमणं या गोष्टींसाठी तुम्ही वेळ व ऊर्जा खर्च करत नाही, कारण तुम्ही कामात बुडालेले असता. शिवाय तुम्हाला हे नातं अगदी घनिष्ठ आहे अशी खात्री असल्यानं तुम्ही निर्धास्त असता. पण अखेर जेव्हा तुम्ही त्या व्यक्तीला कॉल करता, तेव्हा ती व्यक्ती तुम्हाला थंड प्रतिसाद देते, तेव्हा तुम्हाला कळतं की, तुमची जागा दुसऱ्या मित्र/मैत्रिणीनं घेतली आहे, जो/जी त्या व्यक्तीला तुमच्यापेक्षा अधिक प्रतिसाद देते व तिच्यासाठी हजर असते. 'नथिंग पर्सनल.'

** दुसरी पायरी : तपशील स्पष्ट करा.*

तुमच्या मैत्रीच्या नात्याचा पूर्ण विचार करा. अगदी सुरुवातीपासून ते आत्ता ती ज्या अवस्थेत आहे तिथपर्यंत आणि हे धागे उसवत जाण्यास तुमच्याकडून काही कारण घडलं आहे का, हे शोधण्याचा प्रयत्न करा. तुमच्याकडून अथवा तुमच्या मित्र/मैत्रिणीकडून असं काय घडलं आहे, ज्यामुळे तुमच्या मैत्रीत ही दरी निर्माण झाली आहे? तुम्ही तुमच्या मित्र/मैत्रिणीसमोर उभे ठाकण्याआधी तुम्ही स्वतःच परिस्थितीचं संपूर्ण विश्लेषण करून, तुमच्या माहिती व स्मरणानुसार सगळ्या गोष्टी स्वच्छ उलगडून पाहणं आवश्यक आहे.

** तिसरी पायरी : तुम्ही तुमच्या मित्र/मैत्रिणीशी दोन हात करणार आहात, की जे चाललं आहे ते काही काळ चालवून घेणार आहात, हे ठरवा.*

तुम्ही कदाचित दीर्घ श्वास घ्याल आणि मागे सरकाल. निदान काही काळ तरी 'गप्प बसणं' हाच उत्तम पर्याय आहे, असा विचार कराल. तथापि काही वेळा त्यामध्ये उतरणं आवश्यक असतं. कारण तुम्ही चालवून घेत राहिलात तर परिस्थिती अधिकच बिघडू शकते. हा गुंता सोडवला नाही तर मैत्रीचे रंग आणखी विटू शकतात. एखाद्या वादासंदर्भात ताबडतोब लक्ष द्यायची गरज असेल; पण तुम्ही त्यात अपयशी ठरलात आणि 'वातावरण निवळवू शकला नाहीत' तर वाद आणखीनच चिघळू शकतो, मतभेदांची दरी अधिकच रुंदावू शकते आणि संताप इतका खदखदू शकतो की, मैत्रीचं नातं वाचवणं अधिकच मुश्कील होतं.

** चौथी पायरी : तुम्हाला व तुमच्या मित्र/मैत्रिणीला दोघांनाही तुमचं मैत्रीचं नातं सुधारू शकेल असं वाटतं का, याचा अंदाज घ्या.*

तुमची मैत्री आत्ता ज्या अवस्थेप्रत आली आहे ती अवस्था सुधारू शकते, असं तुम्हाला व तुमच्या मित्र/मैत्रिणीला दोघांनाही वाटतं का, हा मुद्दा अतिशय महत्त्वाचा आहे. तुम्हा दोघांनाही आपल्याला पर्याय आहेत असं वाटत नाही, तोवर तुम्ही तुमची मैत्री जशी चालली आहे तशी चालू देता आणि ती तुम्हाला समाधानकारक वाटत नाही, त्यामुळे अखेर ती तुटतेच.

मैत्रीचं नातं सावरून ते सुधारताना त्याचं मोजमाप हे अतिशय अवघड काम असतं. या संदर्भात घडणारे बदल अतिशय सूक्ष्म असतात; ती एखादी सूक्ष्म गोष्ट असू शकते वा एखादी कृती. हे अधिक चांगला श्रोता बनणं असू शकतं वा तुमच्या काही मित्रांकडे मदत मागणं असू शकतं. तुमच्या मित्र/मैत्रिणीनं 'गॉसिप' कमी करणं किंवा तुम्हाला चुकीच्या पद्धतीनं कमी लेखण्यास कारणीभूत ठरलेल्या मनातल्या मत्सराला आवर घालणं, असाही त्याचा अर्थ असू शकतो. तुम्ही त्या मित्र/मैत्रिणीशी काही गुपितं 'शेअर' करणं, असा त्याचा अर्थ असू शकतो किंवा नोकरी व्यवसायाशी निगडित अडचणी कायम उद्‌भवत असल्यामुळे तुमच्या मित्र/मैत्रिणीला तुम्ही जेवणाच्या निमित्तानं ठरवलेले गाठीभेटींचे कार्यक्रम रद्द करण्यावाचून पर्याय उरत नाही ही गोष्ट तुम्ही स्वीकारणं, असा अर्थ असू शकतो. म्हणजेच तुम्ही जेव्हा एकत्र भेटता तेव्हा, तुम्ही आधी अनुभवलेल्यापेक्षा जास्त मौजमजा करण्याचे मार्ग शोधणं गरजेचं आहे.

माझ्या संशोधनात मला असं आढळलं आहे की, मित्रांमध्ये जेव्हा संघर्ष कमी होतात किंवा जेव्हा ते होतात तेव्हा त्यांच्याजवळ ते उत्तमरीत्या सोडवण्याचं व जुळवून घेण्याचं कौशल्य असतं, ते मैत्रीबंध कायम टिकतात. असं असतं तेव्हा जे मैत्रीबंध वाचणार नाहीत असं वाटत असतं, तेसुद्धा वाचू शकतात.

मित्रांबरोबरचा संघर्ष हाताळताना...

मित्रांबरोबरच्या संघर्षाचा पेच सोडवण्यातली पहिली पायरी म्हणजे तो संघर्ष अथवा विश्वासघात समजून घेणं. तो का घडला, याची कारणं जाणून घेणं. प्रकरण ३ व ४ मध्ये याची कळत-नकळत घडणारी कारणं आपण सविस्तर जाणून घेतली आहेत, पण इथं काही अतिरिक्त मुद्देही विचारात घ्यावे लागतील.

या मैत्रीत प्रत्येक व्यक्तीला जे घडलंय त्या संदर्भात काय वाटतंय? कदाचित प्रत्येकाचीच चुकीची समजूत झाली असू शकेल. उदाहरणार्थ, दोन मित्र एकमेकांवर रागावले आहेत. कारण, एकानं दुसऱ्याला उपाहारगृहात तासभर वाट पाहत

ताटकळायला लावलं; पण जेव्हा त्यांनी 'मेसेज' पुन्हा पाहिला तेव्हा त्यांच्या लक्षात आलं की, दोघांनाही भेटीची वेळ चुकीची मिळाली होती.

त्यामुळे काही गोष्टी स्पष्ट करण्यानं काही वाद ताबडतोब मिटू शकतात आणि ही चांगलीच गोष्ट आहे. पण जर एखादा वाद ताबडतोब व सहजपणे सोडवता येणार नसेल तर तुम्हाला आणखी मदतीची गरज लागू शकते. लक्षात ठेवा, वादाचं घोंगडं भिजत ठेवण्यानं कधीही न मिटणारं शत्रुत्व निर्माण होऊ शकतं.

शेजाऱ्यांमधील वाद अथवा कंपन्यांमधील वा विवाहित जोडप्यांमधील वाद मिटवण्यासाठी तज्ज्ञ व्यक्ती अथवा संवादकौशल्यं शिकवणाऱ्या व्यक्ती जी तंत्रं वापरतात, ती नऊ तंत्रं पुढे दिली आहेत :

१. आयबीबी मॉडेल (Interest based bargaining model) हे तंत्र तुम्हाला समस्यांपलीकडे पाहण्यापासून ते या समस्या उद्‌भवण्याच्या कारणांकडे पाहायला शिकवते.

उदाहरणार्थ, 'मला सिनेमाला जायचं आहे, पण तू जादा वेळ काम करणार आहेस,' किंवा 'मला तुझा कॉम्प्युटर उसना हवा आहे, पण तुझं उसनवारी न करण्याचं *'नो लोन'* धोरण आहे.' अशा गोष्टींचा 'आयबीबी मॉडेल'च्या दृष्टिकोनातून पुनर्विचार होऊ शकतो. यामध्ये, उपस्थित केलेल्या 'अवस्थे'वर लक्ष केंद्रित केलं जातं :

'मला सिनेमाला जायचं आहे, *कारण* आपण दोघंही खूप राबतो. तू तर असंच काम करत राहिलास तर थकून आडवा होशील, आपण मित्र म्हणून काही वेळ एकत्र घालवला तर मजा येईल,' आणि 'मला तुझा कॉम्प्युटर उसना हवा आहे *कारण* मला *आत्ता लगेच* कॉम्प्युटर विकत घेणं शक्य नाहीये; पण मला माझ्या कंपनीसाठी काही माहितीपत्रकं तयार करायची आहेत. तू मला वापरायला दिलेल्या कोणत्याही वस्तूची मी कधी मोडतोड केलेली नाही. मी कॉम्प्युटरही अगदी नीट काळजीपूर्वक वापरीन आणि ताबडतोब परत करीन, अगदी नक्की.'

अशा प्रकारचं 'इन्टरेस्ट-बेस्ड बार्गेनिंग' किंवा समस्या सोडवण्याचा प्रयत्न म्हणजे एक प्रश्न असतो : 'का?' आणि त्याचप्रमाणे, 'का नाही?'

अशा पद्धतीनं तुम्ही फक्त माणसांच्या व्यक्तिमत्त्वाचाच विचार न करता, इतर मुद्द्यांवरही लक्ष केंद्रित करता.

फेडरल मीडिएटर एलिन बी. हॉफमन वाद सोडवण्यात कुशल आहेत. त्यांच्या मते, 'का' हा प्रश्न विचारून दोन्ही बाजूंना कशात रस आहे हे शोधून काढा. 'एखाद्या माणसाला एखादी गोष्ट *का* हवी आहे हे समजलं की, मग तुम्हाला *कशा रीतीने/कसे* ते समजू शकेल. याची उकल करण्याचे बरेच मार्ग असू शकतात. लोक परिस्थितीतच जखडून राहतात; पण जर तुम्ही एखाद्याचा इंटरेस्ट पूर्ण करू

शकलात, तर तुम्ही काही समस्या सोडवू शकता.’

२. *आपण दुसऱ्याच्या जागी आहोत अशी कल्पना करणे.* तुम्ही तुमच्या मित्र/मैत्रिणीच्या जागी आपण आहोत अशी कल्पना करून ती गोष्ट समजून घेण्याचा प्रयत्न करा : माझ्या मित्र/मैत्रिणीला आत्ता जे हवं आहे ते मला केव्हा हवंसं होतं? मी स्वतःच्या हिताला धक्का न लावता त्याची/तिची गरज कशा प्रकारे भागवू शकतो? मला जेव्हा नवी नोकरी मिळाली होती आणि मी नव्या बदलांशी जुळवून घेण्यात प्रचंड गर्क होतो, त्या वेळी मला येणाऱ्या प्रत्येक खासगी फोनला उत्तर देणं मला शक्य होत होतं का? की, नव्या आयुष्यात रुळायला मला थोडा वेळ लागला होता?

तुम्ही स्वतःला तुमच्या मित्र/मैत्रिणीच्या जागी ठेवून पाहण्यानं अथवा त्या व्यक्तीला तुमच्या जागी आहोत अशी कल्पना करून पाहायला सांगण्यानं तुम्ही संघर्षाची धार कमी करू शकाल.

३. *लक्षपूर्वक व विवेकी वृत्तीनं ऐकून घेणं.* वाद सोडवण्याचं एक सर्वांत महत्त्वाचं कौशल्य म्हणजे दुसऱ्याचं म्हणणं ऐकून घेणं. दुसऱ्याचं म्हणणं लक्षपूर्वक ऐकून घेण्यानं तुम्ही त्या व्यक्तीच्या मतांची व त्या व्यक्तीची किंमत ठेवता. आपण एकमेकांचं ऐकून घेणं बंदच केलं आहे, ही गोष्ट कदाचित तुमच्या अथवा तुमच्या मित्र/मैत्रिणीच्या लक्षातसुद्धा आली नसेल. तुमच्यातील सुसंवाद संपलाच असेल तर तुमच्यातील वाद मिटवणं अवघड वा अशक्यच होईल.

४. *परिस्थितीतून बाहेर पडा आणि चलच्चित्र दृश्य पाहा.* तुम्ही एखाद्या संघर्षात सापडलेले असता, त्या वेळी क्षणभर त्यातून बाहेर येण्याचा प्रयत्न करा; जणू तुम्ही पडद्यावर एखादा चित्रपट पाहत आहात अशा प्रकारे त्याकडे पाहा. तुम्ही संघर्षापासून जरासे दूर होऊ शकलात, तर तुम्ही त्याकडे अधिक वस्तुनिष्ठपणे पाहू शकाल, कारण तुम्ही त्यामध्ये त्रयस्थ व्यक्तींना भूमिका वठवताना पाहाल, स्वतःला किंवा तुमच्या मित्र/मैत्रिणीला नव्हे.

५. *ॲग्री टू डिसॲग्री. (असहमतीला सहमती)* संपर्कतज्ज्ञ तुम्हाला जे सुचवतात ते करा, म्हणजेच एक तंत्र वापरा, जे मी ‘ग्रूप फॅसिलिटेटर’ म्हणून वापरले आणि आई-वडील मुलांशी होणारे वाद मिटवण्यासाठी वापरत असतात ते तंत्र : तुमच्या मित्र/मैत्रिणीचा मुद्दा अथवा दृष्टिकोन जाणून घ्या आणि तो मान्य करा... म्हणतात ना, ‘ॲग्री टू डिसॲग्री’ तसं!

६. *तुमचं नातं दृढ करा.* तुमच्या दृष्टीनं ही मैत्री मोलाची आहे ही गोष्ट मित्र/मैत्रिणीला कळू द्या. त्याचा समस्यांचा गुंता सोडवण्यासाठी उपयोग होईल आणि

तुम्हा दोघांनाही पुढे जाण्यास प्रेरणा मिळेल. तुमच्या मैत्रीला बळकटी देणाऱ्या वाक्याचं उदाहरण म्हणजे, 'माझ्या दृष्टीनं तू आणि आपली मैत्री अतिशय महत्त्वाची आहे आणि आपल्यात सगळं सुरळीत व्हावं असं मला मनापासून वाटतंय, हे मला तुला सांगायचं आहे.'

७. 'कूलिंग ऑफ' कालावधी जाऊ द्या. काही वेळा मैत्रीचं नातं, विशेषतः सर्वांत जवळचं अथवा जिवलग मैत्री एखाद्या वैतागवाण्या परिस्थितीत चार पावलं मागे सरकवण्याच्या निर्णयामुळे आणि क्षणिक वादात जे शब्द तोंडून जाऊ शकतील अथवा कृती घडू शकेल- जे मागे घेता येत नाहीत- त्यांना त्या क्षणी आवर घालण्यामुळे वाचवता येऊ शकतं. आई-वडील मुलांना जे सक्तीनं 'टाइम आउट' सांगत असतात, त्याचंच 'कूलिंग ऑफ कालावधी' हे प्रौढ रूप आहे. हा कालावधी काही मिनिटांचा, तासांचा, दिवसांचा, आठवड्यांचा किंवा गरज असेल तर त्याहीपेक्षा जास्त असू शकतो- स्वतःच स्वतःसाठी निश्चित केलेला कालावधी असतो, मागे सरकण्यासाठी, पुनर्विचार करण्यासाठी अथवा शांत होण्यासाठी. बऱ्याच गोष्टी, वाक्यं अथवा परिस्थिती जेव्हा 'काळ' जो दृष्टिकोन देतो त्या दृष्टिकोनातून पाहिल्या असता, त्या किती बिनमहत्त्वाच्या वाटतात हे पाहिलं की आश्चर्य वाटतं.

त्यासाठी तुम्ही अर्थातच पुन्हा संपर्क सुरू केला पाहिजे. तेव्हाच तुम्हाला ठरवता येईल की, ज्या गोष्टीचा तुम्हाला राग आला होता तो विषय काढणं तरी गरजेचं आहे का?

उदाहरणार्थ, तुम्ही तुमच्या मित्र/मैत्रिणीला फोन करता; पण त्या व्यक्तीचं तुमच्या फोनला तुमच्या अपेक्षेइतक्या झटपट उत्तर येत नाही. अशा वेळी तुम्ही असा काहीतरी मार्ग शोधून काढा, ज्यायोगे तुमच्या फोनला लगेच उत्तर देणं आवश्यक आहे, हे त्या व्यक्तीला सूचित करता येईल.

तथापि, काही जणांच्या बाबतीत वादाचा मूळ विषय सोडवण्यात अपयश आलं तर त्यातून दुसराच प्रश्न उभा राहतो आणि मैत्रीला कायमचा तडा जातो. मैत्री टिकवण्यासाठी मतभेदातून मार्ग काढणं आवश्यकच असेल तर तो विषय शांतपणे समोर ठेवा आणि त्या मित्र/मैत्रिणीसोबत त्यातून मार्ग काढा; म्हणजे तुमच्या त्या मित्र/मैत्रिणीला आपलं मत खोडून काढल्यासारखं, टीका केल्यासारखं अथवा दोषारोप केल्यासारखं वाटणार नाही. जे काही घडलं तो मूर्खपणा होता किंवा अप्रासंगिक होतं असं तुम्हाला वाटत असलं तरी ते सोडून द्या. प्रत्येक प्रश्न अथवा मुद्द्यावर सतत चर्चा करण्याची गरज नसते; पण जर अंतर्गत संघर्षात मूल्यांसंदर्भात विषय असतील, तर ते मात्र तुम्हाला

सोडवावेच लागतील.

८. समजून घेण्याची विनंती करा. तुमचं तुमच्या मित्र/मैत्रिणीकडे लक्ष नाही अथवा तुम्ही त्या व्यक्तीला हवं ते देत नाही, असे मुद्दे जर तुमच्या मैत्रीत वाद निर्माण होण्याचं कारण ठरत असतील, तर ही कारणं काही काळापुरती आहेत ही गोष्ट त्या व्यक्तीला कळू द्या.

उदाहरणार्थ, तुम्ही कामात आकंठ बुडून गेला आहात किंवा तुम्ही प्रवासात असल्यामुळे त्या व्यक्तीसाठी वेळ देऊ शकत नाही.

अशा वेळी तुम्ही त्या मित्र/मैत्रिणीला समजावून सांगा की, तुम्हाला थोडा वेळ मिळणं आवश्यक आहे. त्यामुळे तू ही गोष्ट व्यक्तिशः लावून घेऊ नकोस. तुम्ही नवी नोकरी, काम पूर्ण करण्याची अंतिम कालमर्यादा गाठणं, घरातल्या व्यक्तीचं आजारपण किंवा इतर कुठल्या कारणामुळे खूप व्यग्र असाल तर तुमच्या त्या मित्र/मैत्रिणीला ती गोष्ट कळू द्या आणि तिला तुम्हाला थोडी 'उसंत' द्यायला सांगा.

९. 'मला माफ कर'. ज्या व्यक्तीमुळे वादाची ठिणगी पडली असेल त्या व्यक्तीनं झाल्या प्रकाराची जबाबदारी स्वीकारावी आणि 'मला माफ कर' या शब्दांनी दिलगिरी व्यक्त करावी. तुमच्या मित्र/मैत्रिणीला दुखावणारे अथवा अस्वस्थ करणारे शब्द वा कृतीबद्दल शब्दांत माफी मागणं, हे मैत्री वाचवण्यासाठी पुरेसं ठरू शकतं. तसंच, त्या जोडीला, 'मी पुन्हा असं घडू न देण्याचा मनापासून प्रयत्न करीन' या वाक्याचाही उपयोग होऊ शकेल.

तुमची आई/वडील वारले त्या वेळी तुमचा मित्र/मैत्रीण तुमच्यासाठी धावून आली नाही, या गोष्टीमुळे तुमचा अपेक्षाभंग झाला ही गोष्ट तुम्ही त्या व्यक्तीला सांगता, तेव्हा त्या व्यक्तीला आपण असे संवेदनाशून्यपणे व परक्यासारखे वागलो याचं वाईट वाटतं आणि ती म्हणते, "मला माफ कर." हे मोठं पाऊल असतं.

'मला माफ कर' म्हणणं जितकं वाटतं तितकं सोपं नाही. हे तीन शब्द तुमच्यासाठी अथवा तुमच्या मित्र/मैत्रिणीसाठी खूप मोठं पाऊल असू शकतं, विशेषत: बालपणातले अथवा आत्ताच्या नातेबंधातले अथवा एकूण अनुभवांनुसार चूक मान्य केल्याचं कधी कौतुक झालं नसेल तर फारच. काहीही असलं तरी वाद मिटवण्याच्या या तंत्राचा विचार करावा. ('मला माफ कर' हे म्हणणं जितकं अवघड असतं, तितकंच कुणाचं 'मला माफ कर' हे ऐकणं किंवा ते स्वीकारणंही अवघड असतं, पण ते म्हणणं किंवा ते जाणवणं ही पहिली पायरी आहे.)

वाद टाळण्याचा मोह होणं अगदी स्वाभाविक असतं; कारण त्यामध्ये अल्पकालीन पण खूप ताणतणाव असतो; पण खडतर परिस्थितीचा थेट सामना केला तर दीर्घकालीन टप्प्यात कमी ताणतणावाला तोंड द्यावं लागतं. शिवाय, वादाचा विषय उत्तमरीत्या हाताळला तर नातं अधिकच दृढ होतं. मैत्रीमध्ये वाद टाळण्याची परिणती मैत्रीची अखेर होण्यात होऊ शकते.

आपणहून माफी मागणं

समजा अशा वेळी 'दोष' तुमचाच आहे असं गृहीत धरलं, तरी काही वेळा फक्त 'मला माफ कर' हे म्हणण्याची युक्ती कामी येत नाही; कारण मैत्री हे नातं दोन्ही बाजूंची गरज व भावना यांवर आधारलेलं असतं. तुम्ही मैत्रीत क्षमायाचना करू शकता; पण तुम्हाला क्षमा करायची का नाही हे त्या व्यक्तीच्या हातात असतं.

समजा तुमचा मित्र/मैत्रीण तुमच्याशी काही चुकीचं वागला असेल तर त्याला/तिला तुम्ही माफ करा. गैरवर्तन तुमच्याशी झालं आहे, तरी तुम्हीच का माफ करायचं, याला अनेक कारणं आहेत.

पहिली गोष्ट म्हणजे, तुम्ही दुसऱ्या कुणाच्या वागण्यावर नियंत्रण ठेवू शकत नाही; तुम्ही फक्त स्वतः कसं वागायचं ते ठरवू शकता. तुम्ही स्वतःहून माफ करायची तयारी दाखवलीत तर तुमचा मित्र/मैत्रीणही माफ करायला प्रेरित होऊ शकेल. तो मित्र/मैत्रीण तुमच्या उदाहरणावरून ही गोष्ट शिकेल आणि कदाचित त्याला/तिलाही प्रेरणा मिळेल.

दुसरी गोष्ट म्हणजे, तुम्ही माफ करणं हा तुमच्या मित्र/मैत्रिणीसाठी विनम्र करणारा अनुभव असू शकतो. एक जुनं वचन आहे, 'चुकणं ही मनुष्याची खूण आहे आणि माफ करणं ही देवत्वाची!'

शेवटी, एखाद्या व्यक्तीनं तुमच्यावर रागवायचं नाही असा पवित्रा घेतला, तर त्या व्यक्तीवर राग ठेवून राहणं फार अवघड असतं.

अर्थात, मुळात चूक होऊ देऊ नका : विसरणं आणि माफ करणं या दोन्ही गोष्टी प्रत्यक्षात आणणं अवघड असतं.

'एस्क्वायर' मासिकात स्तंभलेखक हॅरी स्टीन यांनी म्हटलं आहे :

> *"मी अनोळखी व्यक्तींकडून सौजन्याखेरीज कसलीही अपेक्षा करत नाही (आणि समजा मला तेही मिळालं नाही तरी माझी वैतागाची भावना सर्वसाधारणपणे झटकन निघूनही जाते). माझ्या सहकाऱ्यांकडून मला आदर आणि योग्य वागणूक मिळण्याबाबत मी आग्रही असतो. आणि माझ्या मित्र-मैत्रिणीकडून मात्र मला संयम, समजून घेणं, निष्ठा– अशा*

ज्या सगळ्या बाबी मी त्यांना देत असतो त्या– हव्या असतात आणि तसं जर घडलं नाही तर ते मी सहजासहजी विसरत नाही.

माफी स्वीकारणं

तुम्ही आपणहून माफी मागणं जसं आवश्यक आहे, तसंच तुम्ही मित्र/मैत्रिणीनं माफी मागितल्यास ती मोठ्या मनानं स्वीकारणं, हेही आवश्यक आहे. विशेषतः जर हे मैत्रीचं नातं तुमच्यासाठी महत्त्वाचं असेल, तर तुमच्या मित्र/मैत्रिणीला तुमची माफी मागू द्या. खरं तर मैत्री तुटू देण्यापेक्षा, ती जुळवून घेण्याचे प्रयत्न अधिक कठीण असतात. तुम्ही तुमच्या मित्र-मैत्रिणीची माफी स्वीकारणं, हे मैत्रीचं नातं टिकवण्याच्या दिशेनं एक पाऊल असतं आणि हे नातं अधिक दृढ होण्यासाठीही उपयुक्त ठरतं.

तुम्ही मोठ्या मनानं माफी कशी स्वीकाराल?

खासकरून जेव्हा तुमच्या मित्र/मैत्रिणीची चूक असते त्या वेळी त्याला/तिला आपल्या पायाशी लोटांगण घ्यायला लावावं, अशी प्रबळ इच्छा असते. अशा वेळी काय कराल?

जर तुमच्या मित्र/मैत्रिणीनं तुमची माफी मागितली आणि तुम्हालाही ही मैत्री टिकवून ठेवायची असेल तर, शक्य तितक्या लवकर त्या व्यक्तीची दिलगिरी स्वीकारा.

मी याआधी नमूद केल्याप्रमाणे, 'मला माफ कर' हे तीन शब्द बोलणं ही सर्वांत अवघड गोष्ट असू शकते. ही गोष्ट लक्षात घेऊन तुम्ही त्या व्यक्तीला माफ करून त्याचं अवघडलेपण हलकं करू शकता आणि पुढे वाटचाल करू शकता. तुमच्यातील या वादाच्या विषयाचा पुनःपुन्हा उल्लेख करणं अथवा त्या व्यक्तीची चूक पुनःपुन्हा उगाळणं टाळा. तुमच्या मित्र/मैत्रिणीच्या बाबतीत तुमच्या मनात नकळत आपण 'वरचढ' असल्याची जाणीव निर्माण होऊ नये, यावर लक्ष ठेवा किंवा त्या व्यक्तीच्या दिलगिरीचा आपण किती चांगले आहोत हे दाखवण्यासाठी गैरवापर करू नका. आत्तापर्यंत जरी तुम्हाला त्या व्यक्तीची माफी मागायला लागण्याजोगं काही तुमच्याकडून घडलं नसलं तरी, भविष्यात कदाचित तुम्हाला त्या व्यक्तीच्या सहानुभूतीची गरज लागू शकेल. आता या प्रसंगातलं तुमचं वागणं, तुमचा स्वर हे भविष्यात अशी परिस्थिती उद्‌भवली तर ती कशा पद्धतीनं हाताळली जाईल, याचा मापदंड ठरेल.

अवास्तव अपेक्षांना तोंड देताना

अवास्तव अपेक्षांना तोंड देणं या मुद्द्याला दोन पैलू असतात.

पहिली गोष्ट, तुमच्या मैत्रीबद्दलच्या अपेक्षा वास्तववादी आहेत का? वास्तववादी म्हणजे संशोधकांनी मैत्रीबद्दल जे सांगितलं आहे त्यावर आधारित मैत्री ही वैकल्पिक भूमिका आहे आणि तिचं तुमच्या सध्याच्या आयुष्यातील महत्त्व तुम्ही तुमच्या जीवनचक्रात जिथं आहात त्याच्याशी निगडित असतं, त्याचबरोबर प्राप्त कौटुंबिक बंधांच्या मागण्यांशी आणि काम, शाळा अथवा समाजाशी संबंधित जबाबदाऱ्यांशीही निगडित असतं.

जर तुमच्या मैत्रीविषयक अपेक्षा अवास्तव असतील, तर तुमचा सतत अपेक्षाभंग होईल आणि इतर लोक तुमच्या मापदंडांनुसार वागत नाहीत असं तुम्हाला सतत आढळेल. मैत्रीबद्दलच्या तुमच्या अवाजवी अपेक्षांमुळे तुमच्या पदरी असा अनुभव येत असेल तर, अशा वेळी बदललं पाहिजे ते *तुम्ही.* आपल्या मित्र/मैत्रिणीनं आपल्या आयुष्यात कोणती भूमिका बजावावी याबद्दलच्या तुमच्या अवास्तव अपेक्षा किंवा गरज यामुळे कदाचित हा मित्र/मैत्रीण दूर जात असेल. तुमच्या गरजेला अथवा अपेक्षेला पुरे पडत नसल्याची अपराधी भावना दूर सारण्याच्या निकराच्या प्रयत्नांत कदाचित तुमच्या मित्र-मैत्रिणींना दुखावणारे शब्द वापरणं अथवा कृती करणं भाग पडत असेल.

अशा प्रकारच्या अव्यवहार्य अपेक्षांना तोंड देण्यात अपयश येण्यानं मैत्री दुरावू शकते.

नताली आणि त्यांच्या पाचवीपासूनच्या मैत्रिणीच्या बाबतीत असंच घडलं. चाळिशीच्या नतालींनी त्यांच्या मैत्रीची अखेर होण्याचं कारण वीस वर्षांनी सांगितलं. नतालींनी त्यांच्या क्लॅरींकडून अवास्तव अपेक्षा होत्या हे मान्य करण्याऐवजी क्लॅरींनी त्यांना मदत करायचं नाकारल्याबद्दल त्यांच्याच माथ्यावर खापर फोडलं :

"माझं आयुष्यच उदासवाणं झालं होतं. मी घटस्फोटाच्या भयंकर टप्प्यातून जात होते. मला माझी मुलं नवऱ्याकडे द्यावी लागली होती. मी स्वतःच्या पायावर उभी राहीपर्यंत म्हणजे किमान दोन वर्षं तरी मुलं त्याच्याकडे राहणार होती. मी अगदी स्वस्तातल्या अपार्टमेंटमध्ये राहत होते. तिथं डागडुजी-दुरुस्ती करण्याची निकड होती. मी वयानं लहान होते. आरोग्य विभागाच्या अटी मला माहीत नव्हत्या; पर्यायानं मला या संदर्भातले माझे हक्क माहीत नव्हते. मी रात्रीच्या वेळी भिंती घासून त्या रंगवायचे आणि दिवसा एका कंपनीत काम करायचे. तिथं पोहोचायला तासभर लागत असे. पहिले पाच दिवस माझ्याकडे पाणी नव्हतं, त्यामुळे रंगाचे ब्रश धुवायला 'सेलर सिंक'मधलं पाणी घ्यावं लागायचं. माझ्याकडे फ्रिज नव्हता, स्टोव्ह नव्हता, माझ्याकडे एक कॉट होती

आणि विजेवर चालणारं कॉफीचं भांडं होतं. त्यात सूप, चहा वगैरे करता यायचं. ते 'हॉट प्लेट'ला कसाबसा पर्याय व्हायचं. मी माझ्या या 'बेरोजगार' मैत्रिणीला विचारलं (म्हणजे क्लॅरीला) की, माझे घरमालक पुढच्या आठवड्यापर्यंत हे सगळं दुरुस्त करून देतील तोवर मी दररोज तुझ्या घरी आंघोळीला आलं तर चालेल का? त्याला तिनं नकार दिला होता. पुढे बऱ्याच वर्षांनी माझ्या लक्षात आलं की, तिचा नवरा माझ्याकडे आकर्षित झाला असता म्हणून ती जळत होती. ही गोष्ट मी कधीही विसरले नाही. एखाद्या 'मैत्रिणीशी' वागण्याची काय भयंकर पद्धत आहे!''

आपण क्लॅरींकडून मैत्रीत गैर अपेक्षा ठेवत आहोत ही गोष्ट नतालींनी लक्षात घेतली असती आणि त्यांच्याकडून मदतीची अपेक्षा ठेवण्याऐवजी नताली अंघोळीसाठी एखाद्या कम्युनिटी सेंटरमध्ये किंवा स्वस्त हॉटेलमध्ये गेल्या असत्या किंवा एखाद्या अविवाहित मैत्रिणीच्या अपार्टमेंटमध्ये वा घरी जाण्याचा मार्ग निवडला असता, तर कदाचित त्यांची क्लॅरींशी मैत्री तुटली नसती.

या संदर्भात दुसरा मुद्दा असा आहे की, तुम्ही ज्या व्यक्तीकडून अपेक्षा करत आहात ती व्यक्ती तुमच्या अपेक्षा पूर्ण करू शकत नसण्याचं कारण तिचा स्वभाव आहे, की तुम्ही ज्या वेळी एखादी अपेक्षा करता ती वेळ अडचणीची वा गैरसोयीची आहे?

अठ्ठेचाळीस वर्षीय उद्योजिका डॉरिस यांच्या बाबतीत असंच घडत गेलं. नंतर विचार केल्यावर त्यांच्या लक्षात आलं की, त्यांच्या मैत्रिणीला त्यांच्या मैत्रीतून जे मिळण्याची गरज होती व जे तिला मिळायला हवं होतं, ते मिळत नाहीये.

डॉरिस म्हणतात, ''माझ्या आयुष्याच्या त्या टप्प्यावर मी स्वतःमध्ये प्रचंड बुडालेली होते. माझा मुलगा भयंकर वागत होता. शिवाय मला माझ्या आईची शुश्रूषा करावी लागत होती. या सगळ्यात माझी मैत्रीण बाजूला पडली. मैत्री टिकवण्याइतपतसुद्धा मला काही करता आलं नाही.''

डॉरिस यांच्या मैत्रिणीच्या गरजा वास्तववादी असल्या, तरी त्या दरम्यान डॉरिस यांच्या आयुष्यात व करिअरमध्ये जे काही सुरू होतं ते पाहता, त्यांना मैत्रिणीच्या गरजा भागवणं शक्य नव्हतं. त्यांची मैत्री अशी अचानक तुटली... त्यांच्या मैत्रिणीनं त्यांच्या फोनना उत्तर दिलं नाही... त्यानंतर अनेक वर्षांनी डॉरिस या संदर्भात अशा प्रकारे विचार करू शकल्या.

'केमिस्ट्री'शी संबंधित विषय सोडवताना...

तुम्हाला कदाचित चकमकींना तोंड द्यावे लागत असल्यामुळे एखादी मैत्री टिकवणं अशक्य झालं असेल. दोन्ही बाजूंनी मैत्रीचे धागे उसवल्यामुळे या मैत्रीत विसंवाद निर्माण झाला असेल. विचार करा, ज्या दोन व्यक्ती मैत्रीच्या नात्यानं नेहमी एकत्र असायच्या, त्या आता आणखी दोन व्यक्तींना सहभागी करून घेतात, ज्यांची कुणाशी ओळख नाही आणि कुठल्याच बाबतीत त्यांच्यात समान सूत्र असेलच असंही नाही, तेव्हा ते त्या दोन व्यक्तींसाठी केवढं आव्हान असेल?

दोघांपैकी एकाच्या आयुष्यात प्रेमाचे रेशीमबंध निर्माण होतात किंवा एकाचं लग्न होतं त्या वेळी मित्र-मैत्रिणी या नव्या नात्याला कसा प्रतिसाद देतात, त्यावर हे मैत्रीचं नातं वरदान ठरणार आहे का त्रासदायक, हे लक्षात येईल.

'केमिस्ट्री'शी संबंधित प्रश्न तुमच्या बालपणातल्या कौटुंबिक अथवा भावंडांशी असलेल्या नात्यामुळे उद्‌भवलेले असू शकतात किंवा तुम्हाला तुमच्या मित्र/मैत्रिणीच्या नव्या जोडीदाराबद्दल मनापासून काय वाटतं किंवा त्याला/तिला तुमच्याबद्दल काय वाटतं, यातून निर्माण झालेले असू शकतात. तुमच्या मैत्रिणीनं अगर तिच्या बॉयफ्रेंडनं त्यांच्या जडणघडणीच्या काळात आई, वडील अथवा भावंडं किती सहजपणे 'शेअर' केली होती?

जर आपली प्रिय व्यक्ती 'शेअर' करणं हा मनात रुतलेला विषय असेल तर, आपला जोडीदार मित्र/मैत्रिणीशी 'शेअर' करणं, त्यातसुद्धा जिवलग अथवा सर्वांत जवळच्या मित्र/मैत्रिणीशी, यातून मत्सर, स्वामित्व हक्काची भावना डोकं वर काढू लागते आणि जर एखादी व्यक्ती आपल्या जोडीदाराला आपली त्या व्यक्तीशी 'फक्त मैत्री आहे, आम्ही प्रेमी नाही' असं सांगू लागली, तर जसा लैंगिक मत्सर उद्‌भवतो, तशाच भावना डोकं वर काढू लागतात.

सर्वांत महत्त्वाचं म्हणजे, जेव्हा असा बदल घडतो आणि तुम्हाला व तुमच्या मित्र/मैत्रिणीला एक अथवा अधिक नवी नाती सांभाळावी लागतात आणि तुमचं हे मैत्रीचं नातंही सांभाळावं लागतं. हे नवं नातं तुमच्या प्रेमसंबंधाचं असो, दुसऱ्या जिवलग मित्र/मैत्रिणीशी असो, तुमच्या गावात पुन्हा परत आलेलं तुमचं भावंडं असो अथवा तुमच्या आयुष्यात नव्या बाळाचं आगमन झालेलं असो, 'केमिस्ट्री' विषयक बाबींचा तुमच्या मूळ मैत्रीशी तसा फारसा संबंध नसतो. अर्थात त्यामुळे तुमच्या दुखावलेल्या भावनांवर फुंकर मात्र घातली जात नाही. उदाहरणार्थ, तुमच्या सर्वांत जवळच्या मित्र/मैत्रिणीचं तान्हुलं तुम्ही हात लावलात की प्रत्येक वेळी जिवाच्या आकांतानं केकाटतं किंवा तुम्ही सगळे मिळून एखादा आनंद साजरा करण्यासाठी बाहेर जेवायला जाता तेव्हा तुमच्या मैत्रिणीचा नवरा तुमच्याशी

किंवा तुमच्या नवऱ्याशी एक शब्दसुद्धा बोलत नाही, अशा वेळी तुम्ही दुखावले जाताच.

अशा परिस्थितीत तुम्ही व तुमच्या मित्र/मैत्रिणीनं तुमची मैत्री सुरू ठेवण्याचा मार्ग शोधला पाहिजे, तोसुद्धा नवी नाती पणाला न लावता. म्हणजे तुम्ही दिवसा कामाच्या वेळेत 'लंच'साठी एकमेकांना भेटू शकता, जर तुमची दोघांचीही कार्यस्थळं जवळ असतील तर हे शक्य होऊ शकेल किंवा तुम्ही 'गर्ल्स नाइट आउट'ला जाण्यासाठी बाळाला 'बेबीसीटर'कडे सोपवू शकता किंवा बाळाला तुमच्या नवऱ्याकडे सोपवून मैत्रिणीबरोबर बाहेर जाऊ शकता.

ज्यांची एकत्र येण्याची मुळीच इच्छा नाही अशा लोकांना हट्टानं एकाच खोलीत कोंबण्यानं कुणालाच आनंद मिळणार नाही. या संदर्भात चांगली गोष्ट म्हणजे, तुमच्या आयुष्यात इतर नाती आहेत. आणि 'केमिस्ट्री' ठीक नाही व कधी असणारही नाही म्हणून तुम्ही कोणती मैत्री सोडून देण्याची अथवा तुमच्या कुठल्या मित्र/मैत्रिणीनं तुम्हाला सोडण्याची गरज नाही.

असे मुद्दे उपस्थित होतात त्या वेळी, मैत्रीचं नातं टिकण्यासाठी तुमच्याकडून थोडं कौशल्य दिसणं आवश्यक असतं. अशा वेळी जे काही घडत आहे ते समजून घेणं आणि न संतापता, कसलाही न्यायनिवाडा न करता वा निर्वाणीचे पर्याय न देता, त्याबद्दल तुमच्या मित्र/मैत्रिणीशी चर्चा करणं– या गोष्टींचा परिस्थिती सुधारण्यास नक्कीच उपयोग होईल.

जर एखाद्या नव्या नात्यामुळे तुम्ही जुनी मैत्री तोडलीत अथवा तुमच्या मित्र/मैत्रिणीनं तुमच्याशी मैत्री तोडली आणि प्रेमसंबंध किंवा बाळ हे कारण पुढे केलं, तर खरं काय आहे, का ही फक्त सबब आहे, हे तुम्ही शोधून काढायला हवं.

नव्यानं निर्माण झालेल्या बंधांमुळे तुमच्या मित्र/मैत्रिणीला आपली आधीची मैत्री ताणलेलीच होती, ही गोष्ट लक्षात येऊ लागली असेल. कदाचित तुम्हालाही असाच अनुभव येऊ शकेल.

पण जर, इतरांमध्ये चांगली 'केमिस्ट्री' नाही या कारणामुळे- ज्यावर तुमचं काही नियंत्रण नाही- मैत्री तुटणार असेल आणि तुमच्या लेखी ही मैत्री मोलाची असेल, तुमच्या मित्र/मैत्रिणीलाही तुमच्याबद्दल आस्था असेल, तर इतर कुणाच्या तरी पायी तुमच्या मैत्रीची अखेर होऊ न देण्यासाठी प्रयत्न करा. जर तुमची मैत्री तुटणारच असेल, तर ती तुम्हाला व तुमच्या मित्र/मैत्रिणीला परस्परांबद्दल आस्था न उरल्यामुळे अथवा एकमेकांचा सहवास नकोसा झाल्यामुळे तुटू द्या, इतर कशामुळे नको.

थंड वागणूक

दुर्दैवाची गोष्ट म्हणजे, काही लोकांचा मैत्रीविषयक समस्यांमुळे किंवा एखाद्या प्रसंगामुळे इतका तिळपापड होतो आणि मैत्रीबद्दल मनात भावनांचा संघर्ष सुरू होतो की, ते मित्र/मैत्रिणीला थंड वागणूक देऊ लागतात. हा प्रकार 'कूलिंग ऑफ' सारखा नसतो. 'कूलिंग ऑफ'मध्ये दोन्ही बाजूंना शांत व्हायला वेळ मिळतो. 'कूलिंग ऑफ' कालावधी त्यासाठीच असतो हे गृहीत असतं. तो काही काळापुरताच असतो; कायमचा नाही.

पण त्याउलट ही थंड वागणूक हा मैत्रीत उद्भवलेल्या वादांना तोंड देण्याचा किंवा बऱ्याचदा ते टाळण्याचा कायमस्वरूपी मार्ग असतो. हा ताकदीचा खेळ असतो. आत्ता सुरू असलेल्या विषयांपेक्षा आपण श्रेष्ठ आहोत असं दाखवण्याचा तो शब्दांविना व्यक्त करण्याचा मार्ग असतो. रागाच्या भरात स्वतःच्याही नकळत किंवा जाणूनबुजून जहाल शब्द अथवा आरोप होतील या भीतीतून थंडपणे गप्प राहणे, हा मार्ग अनुसरला जातो.

एका विशिष्ट स्तरावर, गप्प राहणारी व्यक्ती 'आपण वादविवाद टाळत आहोत' असा युक्तिवाद करू शकते. एखाद्याच्या तोंडून संतप्त शब्दांचे निखारे बरसण्यापेक्षा असं मौन नक्कीच शांततामय असतं. त्यामध्ये कोणत्याही शब्दांचा चुकीचा अर्थ लावला जाऊ शकत नाही, ते पुन्हा पुन्हा उच्चारले जाऊ शकत नाहीत. घाणेरड्या इ-मेल्स किंवा पत्रांचं आदानप्रदान होत नाही... अजिबात नाही. सारं कसं शांत शांत असतं.

पण त्या शांततेतही खळबळ असते. वरवर पाहता पृष्ठभागावर काही घडत नाहीये; सगळं शांत आहे असं दिसतं. पण ही शांतता दुसऱ्या व्यक्तीच्या दृष्टीनं पत्र, इ-मेल किंवा फोनइतकीच तीव्र असते.

पण जी व्यक्ती अशी थंड वागणूक देत असते, तिला मात्र ते तसं वाटत नाही. जर पुन्हा कधी त्याच व्यक्तीशी मैत्री जोडावी असं वाटलं किंवा एकमेकांशी संबंध ठेवणं भागच पडलं, तर नंतर आपल्या वागण्याचा पश्चात्ताप होण्यापेक्षा आत्ता काही बोलणं टाळावं, असं त्या व्यक्तीला वाटत असावं. कारण तुम्ही दोघंही कदाचित एकाच व्यवसायात असाल किंवा एखाद्या सुपरमार्केटमध्ये तुमची समोरासमोर भेट होत असेल किंवा शाळेत अथवा तुम्ही एकमेकांच्या घराजवळ राहत असाल तर तुमची रस्त्यावर भेट होऊ शकते.

ज्या व्यक्ती अशा प्रकारे थंड वागणूक देतात, त्या व्यक्ती वादविवादांत असणाऱ्या परस्परविरोधी परिस्थितीशी जुळवून घेण्याच्या विचारानं भांबावलेल्या असतात.

न्यू यॉर्कमध्ये राहणारा २७ वर्षीय मॅक्स या 'मेलरूम क्लार्क'ला कुणावर विश्वास ठेवणं जड जातं, त्याचं कारण म्हणजे बालपणी त्याच्या थोरल्या भावानं त्याला दिलेले वाईट अनुभव. त्याच्या मैत्रिणीनं त्याच्याशी थंडपणे वागणं फारच क्रूर होतं :

> *''मला एका गाण्याच्या कार्यक्रमाला जायची खूप इच्छा होती. तिनं त्या कार्यक्रमाची तिकिटं काढून ठेवायचं कबूल केलं होतं. ती मैत्रीण, तिचा बॉयफ्रेंड आणि मी असे आम्ही तिघं जण जायचं ठरलं होतं. आमची मैत्री होती, त्यामुळे मी रात्रभर त्या दोघांची वाट पाहत बसलो; पण दोघंही फिरकलेच नाहीत.''*

कदाचित, आपण तिकिटं काढायचं कबूल करून परिस्थिती अडचणीची बनवल्याचं त्या मैत्रिणीच्या लक्षात आलं असेल, म्हणजे ती आणि तिचा मित्र यांच्यात मॅक्सला 'डेट'ला नेणं तिला नकोसं वाटलं असेल, पण ती गोष्ट त्याला प्रामाणिकपणे न सांगता, तिनं त्याला ताटकळत ठेवलं, (थंड वागणुकीचाच एक प्रकार) त्याला नाराज केलं आणि लाजिरवाणंही केलं.

विशेषतः ज्या लोकांचं बालपणी अथवा किशोरवयात लैंगिक शोषण झालेलं असतं, ते अतिशय संवेदनशील बनलेले असतात. त्यांना असं कुणी ताटकळत ठेवणं सहन होत नाही. त्यांना दादागिरी करणाऱ्या, शोषण करणाऱ्या मोठ्या भावंडाची, आई-वडिलांची किंवा अधिकारी व्यक्तीची– सूचना न देता जाणाऱ्या-येणाऱ्या- वाट पाहणं भाग पडलेलं असतं. त्यामुळे असे लोक ज्या व्यक्तींशी भावबंध जोडतात, त्यांच्याकडून त्यांना स्पष्टतेची व अपेक्षेनुसार वर्तनाची आवश्यकता असते.

दुर्दैवाची गोष्ट म्हणजे, या गोष्टींबाबत त्या मैत्रिणीशी चर्चा करण्याऐवजी मॅक्सनं तिच्याशी मैत्री तोडली.

तुम्ही जर अशा प्रकारे थंड वागणूक देत असाल तर त्याचा तुमच्या मैत्रीवर काय परिणाम घडू शकेल, हे लक्षात घ्या. काही जणांच्या बाबतीत वाद घालण्यापेक्षा हा मार्ग बरा असं वाटू शकेल. पण तरीही अशा वागण्याचे आनुषंगिक परिणाम असतात, ही गोष्ट लक्षात ठेवा. तुम्ही ज्या व्यक्तीशी अशा प्रकारे वागता, ती व्यक्ती यामुळे संतापण्याची, भडकण्याची आणि उद्विग्न होण्याची शक्यता असते. तुम्हाला या मार्गानं मैत्रीची सुरळीत अखेर करता येईल असं वाटत असलं तरी, तसं घडेलच असं नाही.

जर तुम्हाला कुणी अशा प्रकारची वागणूक देत असेल, तर तुम्ही तुमची मैत्री तुटण्याच्या बेतात असल्याचा हा अतिशय गंभीर इशारा समजा. तुम्हाला असा

अनुभव मैत्रीखेरीज अन्यत्रही येऊ शकतो. म्हणजे तुमचा ज्याच्यावर विश्वास आहे असा दुसरा मित्र/मैत्रीण, जोडीदार, प्रियकर/प्रेयसी, कुटुंबातला सदस्य अथवा उपचारक अशा कुणाकडूनही. अशा प्रकारची तुटक अथवा विश्वासघाताची जाणीव गोंधळून टाकणारी आणि अवसान घालवणारी असते. तुम्ही लहान असताना तुमच्या आई-वडिलांनी जर तुम्हाला शिक्षा देण्यासाठी अबोला हा मार्ग अनुसरला असेल, तर तुम्ही अशा अनुभवाबाबत विशेषकरून संवेदनशील असता; मग तो अबोला अगदी अल्पकाळासाठी असला तरी.

साहाय्य

आपण आपल्याकडून सर्वतोपरी प्रयत्न करून पाहिले आहेत, तसंच त्या मित्र/मैत्रिणीलाही तिच्या वागण्यात बदल करण्याबाबत सांगितलं आहे, तरी यातून काही मार्ग निघत नाही असं तुम्हाला वाटत असेल, तर अशा वेळी बाह्य मदत घेण्याची वेळ आली आहे, असं समजा. अशा वेळी, म्हणजे तुम्हाला किंवा तुमच्या मित्र/मैत्रिणीला, 'तू माझं ऐकतच नाहीस!' असं म्हणण्याची वेळ आली असेल तर आता एखाद्या त्रयस्थ व्यक्तीची मदत घ्या.

ही व्यक्ती तुम्हा दोघांसाठीही साहाय्यभूत ठरेल; कारण तुम्ही दोघं एकमेकांचं ऐकून घ्यायला तयार नाही, अशा टप्प्यावर पोहोचलेले असता. चवताळणं, संतापणं, गैरसमज, विश्वासघात झाल्याची भावना, तक्रारी अशा अनेकविध भावना मैत्रीविषयक समस्यांतून सामंजस्यानं मार्ग निघण्यात आडव्या येऊ शकतात. अशा वेळी दुसरा एखादा मित्र/मैत्रीण, कुटुंबातला सदस्य किंवा धर्मगुरू अशा व्यक्ती मध्यस्थ बनू शकतात.

यासाठी 'ट्रान्सफॉर्मेशनल मीडिएशन' ही नवी पद्धती उदयाला आली आहे. यामध्ये तिसरी व्यक्ती मैत्री ताणलेल्या दोन व्यक्तींना परस्परांबद्दल जाणीव देण्याचं काम करते. 'ट्रान्सफॉर्मेशनल मीडिएशन' हे अतिशय सामर्थ्यवान आयुध आहे. त्यामध्ये मैत्री ताणलेल्या व्यक्तींना परस्परांशी बोलायला सांगितलं जातं तेव्हा त्यांना 'मी' हा शब्द वापरायला सांगितला जातो. म्हणजे 'अमक्या-अमक्यानं असं केलं तेव्हा, मला असं वाटलं...' अशा प्रकारे बोलायला सांगितलं जातं. दुसऱ्या माणसाबद्दल मत बनवण्याऐवजी आपल्याला स्वतःला काय वाटतं हे दाखवणं, हा त्यामागचा उद्देश असतो.

वाद मिटण्यामध्ये अत्यंत महत्त्वाची भूमिका बजावणारी गोष्ट म्हणजे 'दुसऱ्या व्यक्तीचं बोलणं ऐकून घेणं.' ही तिसरी व्यक्ती ही गोष्ट बिंबवण्याचं काम करते. वाद मिटवण्यामध्ये तज्ज्ञ व्यक्तींनी लोक खरोखर कधी ऐकून घेतात व कधी सोडून देतात ते ओळखण्याचं प्रशिक्षण घेतलेलं असतं. एखादी व्यक्ती सांगितलेल्या

गोष्टी ऐकून घ्यायला तयार नसेल किंवा ऐकणारही नसेल तर, अशा वेळी समस्या सुटणं अशक्यच असतं. जर दोन मित्र/मैत्रिणींदरम्यान संवाद घडूच शकत नसेल किंवा ते एकमेकांचं ऐकून घ्यायला तयार नसतील, तिथं अशा तिसऱ्या व्यक्तीची मदत होऊ शकते. ही व्यक्ती त्यांच्यासाठी 'साउंडिंग बोर्ड' बनते, मध्यस्थाचं काम करते, त्यांच्यात संवाद सुकर करते किंवा लवादाचंसुद्धा काम करते.

■

हे कधी आणि कसं संपवायचं?

तर मग तुम्ही अगोदरच्या प्रकरणामध्ये सुचवलेली वाद मिटवण्याची सर्व तंत्रे वापरून पाहिली आहेत. कदाचित तुमच्या मित्र/मैत्रिणीनंच मार्ग काढण्यास स्पष्ट नकार दिला असू शकेल. अशा वेळी ही मैत्री सरळ संपवून टाकावी असा निर्णय तुम्ही घेतला असेल. जेव्हा अगदी खास अथवा जवळच्या मैत्रीची अखेर होते तेव्हा, काहीतरी तात्कालिक कारणाची ठिणगी पडलेली असते. एखाद्या व्यक्तीनं विश्वासघातकी कृत्यानं 'मर्यादा ओलांडली' अशी भावना असते.

खास अथवा जवळची मैत्री तुटण्यास कारणीभूत झालेली विश्वासघात वा मतभेदाची ही काही उदाहरणं :

- "माझी एक मैत्रीण मला आवडणाऱ्या मुलांना गटवण्यात पटाईत होती. आम्ही जवळ-जवळ दहा वर्षं खास मैत्रिणी होतो. त्यादरम्यान माझी एका मुलाशी काही महिने मैत्री होती. तो कार अपघातात ठार झाला. त्यानंतर ही मैत्रीण सगळ्यांना सांगत सुटली की, त्याला माझ्यापेक्षा तिच्यातच जास्त रस होता."
- "माझी आई वारली तेव्हा ती फिरकलीसुद्धा नाही."
- "त्यांची आणि माझी मतं अगदी विरुद्ध असल्यामुळे वादावादीपर्यंत मजल जात असे."
- "माझ्या खास मैत्रिणीला माझा आणि माझ्या हुशारीचा इतका हेवा वाटत असे की, ती माझा घात करण्याची एकही संधी सोडत नसे."
- "मी तिला घरात घेतलं व राहायला जागा दिली, तीच तिनं माझ्यापासून हिरावली."
- "हायस्कूलमध्ये असताना माझा एक जवळचा मित्र होता. त्यानं हलकट व खुनशी वागण्यानं अनेक प्रकारे माझा विश्वासघात केला."
- "मी माझ्या खास मैत्रिणीला माझी काही खासगी गुपितं सांगितली होती,

ती तिनं सरळ इतरांना सांगून टाकली.''

- ''माझ्या मित्रानं माझे व्हिडीओ गेम्स माझ्याकडून 'उसने' घेतले आणि ते वापरलेल्या खेळण्यांची खरेदी-विक्री करणाऱ्या दुकानात नेऊन विकले.''
- ''मला पैशासाठी वापरून घेतलं. माझ्याविषयी अपशब्द वापरले आणि माझ्याशी शारीरिक गैरवर्तन केलं.''
- ''माझ्या खास मैत्रिणीनं मी तिच्या बॉयफ्रेंडशी जे बोलले त्यावरून गैरसमज करून घेतला. ती गावी गेल्यानंतर मी त्याला म्हणाले की, आपण फिरायला जाऊ. माझी खास मैत्रीण गमावल्याबद्दल मला कुणाशी तरी बोलावंसं वाटत होतं; पण त्या दोघांनीही गैरसमज करून घेतला (की मी त्याच्या मागे लागले आहे) आणि माझ्याशी पुन्हा कधीही बोलायचं नाही असं ठरवलं.''

मैत्री तोडण्यासाठी ताकद मिळवावी लागते. मैत्री तोडणं ही सहज गोष्ट नाही. मैत्रीमध्ये विशेषतः जवळच्या अथवा खास मैत्रीमध्ये, भावनांची अतिशय तीव्र वादळं उठू शकतात. जर तुम्ही मैत्री तोडलीत तर तुमची त्या मित्र/मैत्रिणीला माहीत असणारी गुपितं सर्वत्र पसरू शकतात, ज्यामुळे तुम्हाला लाजिरवाणं होऊ शकतं. तुमच्यासाठी ते हानिकारक ठरू शकतं. मैत्री तोडणं म्हणजे एखाद्या व्यक्तीला नाकारणं असतं आणि ही विनाकारण करण्याची गोष्ट नाही.

पण जर तुमच्यापाशी ठोस कारण असेल आणि मैत्री तोडणंच उत्तम असं तुम्हाला वाटत असेल, तर चाकोरीबाहेरचा निर्णय घेण्यासाठी तुमच्याजवळ बळ हवं : अमुक एक मैत्री आपण चालू ठेवायची नाही, असं मनाशी ठरवा.

या निर्णयावर ठाम राहण्यासाठी तुम्हाला हे काही मुद्दे मदत करतील :

मैत्री तोडण्याच्या निर्णयाला बळकटी देण्यासाठी काही गोष्टी

१. मी सर्वतोपरी प्रयत्न करून पाहिले; पण मी या नकारात्मक मैत्रीत बदल घडवू शकलो/शकले नाही.
२. मी या मैत्रीची अखेर करत आहे, कारण तेच माझ्या हिताचं आहे आणि बाकी कुणापेक्षाही मी स्वतःला प्राधान्य दिलं आहे.
३. मी चांगला माणूस आहे; मी हा निर्णय सहज जाता जाता घेतलेला नाही.
४. मी या मैत्रीची अखेर शक्य तितक्या सहृदयतेनं व सहानुभूतीनं करीन, पण मी माझ्या निर्णयावर ठाम राहीन.
५. मी सुडानं पेटलेली किंवा क्रूर व्यक्ती नाही. मी हा निर्णय घेत आहे, कारण हा निर्णय माझ्यासाठी सर्वोत्तम आहे असं मला वाटतं.
६. माझ्या मित्र/मैत्रिणीला हा निर्णय पटेलच असं नाही हे मला माहीत आहे.

तो/ती कदाचित मैत्री सुरूच ठेवण्याबद्दल मला पटवण्याचा प्रयत्न करेल, पण मी माझ्या विचारपूर्वक घेतलेल्या निर्णयानुसारच वागेन.

७. मी माझ्या मित्र/मैत्रिणीबद्दल अथवा आपल्या अपयशी मैत्रीबद्दल बाहेर बोलत राहणार नाही.

८. मैत्रीची अखेर झाल्यानंतरसुद्धा मी माझ्या मित्र/मैत्रिणीची गुपितं आणि खासगीपण जपेन. माझ्या बाबतीत त्यानं/तिनं जसं वागावं अशी माझी अपेक्षा आहे, तसंच मीही त्याच्याशी/तिच्याशी वागेन.

९. मैत्रीची अखेर झाल्यानंतर मी सतत या निर्णयाचा विचार करत राहणार नाही.

१०. कधी काळी माझ्या दृष्टीनं मौल्यवान असलेलं कोणतंही जवळचं नातं तुटल्यानंतर मी दुःख वा शोक व्यक्त करण्यासाठी स्वतःला वेळ देईन, तसाच तो या अपयशी मैत्रीची अखेर झाल्यानंतरही देईन.

११. एका विनाशकारी मैत्रीची अखेर झाली म्हणजे माझ्या आयुष्यात सगळेच मैत्रीबंध तसेच असतील असं नाही.

१२. मला आनंदी, आशावादी, सकारात्मक आणि विश्वासार्ह मैत्री लाभण्याचा अधिकार आहे.

१३. या अपयशी मैत्रीकडून मी खूप काही शिकलो/शिकले आहे. मी ही मैत्री जरी वाचवू शकलो/शकले नसले तरी मी या ज्ञानाचा वापर इतर मैत्रीच्या बाबतीत करीन.

मैत्रीला पूर्णविराम देण्यासाठी काही मार्गदर्शक सूत्रे

एखादी विनाशकारी मैत्री कशी तोडायची?... विशेषतः ही व्यक्ती जवळची वा अगदी खास असेल तर... जिथं खूप आत्मीय भावना असतात आणि अतिशय खासगी माहितीचं आदानप्रदान झालेलं असतं...

अशा ठिकाणी तुम्हाला तुमच्या माजी मित्र/मैत्रिणीला संतप्त करायचं नसतं. बऱ्याचदा तुम्हाला अशा मैत्रीचा नाट्यपूर्ण शेवट होण्याऐवजी ती विरून जावी असं वाटत असतं; थेट तोंडातोंडी होण्यापेक्षा हा मैत्रीबंध हळूहळू विलग व्हावा असं तुम्हाला वाटत असतं. याचं कारण म्हणजे तुम्हाला तुमच्याविरुद्ध सूडसत्र सुरू व्हायला नको असतं. त्याचबरोबर, तुम्हाला नाट्यमय अखेरही टाळायची असते, कारण त्यासाठी भावनांची प्रचंड खळबळ आणि ऊर्जा खर्च होते. या नात्यासाठी आधीच तुमचे बरेच मौल्यवान साधनस्रोत खर्च झाले आहेत असं तुम्हाला वाटत असतं. जर 'मजेत जगणं' हा सर्वोत्तम सूड असेल, तर 'सकारात्मक मैत्री असणं' हा सर्वोत्तम सूड असतो.

ही व्यक्ती जेव्हा एकत्र भेटण्याबद्दल विचारेल, तेव्हा तुम्ही 'कामात असलात'

तर काही काळानं तिच्या लक्षात येईल. समजा तिच्या 'लक्षात' आलं नाही, तर तुम्ही योग्य स्रोताचे साहाय्य घेण्याबद्दल विचार करा.

या मैत्रीची अखेर करणं हाच आत्तासाठी व भविष्यातही एकमात्र उपाय आहे असं तुम्हाला खात्रीनं वाटतंय; पण अशा वेगळ्या झालेल्या मित्र/मैत्रिणींनी एकमेकांचा घात केल्याची उदाहरणं तुम्ही ऐकली आहेत. आपल्या बाबतीतही असं काहीतरी घडेल, अशी तुम्हाला भीती वाटत आहे.

कोणतंही भयंकर कृत्य अथवा दीर्घकालीन सूडसत्र निर्माण होण्याची शक्यता टाळून मैत्री विसर्जित करण्याचा सर्वोत्तम मार्ग कोणता? विशेषतः हा मित्र/मैत्रीण तुमच्यावर व तुमच्या प्रतिष्ठेवर वाईट परिणाम घडवू शकण्याजोग्या स्थानावर असेल तर काय खबरदारी घ्यायची?

मैत्रीला पूर्णविराम देताना लक्षात ठेवण्याची सात मार्गदर्शक सूत्रं :

**** या पूर्णविरामाबद्दल अवाक्षरही काढू नका.***

मैत्रीला पूर्णविराम देण्याबद्दल बाहेर चर्चा करणं– जरी ते मनावरचा भार हलका होण्यासाठी बरं वाटत असलं तरी विश्वासार्ह जोडीदार अथवा प्रियकर/प्रेयसी किंवा तज्ज्ञ उपचारक वा चर्चमधील धर्मोपदेशक याखेरीज इतर कुणाशी बोलणं अंगलट येऊ शकेल. गुपितं राखली जाणं अवघड असतं; त्यातसुद्धा ती रसपूर्ण असतील तर फारच अवघड असतं. हा पूर्णविराम देणं तुम्ही इतक्या सभ्यतेनं व सावधपणे हाताळायला हवं की, तुम्ही तो देत आहात हे तुमच्याखेरीज इतर कुणालाही कळता कामा नये.

**** तुमच्या माजी मित्र/मैत्रिणीची माघारी निंदा करू नका.***

तुमची अपयशी मैत्री इतरांसाठी चर्चेला खाद्य होऊ नये असं तुम्हाला वाटत असतं. तसंच तुम्हाला स्वतःची चहाडखोर अशी ख्याती व्हायला नको असते. आणि जर तुम्ही असं करू लागलात, तर तुमच्या त्या मित्र/मैत्रिणीला आपल्यालाही तुमच्याबद्दल चहाड्या सांगण्याचा 'हक्क' आहे असं वाटू लागेल.

**** थेट वादावादी करण्यापेक्षा 'वेळ नाही' असं सांगून मैत्री गुंडाळत न्या.***

काहीतरी नाट्यपूर्ण करण्यापेक्षा म्हणजे पत्र लिहिणं, त्या व्यक्तीशी चार लोकांत वाद घालणं, फोनवर किंवा प्रत्यक्ष भेटून 'काय तो सोक्षमोक्ष लावणं' अशा गोष्टी करण्यापेक्षा दूर जाण्यानं परिस्थितीतील ताण निवळेल.

या संदर्भात आपण ५२ वर्षीय तेरेसा यांचं उदाहरण पाहू. नोकरीत त्याच्या हाताखाली साठ माणसं काम करतात. त्यांची एक अत्यंत नकारात्मक वळणावर

गेलेली मैत्री त्यांनी संपवायची ठरवली.

त्या सांगतात, "आम्ही दोघी एकाच कंपनीत फक्त वेगवेगळ्या शाखांमध्ये काम करत होतो. मी अगदी वेड्यासारखी अत्यंत प्रामाणिकपणे तिच्यासमोर मनातलं बोलायचे. तिच्या बॉसच्या अथवा सहकाऱ्यांच्या कामाबद्दल अथवा निर्णयांबद्दल ती नेहमी माझं मत विचारत असायची. तिच्या नकारात्मक वृत्तीमुळे मला इतकं नैराश्य यायचं की मी तिच्या फोनना उत्तर देणं बंद केलं."

**** शांत राहा व भावनांवर ताबा ठेवा.***

तुम्ही जितके शांत राहाल तितका तुमच्या या माजी मित्र/मैत्रिणीचा भडका उडण्याची व त्यामुळे संभाव्य सूडसत्र सुरू होण्याची शक्यता कमी होईल.

**** जर तुम्हाला मैत्रीची अखेर करण्याचा निर्णय समक्षच सांगावा लागला, तर तुमचा आक्षेप त्या व्यक्तीला नसून तुमच्यातील परस्पर संवादाला आहे, ही गोष्ट स्पष्ट करा.***

यामुळे नकारासोबत निर्माण होणारा संतापाचा भडका कमी होईल आणि त्या व्यक्तीला आपल्याला तोंड दाखवायला जागा राहिली नाही असं वाटणार नाही.

**** तुमच्यावरच उलटू शकेल असं वाटणारं कोणतंही विधान अथवा कृत्य सावधपणे करा.***

काही मैत्रीबंधांमध्ये प्रेमसंबंधाइतके अथवा कौटुंबिक नात्यांमधल्याइतकेच भावबंध घट्ट गुंफलेले असतात. तुम्ही मैत्रीची अखेर करण्यामुळे हा मित्र/मैत्रीण किती अस्वस्थ होईल हे लक्षात घ्या. मग तुम्ही फक्त मित्र असा किंवा जिवलग वा खास मित्र/मैत्रीण असा. काही 'कॅज्युअल' मैत्रीबंध अनेक वर्षं टिकल्यानंतर एखाद्याच्या आयुष्यातील खूप सलगीचे बनतात, सकारात्मक ऊर्जा बनतात. मैत्रीची अखेर करण्यानं विशेषतः अचानक एखाद्या भांडणामुळे मैत्री तोडण्यानं प्रचंड ताण निर्माण होऊ शकतो. त्यामुळे तुमच्यावरच उलटू शकेल असं कोणतंही विधान अथवा कृत्य करू नका. शांत राहा, विशेषतः पुढे कधीतरी याच मैत्रीचे धागे पुन्हा जुळवून घ्यायचे असतील तर ही दक्षता बाळगा.

**** प्रत्येक मैत्रीमध्ये पूर्णतः परस्परविरोधी असे दोन दृष्टिकोन असू शकतात, हे लक्षात ठेवा.***

तुमच्या मैत्रीचं काय झालं, हे इतरांना सांगितल्यावर कदाचित तुम्हाला सहानुभूती मिळणार नाही, कारण इतरांना 'खरं काय झालं कोण जाणे?' असं वाटू शकेल. त्यामुळे तुम्ही जे केलं असेल किंवा नसेल, त्याबद्दल इतरांचं समर्थन मिळवताना सावध राहा. तुमच्यामध्ये खरं काय झालं हे फक्त तुम्हाला आणि तुमच्या त्या मित्र/

मैत्रिणीलाच माहीत असणार. त्यामुळे तुम्ही मैत्रीची अखेर शक्य तितक्या सभ्यपणे व आपापसातच करणे आवश्यक आहे.

मैत्रीची अखेर करताना समोरच्या व्यक्तीमध्ये चीड व संताप निर्माण होऊन त्यामुळे सूडभावना निर्माण होण्याची शक्यता कमी करण्यासाठी या काही सूचना लक्षात ठेवा –

- संपर्क कमीत कमी ठेवा. त्या व्यक्तीनं संपर्क ठेवण्यासाठी पुढाकार घेतल्यास तुम्ही 'कामात आहात' त्यामुळे तुम्हाला वेळ नाही, असे सांगा. अखेर ती व्यक्ती 'लक्षात' घेईल अशी आशा करू या.
- अचानक मैत्री तोडण्यापेक्षा आपण मैत्रीला थोडा वेळ देऊ या, असे सुचवा. या 'कूलिंग ऑफ' दरम्यान तुमची मैत्री शेवटाप्रत जाऊ शकेल.
- समजा तुम्ही दोघांनी याबद्दल समोरासमोर बोलायचं ठरवलंत तर, तुम्ही त्या मित्र/मैत्रिणीला नाकारत नसून, तुम्हा दोघांमधील संवादाची पद्धत तुम्हाला पसंत नसल्याचं नीट स्पष्ट करून सांगा. असं जवळचं नातं तुटल्यानंतर येणारी उद्विग्नता कमी करण्यासाठी 'हे तुझ्यामुळे नाही; माझ्यामुळे होतंय' अशी स्वतःकडे जबाबदारी घेऊ शकता.
- ही मैत्री तुटली तरी तुम्ही दुसरी सकारात्मक मैत्री जोडा.

मैत्रीची अखेर केल्यानंतर

मैत्री तुटल्यामुळे त्याबद्दलचे विचार तुमच्या मनात थैमान घालत असतील किंवा त्याचा तुम्हाला त्रास होत असेल, मैत्री तोडण्याची तुमची कारणं अगदी योग्य असतील आणि विशेषतः मैत्रीची अखेर तुम्ही केलेली नसेल, तर प्रकरण तीनमध्ये एखाद्या माणसाच्या सवयीतून बाहेर येण्यासंबंधी दिलेले विवेचन पाहा.

या संदर्भात मी 'अब्सेसिंग' हा शब्द वैद्यकीय क्षेत्रातल्यासारखा वापरत नाहीये. 'अब्सेसिव्ह-कम्पल्सिव्ह डिसऑर्डर' असलेल्या रुग्णांच्या वागण्यात सतत हात धुणं, सफाई करणं, पुनःपुन्हा तपासत राहणं, काही गोष्टी करत राहणं, अशी लक्षणं दिसतात. तशा प्रकारचं हे वागणं नसतं. या संदर्भात 'अब्सेसिंग' म्हणजे अपयशी अथवा अपायकारक मैत्रीचा अगदी सुन्न होईपर्यंत विचार करत राहणं. 'असं वागू नका' एवढा सल्ला या बाबतीत पुरेसा ठरणार नाही. मात्र, या मैत्रीबद्दल पुन्हा नीट विचार करण्याचा उपयोग होऊ शकेल.

पहिली गोष्ट म्हणजे या अपयशी मैत्रीमुळे तुम्हाला इतकं दुःख व्हावं असं या मैत्रीत काय आहे? मला असं आढळलं आहे की, या बाबतीतलं सगळ्यात मोठं कारण म्हणजे संपर्क तोडणं... मैत्रीबंध हळूहळू विलग होऊ देण्याचा मार्ग न

अवलंबता एक मित्र/मैत्रीण संपर्क थांबवते. दुसऱ्या मित्र/मैत्रिणीच्या फोनना आणि निरोपांना नकार देते वा त्याकडे दुर्लक्ष करते, किंवा एक मित्र काहीतरी चुकीचं करतो आणि मग काहीही बोलणं वा संपर्क न होता ही मैत्री तुटते किंवा सरळ 'अदृश्य' होते. एखादी व्यक्ती आपलं ठिकाण बदलते, फोन नंबर बदलते किंवा चक्क नावसुद्धा बदलते. आपला ठावठिकाणा शोधण्याचा कोणताही सुगावा ती मागे राहू देत नाही. अशा परिस्थितीत मैत्रीची अखेरही केली जात नाही.

तुम्ही तुमच्या या मित्र/मैत्रिणीला गाठण्याचा प्रयत्न करून, तो/ती तुमच्या फोनला उत्तर देते का किंवा तुम्हाला भेटायचं मान्य करते का, ते पाहा. जे काही घडलं, त्यातून मार्ग काढण्यासाठी तुम्ही हा प्रयत्न करू शकता. पण काही उदाहरणांमध्ये अशा परिस्थितीनं अगदीच चुकीचं वळण घेतलेलं दिसतं. त्यामुळे तुम्हीच संकटात पडू शकता. तुमचा मित्र/मैत्रीण खुनी, आत्मघातकी वृत्तीची, मानसिक समतोल बिघडलेली, मनोरुग्ण किंवा इतकी पराकोटीची नकारात्मक असू शकते की, कोणत्याही प्रकारचा संपर्क, तुम्ही आत्ता ज्या सकारात्मक मार्गावर आहात तिथून तुम्हाला मार्गभ्रष्ट करू शकतो.

त्यामुळे तुमच्या या मित्र/मैत्रिणीशी समोरासमोर बोलणं हा या मनःस्थितीतून बाहेर येण्याचा मार्ग नाही असं तुम्हाला वाटत असेल, तर ज्या व्यक्तीवर तुम्ही खराखुरा ताबा ठेवू शकता, अशा व्यक्तीवर लक्ष केंद्रित करणं चांगलं. ती व्यक्ती म्हणजे... तुम्ही स्वतःच होय.

तुम्ही स्वतःला हे प्रश्न विचारा.

१. या अपयशी मैत्रीचा इतका विचार माझ्या मनात का रेंगाळतो आहे?
२. मनात सतत हाच विचार असल्यामुळे मी कोणत्या गोष्टी करू शकत नाहीये? मी नवीन मित्र शोधत नाहीये? मैत्रीची अखेर झाल्याबद्दल स्वतःला माफ करू शकत नाहीये? या मैत्रीची अखेर करण्यात मी बजावलेल्या भूमिकेची जबाबदारी मला घेता येतेय का?
३. मी माझ्या ऊर्जेला निराळी दिशा देऊ शकते का? त्यासाठी नवी सकारात्मक मैत्री शोधणं अथवा माझ्यापाशी असलेल्या अनमोल मैत्रीसाठी अथवा प्रेमासाठी मी अधिक वेळ व ऊर्जा देऊ शकते का?
४. आयुष्याचा आनंद लुटताना माझ्या मनात व्यापून राहिलेले विचार जर मिठाचा खडा टाकत असतील, तर या संदर्भात एखाद्या कार्यक्रमाची अथवा व्यावसायिक तज्ज्ञ व्यक्तीची मला मदत घेता येईल का?
५. माझ्या मनातील हे विचार माझ्या शारीरिक सुरक्षेसंदर्भात वाटणाऱ्या काळजीचं प्रतिबिंब तर नाही ना? जर तसं असेल, तर या धोक्याच्या चाहुलीसंदर्भात

मी स्वसंरक्षणाची शक्य ती सर्व जबाबदारी घेतली आहे का?

६. सध्याच्या या मनःस्थितीतून बाहेर येण्यासाठी साहाय्यभूत ठरू शकेल असा एखादा पूर्वानुभव आहे का?

७. या मनःस्थितीवर मात करण्यासाठी, मी माझ्या मनातलं बोलून दाखवू शकेन असा/अशी कुणी दुसरा मित्र/मैत्रीण अथवा कुटुंबातील सदस्य आहे का, ज्याच्या निराळ्या दृष्टिकोनाचा मला उपयोग होऊ शकेल?

८. जे काही घडलं त्या संदर्भात, हा मित्र/मैत्रीण आणि आमची मैत्री याबद्दलचे विचार मी लिहून काढायचा प्रयत्न केला आहे का?

लहान मुले व टीनएजर्समधील नकारात्मक मैत्री

गेल्या पाच वर्षांत घडलेल्या शालेय हिंसाचाराच्या दुःखद घटनांनी प्राथमिक, माध्यमिक आणि उच्च माध्यमिक शाळांतील मुलांच्या मैत्रीचा विशेषत्वाने विचार करण्याची वेळ पालक, शिक्षणतज्ज्ञ, सरकारी अधिकारी व सामाजिक सेवासंस्थांवर आली आहे. आता 'किड्स विल बी किड्स' असं म्हणून या विषयाकडे दुर्लक्ष करता येणार नाही. असंतुष्ट तरुणाई, छळणुकीमुळे संतापानं बेभान झालेली, तसंच खोलवर रुजलेल्या भावनिक समस्यांनी ग्रासलेली मुलं पिस्तुलं आणि बंदुका उचलतात आणि आपल्या वर्गमित्रांना व शिक्षकांना घायाळ अथवा ठार करतात.

विद्यार्थ्यांना कळू लागलं आहे की, हिंसात्मक कृत्यांच्या धोक्याची कोणतीही चाहूल लागली तर आता आपण गप्प राहायचं नाही. त्याचबरोबर, पालकांच्याही लक्षात येऊ लागलं आहे की, आपली मुलं कुणाशी मैत्री करतात, कशी वागतात याकडे अधिक सजगतेनं लक्ष देण्याची गरज आहे. जर हिंसात्मक अथवा अवैध वर्तनाची शंका आल्यास त्या संदर्भात अधिकाधिक माहिती शोधून काढून आवश्यक ती कारवाई करणं आणि शोकांतिका टाळणं, ही पालक व शिक्षकांची जबाबदारी आहे.

संशोधनातून असंही लक्षात आलं आहे की, सकारात्मक मैत्री असलेली मुलं शाळेत चांगली कामगिरी करतात, त्यांचं शाळा बुडवण्याचं प्रमाण कमी असतं आणि त्यांच्यात आत्मसन्मानाची भावना प्रखर असते.

दमदाटी, हिंसा, अमली पदार्थ, गुन्हेगारी कृत्य, अनैसर्गिक वर्तन आणि टोळ्या यांच्याशी दोन हात करताना...

दमदाटी ही काही नवी गोष्ट नाही. लहान मुलांचा किंवा टीनएजर्सचा परस्परांशी संबंध येतो तेव्हा दमदाटी करणं, त्रास देणं या गोष्टी घडतच असतात. आपल्याला सतत त्रास दिला जातो आणि शाळेतल्या गटात मिसळून घेतलं जात नाही म्हणून दोन मुलांनी शाळेत बेफाम होऊन गोळीबार केला. त्यात बारा विद्यार्थी आणि एक

शिक्षक जखमी झाले. त्यानंतर त्या मुलांनी स्वतःलाही संपवलं. अशा इतर घटनांतही लोक गंभीर जखमी वा ठार झाले आहेत. त्यामुळे अशा प्रकारची दमदाटी व त्रास देणं हा मुद्दा प्रकाशात आला आहे.

आता हा विषय शालेय हिंसाचाराच्या अनेक घटनांमागचं कारण असल्याचं मानलं जाऊ लागलं आहे. कारण, जी व्यक्ती अशा त्रासाचा बळी ठरते, त्या व्यक्तीकडून पूर्णतः अयोग्य, अस्वीकारार्ह प्रतिक्रिया उमटू शकते.

केट कोहेन-पॉसी या सामाजिक कार्यकर्त्या व समुपदेशक आणि 'हाऊ टु हॅन्डल बुलीज, टीजर्स ॲन्ड अदर मीनीज' या पुस्तकाच्या लेखिका पालक व मुलांसाठी सल्ला देतात. अशा त्रासदायक लोकांसाठी त्या तीन प्रमुख गोष्टी सुचवतात :

१. अपमानांना प्रशंसेचं रूप द्या. त्रास देणाऱ्या व्यक्तीच्या शब्दांकडे दुर्लक्ष करा आणि तो काहीतरी छान बोलला आहे असं दाखवा. जर तुम्हाला बाकी काही बोलायला सुचलं नाही, तर 'थँक यू' म्हणणं तर कायमच शक्य असतं.
२. प्रश्न करा. त्रासदायक व उपद्रवी लोक विचार करतच नाहीत. ते सवयीनुसार बोलतात. प्रश्न लोकांना विचार करायला भाग पाडतात.
३. सहमती दाखवा. अशा त्रासदायक माणसांना इतरांनी आपल्याला विरोध करणं अपेक्षित असतं, त्यामुळे एखादी व्यक्ती त्यांच्याशी सहमती दाखवते तेव्हा ते आश्चर्यचकित होतात.

आपल्या लहान मुलांच्या व टीनएजर्सच्या आयुष्यात काय चाललं आहे याची जाणीव असणं, त्यामध्ये आई-वडिलांची गोवणूक असणं (मुलांमध्ये 'स्व'ची जाणीव विकसित होण्यात अडथळा ठरणारी अतिगोवणूक टाळून) हा अलीकडच्या काळात अमेरिकेत व जगात अन्यत्र घडलेल्या शोकांतिका कमी करण्यातील महत्त्वाचा मुद्दा आहे. भारतातून आलेल्या एका ४६ वर्षीय विवाहितेनं तिचा अनुभव सांगितला. तिची दोन्ही मुलं आता मोठी आहेत. या मुलांच्या जडणघडणीच्या काळात त्यांना मैत्रीतले प्रश्न ओळखायला आणि नवा मित्र जोडताना मुलांना ते नातं खरंच जोडण्यायोग्य आहे हे जोखायला कसं शिकवलं त्याबद्दल सांगताना त्या म्हणाल्या :

आई-वडिलांनी मुलांना आपण लुडबूड करतोय असं वाटू न देता, त्यांच्या मित्रांवर लक्ष ठेवणं केव्हाही चांगलंच. एरवी तुमचा मिळून-मिसळून वागणारा मुलगा अचानक अबोल राहू लागला, सगळं मनातच ठेवू लागला, चिडचिड करू लागला, प्रमाणाबाहेर बंडखोरी करू

लागला, त्याचं/तिचं अभ्यासातलं वा कामातलं लक्ष उडालं आणि सगळ्यात महत्त्वाचं म्हणजे तो त्याच्या नव्या मित्राला/मित्रांना घरी आणणं टाळू लागला, तर सावध व्हा. मी आणि माझे पती आम्ही दोघंही आमच्या घरांची दारं आमच्या मुलांच्या मित्रांसाठी कायम खुली ठेवायचो आणि मुलांनी त्यांच्या नव्या मित्रांचा आम्हाला यथावकाश परिचय घडवावा याबाबत आग्रही असायचो. समजा तरीही मुलं याला तयार नसली तर आम्ही त्यांना याचं कारण विचारायचो आणि सर्वसाधारणपणे त्याचा उपयोग होत असे.

तुमची मुलं ज्या मित्रांना घरी आणतात, ते मित्र तुम्हाला आवडत नसले तरी तुम्ही कदाचित तुमच्या मुलांच्या निर्णयाआड येणार नाही. अर्थात तुम्हाला शस्त्रं, अमली पदार्थ, अवैध वर्तन अथवा हिंसा यापैकी कशाचाही संशय येत नाही तोवर. मात्र, तुम्ही तुमच्या मुलांची मित्रांची निवड कशी आहे यावरून तुमची मुलं स्वतःकडे काय नजरेतून पाहतात हे जाणून घेऊ शकता आणि त्यावरून तुमच्या मुलाची आत्मप्रतिमा अथवा वर्तन बदलण्याच्या दृष्टीनं प्रयत्न करू शकता; कारण आत्मप्रतिमा बदलली की मित्रांची निवडही बदलते.

चव्वेचाळीस वर्षीय लिडिया जुनी आठवण सांगतात. त्या वर्षभर एका अतिशय वाईट संगतीत होत्या :

आम्ही दोघी बंडखोर वृत्तीतून मैत्रिणी झालो. तिनंच मला अमली पदार्थांची पहिल्यांदा चव दाखवली होती. आमची मैत्री फक्त वर्षभरच टिकली. माझ्या आईला ती मुलगी आवडत नसे. त्यामुळे तिनं मला या मैत्रिणीला भेटायची बंदी केली होती. तरीही मी तिला भेटत होतेच; पण काही काळानं आम्ही दोघी दूर झालोच. ती निराशेच्या गर्तेत रुतत चालली होती. ती अनेक लोकांबरोबर झोपत असे आणि आई-वडिलांचे पैसे चोरत असे. मी तिच्या प्रभावामुळे बंडखोर होऊ शकले असते.

जर तुमच्या मुलाचे मित्र धोकादायक अथवा गुन्हेगारी कृत्यांमध्ये गुंतलेले असतील, तर एक निश्चित सक्रिय भूमिका घेण्याची गरज आहे. सर्वप्रथम तुमच्या मुलाला या मित्र/मैत्रिणींच्या संगतीचे संभाव्य परिणाम लक्षात आणून द्या. वर्तमानपत्रं अथवा मासिकातील लेख, दूरचित्रवाणी वा माहितीपट यांद्वारा त्यांना यातून काय घडू शकतं याची कल्पना द्या आणि त्यांची सुरक्षा, हित, आरोग्य एवढंच नव्हे, तर त्यांच्या जीवालासुद्धा यातून खरोखरच किती धोका आहे याची स्पष्ट जाणीव द्या. उदाहरणार्थ,

मद्यपान करून गाडी चालवणारा कोणताही तरुण स्वतःबरोबरच गाडीतले त्याचे सहप्रवासी, पादचारी आणि इतर वाहनचालकांचा जीवही धोक्यात टाकत असतो.

तुमचा मुलगा/मुलगी अशी नकारात्मक मैत्री तोडू शकत नसेल किंवा ती तोडण्याची त्याची/तिची इच्छा नसेल, तर अशी संगत त्यांच्यासाठी खरोखरच अपायकारक ठरू शकते याची तुम्हाला ठाम जाणीव व्हावी आणि त्या दृष्टीनं तुम्ही जबाबदारीनं वागायला हवं. तशी गरज पडली तर तुम्ही तुमच्या मुलांवर निर्बंध घाला : जेव्हा शक्य असेल तेव्हा तुमच्या मुलांना नवे मित्र-मैत्रिणी जोडण्यासाठी साहाय्य करा. त्यामुळे त्यांच्या आयुष्यात अधिक सकारात्मक नाती निर्माण होऊ शकतील.

वस्तुतः अनेक मुलांच्या दृष्टीनं आपण एखाद्या गटाचा भाग असणं व तिथं सगळ्यांना पसंत असणं हे इतकं महत्त्वाचं असतं की, दुसरे सकारात्मक मैत्रीबंध जोडले गेल्याखेरीज आधीचे हे नकारात्मक मित्र/मैत्रिणी दूर करणं तुम्हालाही नकोसं वाटतं. विवाहबंधनं जेव्हा ताणली जातात, तेव्हासारखीच ही परिस्थिती असते. दोघांपैकी एक जण अथवा दोघंही इतर नात्यांमध्ये अधिकाधिक गुंतू लागतात. याद्वारा ते विवाहबंधन तोडताना होणारा मानसिक त्रास कमी करायचा प्रयत्न करत असतात. अगदी तसंच जेव्हा एखाद्या मुलानं त्याच्यासाठी अपायकारक असलेली संगत सोडायची गरज असते, त्या वेळी हा स्थित्यंतराचा काळ इतर भावबंधांच्या मदतीनं सुकर होईल.

गेल्या काही वर्षांत मध्यमवर्गीय उपनगरी समाजात शालेय हिंसाचाराच्या घडलेल्या घटनांनी सर्व मुलं, त्यांचे पालक आणि शिक्षकांनी मुलांचं भरकटलेपण आणि हिंसा या विषयांकडे लक्ष देण्याची गरज अधोरेखित केली आहे. जिथं टोळ्यांचा हिंसाचार मोठ्या प्रमाणात चालतो, अशा शहरांतर्गत भागांपुरताच हा प्रश्न मर्यादित नाही. टोळी सदस्यत्वाचा एक समान घटक म्हणजे : असंतुष्ट तरुणाई. टोळीमध्ये सदस्य कुठूनही येऊ शकतात. समाजापासून दूर ठेवलेल्या वर्गातून अथवा मध्यमवर्गीय वा उच्चभ्रू वर्गातून. पहिल्या प्रकारातले लोक अमली पदार्थांचा व्यवसाय, लोकांना हल्ला करून लुबाडणं, शस्त्रांचा वापर, असे प्रकार करू शकतात; तर दुसऱ्या प्रकारच्या टोळीत फक्त दोनच सदस्य असू शकतात. गोळीबार करणाऱ्या त्या दोन विद्यार्थ्यांसारखे. ही असंतुष्ट तरुणाई आपल्याला वाळीत टाकलेलं आहे, आपण कोणतंही स्थान मिळवू शकणार नाही असं समजत असते. ही मुलं, समाजशास्त्रज्ञ अल्बर्ट के. कोहेन यांच्यासह इतरांनीही जिला 'गैरकृत्यांची संस्कृती' म्हटलं आहे तशी संस्कृती निर्माण करतात.

'डिलिन्क्वन्ट बॉईज' या पुस्तकात कोहेन म्हणतात : जेव्हा एखादा तरुण एखाद्या टोळीत जातो, त्या वेळी तो गट अथवा ती टोळी व तिचं स्वरूप त्या

तरुणामध्ये नाट्यमय (व नकारात्मक) बदल घडण्यास कारणीभूत असतात. त्यांनी या संदर्भात म्हटलं आहे :

अमुक अमुक संगत लागेपर्यंत आमचा 'जॉनी' अगदी चांगला मुलगा होता, असं कितीतरी आया सांगतात आणि प्रत्येक जॉनीच्या संगतीतल्या मुलाच्या आईला आपल्या पोटच्या गोळ्याबद्दल असंच वाटत असतं. यातल्या काही आयांना एका नासक्या आंब्यामुळे आंबे बिघडत आहेत असं भाबडेपणे वाटत असतं. तथापि, आम्हाला असं वाटतं की, या सर्व आयांचं म्हणणं बरोबर असू शकतं. कारण अशा एखाद्या गटात एक विशिष्ट 'केमिस्ट्री' असते, तीच आधी नसलेल्या गोष्टी घडण्यास कारणीभूत ठरते. या गटातला परस्परसंबंध 'संप्रेरकाचं' काम करतो. त्यामुळे एरवी दृश्यरूपात नसणाऱ्या गोष्टी प्रकट होऊ लागतात.

कपड्यांवरून माणूस ठरतो की, माणसांमुळे कपड्यांना शोभा येते, हा कायम वादाचा विषय राहिलेला आहे. त्याच धर्तीवर एखादा गट तरुणांना घडवतो की तरुण गट बनवतात, असा प्रश्न करता येईल. पण कोहेन एका मुद्द्याकडे लक्ष वेधतात की, अशा समूहाचं वा टोळीचं स्वरूप इतकं जबरदस्त असतं, एक अस्तित्व म्हणून तिची ताकद इतकी मोठी असते की, तुम्ही तरुण आणि टोळी असं वेगळं काढू शकत नाही.

जर तुमचं अपत्य समाजमान्य नसलेल्या टोळीत सहभागी असेल, विशेषतः अवैध उद्योग करणाऱ्या टोळीत आणि तिथं शस्त्रांचाही वापर होत असेल, तर तुम्ही थेट आणि जलद कृती करणं आवश्यक आहे. या संदर्भात काय करावं यासाठी तुम्हाला मदत हवी असेल तर, तुम्ही तरुणांच्या प्रश्नांसंदर्भातील विश्वसनीय स्थानिक अधिकारी व्यक्तीची मदत घेऊ शकता. तुमच्या मुलाच्या डोक्यात प्रकाश पडेल आणि तो/ती स्वतःच त्या टोळीतून बाहेर पडायचं ठरवेल... याची वाट पाहण्याची ही वेळ नाही.

तुमचं लहान मूल अथवा टीनएजर मूल अपायकारक वा नकारात्मक मैत्रीत अडकलं असेल तर हा धोक्याचा इशारा समजा. त्याच्या वागण्याची अथवा परिस्थितीची तीव्रता पाहून, यामध्ये तुम्ही लक्ष घालणं आवश्यक आहे, की तुमचं मूल स्वत:च त्यातून बाहेर पडू शकेल, हे तुम्ही ठरवू शकाल.

- तुमच्या मुलाच्या मित्राच्या अनेक कृत्यांबद्दल तुम्ही 'हे बरोबर नाही' असं सतत तुमच्या मुलाला समजावण्याचा प्रयत्न करत असता, कारण ही

कृत्यं क्रूर, अवैध, विचित्र किंवा चक्क घातक असतात.

- तुमच्या मुलाच्या मित्रात खोटारडेपणा भिनलेला आहे.
- तुमच्या मुलाचा मित्र चोर आहे.
- तुमच्या मुलाच्या मित्राचं वर्तन हिंसक आहे.
- कुणीतरी तुम्हाला पुनःपुन्हा सांगत आहे की, 'मला तुमच्याशी तुमच्या मुलाच्या मित्राबद्दल बोलायचं आहे.'
- तुमच्या मुलाचा मित्र अवैधरीत्या अमली पदार्थ वापरतो.
- तुमच्या मुलाचा मित्र कुप्रसिद्ध टोळीत आहे.
- तुमच्या मुलाचा मित्र तुमच्या मुलाच्या आयुष्यावर जणू ताबा ठेवत आहे, तोसुद्धा झटकन आणि पूर्णपणे ते दोघं एकमेकांच्या घरी कितीही वेळ राहू लागले आहेत आणि सदैव एकत्र भटकत आहेत.
- ही मैत्री सुरू झाल्यापासून तुमच्या मुलाची शाळेतली कामगिरी आश्चर्य वाटण्याइतकी खालावली आहे.
- तुमच्या मुलाचा मित्र तुमचा मान ठेवत नाही; हे प्रकरण इतक्या थराला गेलं आहे की ते सहन करणं तुम्हाला शक्य नाही; शिवाय तो घाणेरडी भाषा वापरत आहे किंवा अयोग्य शेरेबाजी करत आहे.
- तुमच्या मित्राला एखाद्या पार्टीचं आमंत्रण येतं तेव्हा त्याला 'प्लीज, तुझ्या अमुक अमुक मित्राला घेऊन येऊ नकोस' असं सांगितलं जातं.
- तुमच्या मुलाचा मित्र त्याच्या हिंसक अथवा अवैध कृत्यांचे बेत फुशारकीनं सांगत असतो.

परिस्थिती तशी गंभीर असल्याखेरीज, म्हणजे तुमच्या मुलाची सुरक्षितता, आयुष्य, स्वातंत्र्य किंवा आरोग्य अथवा शाळा वा समाजहित पणाला लागल्याखेरीज तुम्ही तुमच्या मुलाचे मित्र तुम्हाला आवडत नसले तरी त्यात फारसं लक्ष घालत नाही. पहिली गोष्ट म्हणजे, फक्त तुम्हाला अथवा तुमच्या जोडीदाराला अथवा तुमच्या दुसऱ्या मुलाला ही मैत्री आवडत नाही असं असेल आणि या न आवडण्याला कोणताही वस्तुनिष्ठ आधार नसेल, तर हे मत तुमच्या मुलावर लादणं योग्य नाही. मैत्रीमुळे तुमच्या मुलांना आपल्या कुटुंबापेक्षा खूप वेगळ्या प्रकारची माणसं व जाणिवा शोधण्याची संधी मिळत असते. शिवाय तसं काही ठोस कारण नसताना तुम्ही तुमची आवड-निवड त्यांच्या मित्रांच्या बाबतीत लादण्यानं तुम्हीच त्यांच्या प्रगतीत अडथळा आणत असता– अगदी सुरुवातीपासून एखादा नातेसंबंध हाताळण्याचा त्यांना जो प्रत्यक्ष अनुभव मिळणार असतो तो आणि समजा त्यांनी ते नातं तोडायचं ठरवलं तर ते कसं निभावतात, ते करताना त्यांना काय वाटतं... या सगळ्या

अनुभवाला ते मुकतात. तुम्हाला तुमच्या मुलाच्या मित्राची जी गोष्ट अजिबात आवडत नसेल त्याबद्दल सांगण्याचा हक्क अर्थातच आहे; पण पुढची पायरी न गाठता म्हणजेच... तुमच्या मुलाला ही मैत्री तोडायला न लावता. तथापि, अशा वेळी तुम्हाला तुमचं निरीक्षण किंवा मत व्यक्त करावंसं वाटेल. अशा प्रकारे आपण स्पष्ट सांगण्यानं व लक्षात आणून देण्यानं तुमच्या मुलाला जाणीव होईल व मित्र अथवा मैत्रीबाबत स्वतःचा निर्णय घेता येईल, असं तुम्हाला वाटत असतं. उदाहरणार्थ, तुमच्या टीनएजर मुलाचा मित्र तास न् तास तुमच्या घरी राहत असेल, तुमच्या सोबतच जेवत असेल; पण त्याच्या तोंडून एकदाही कधी आभाराचा शब्द निघत नसेल, अशा वेळी तुम्ही तुमच्या मुलाला सांगा, "तू जेव्हा तुझ्या मित्राच्या घरी पाहुणा म्हणून जाशील तेव्हा त्याच्या घरी तुला जे काही जेवायला वाढतील त्याबद्दल तू त्याच्या आई-बाबांचे आभार मानत जा."

अशा प्रकारे सांगण्यानं तुम्ही मुलाच्या मित्रावर थेट टीका केल्यासारखं होत नाही, शिवाय तुमच्या मुलाकडून तुमची कसं वागण्याची अपेक्षा आहे, हे अधोरेखित होईल. त्यावरून तुमचं मूल त्याच्या मित्राच्या वागण्याचा अर्थ लावू शकते. या संदर्भात अशीही शक्यता आहे की, तुम्ही समोर नसता तेव्हा ही गोष्ट युक्तीनं घडून जाईल- तुमचं मूल त्याच्या मित्राला तसं स्पष्ट सांगेल आणि त्याच्या मित्राचं वागणं बदलेल.

तुमचं मूल त्याच्या 'बरोबरी'च्या मुलांशी मैत्री करत नाहीये आणि वाईट संगत धरतंय असं पुनःपुन्हा घडत असेल, तर तुम्ही हस्तक्षेप करण्याची गरज आहे. तुमचं मूल काय करत आहे, त्याचा हा मित्र त्याच्याविषयी काय बोलतो, याचा वेध घ्या. तुम्ही तुमच्या मुलाची आत्मप्रतिमा सुधारण्यासाठी त्याला साहाय्य केलंत- मग ते स्वतःचं स्वतः असो वा बाह्य समुपदेशनाच्या साहाय्यानं असो- आणि त्याला नवे मैत्रीबंध जोडण्याचे मार्ग दाखवलेत, तर अंततः तुमचं मूल जे मित्र निवडेल ते तुम्हाला अधिक आवडतील.

मात्र, तुमच्या मुलाला संकटात टाकेल अशा एखाद्या व्यक्तीशी जर त्यानं मैत्री केली असेल, तर त्याबाबत कठोर उपाययोजना करण्याची गरज आहे. अशा परिस्थितीतून मार्ग काढण्यासाठी तुम्हाला अधिक सक्रिय भूमिका बजावावी लागेल. जरी हा उपाय जालीम असला, तरी जर गरज असेल तर तुम्ही तुमच्या मुलाची शाळा बदला आणि त्याला हिंसक वा गुन्हेगारी टोळीपासून दूर करा. तसंच, सामाजिक, कायदेशीर वा शैक्षणिक समस्या निर्माण करणाऱ्या नकारात्मक मैत्रीपासून त्याला परावृत्त करा. तशीच वेळ आली असेल, तर तुम्ही दुसरीकडे राहायला जाण्याचासुद्धा विचार करावा, जिथं तो नव्यानं आयुष्याची सुरुवात करू शकेल. कदाचित हा तुमच्या मुलाची वाईट संगत सोडवण्याचा एकमात्र मार्ग असू शकेल. एका आईनं तर आपल्या चौदा वर्षांच्या मुलाला चक्क दुसऱ्या देशात पाठवलं. हा मुलगा ज्या

टोळीत होता त्या माध्यमिक शाळेतील मुलांच्या टोळीतील काही मुलांना मारामारी प्रकरणी अटक झाली होती. त्यांच्या मारहाणीत जखमी झालेल्या तरुणांना दवाखान्यात दाखल करावं लागलं होतं. त्याच्या टोळीतल्या काहींना 'ज्युवेनाईल डिटेन्शन सेन्टर'मध्ये जावं लागलं होतं आणि त्यात सापडलेल्या सगळ्यांना समाजात व शाळेत तुरुंगवासाचा काळिमा पुसण्यासाठी खूप प्रयत्न करावे लागले. या मुलानं युरोपमधल्या खासगी शाळेत शिक्षण पूर्ण केलं आणि तिथून तो सुरळीतपणे कॉलेजला गेला.

■

भाग ४

बिझनेस, काम आणि मित्र/मैत्रिणी

नोकरी-व्यवसायाच्या ठिकाणी मैत्रीचे वेगळे नियम असतात का?

वैयक्तिक मैत्रीमध्ये होणारे विश्वासघात वेदनादायी आणि भावनिकदृष्ट्या खचवणारे असतातच, शिवाय त्यामुळे जवळची नाती तुटू शकतात किंवा कुटुंब उद्ध्वस्त होऊ शकतं. नोकरी-व्यवसायाच्या ठिकाणी मैत्रीत असे विशिष्ट चढ-उतार होत असतात. आपण बहुतेक वेळ कामाच्या ठिकाणीच व्यतीत करत असल्यामुळे तिथं जुळलेल्या मैत्रीत असे चढ-उतार अनुभवाला येतात. नोकरी-व्यवसायाच्या ठिकाणच्या मैत्रीमध्ये विश्वासघात होण्याचे विशिष्ट असे आनुषंगिक परिणामही असतात : त्यामुळे तुमच्या प्रतिष्ठेला धक्का लागू शकतो, प्रगतीच्या शिडीवरून घसरण होऊ शकते, एखाद्याला कामावरून कमी केलं जाऊ शकतं आणि एखाद्याचं करिअरसुद्धा धुळीला मिळू शकतं.

कामाच्या ठिकाणी मैत्री बहरते तेव्हा...

जर नोकरी-व्यवसायाच्या ठिकाणी मैत्रीत कटुता येण्याचे परिणाम इतके भयंकर असतील, तर ती टाळण्याचाच प्रयत्न करणं योग्य नाही का?

कारण अशी मैत्री तुटू देणं हा पर्याय काही चांगला नाही. कामाच्या ठिकाणची आणि बिझनेसमधली सकारात्मक व निरोगी मैत्री माणसाचा दिवस अधिक सुखकर बनवतेच, शिवाय उत्पादकता वाढवते. हा नक्कीच करिअरची प्रगती व यशामध्ये योगदान देणारा घटक आहे.

सुपरवायझर या मैत्रीला मान्यता देतात; कारण कामाच्या ठिकाणची मैत्री कंपनीसाठी लाभदायकच असते. तुम्ही जिथे काम करता तिथले लोक तुम्हाला आणि तुम्ही त्या लोकांना आवडत असाल, तर तुम्ही त्या नोकरीत टिकून राहण्याची शक्यता अधिक असते.

कामाच्या ठिकाणच्या मैत्रीसंदर्भात तीन मुद्दे अतिशय महत्त्वाचे असतात : हे मित्र समान स्तरावर आहेत का? त्यांची मैत्री किती जवळची आहे? ही मैत्री

विश्वासार्ह आहे का?

कामाच्या ठिकाणी अथवा व्यवसायात ज्या व्यक्ती समान स्तरावर असतात, त्यांच्या मैत्रीत संघर्ष उद्‌भवण्याची शक्यता कमी असते. दोन मित्र/मैत्रिणी वेगवेगळ्या विभागांत काम करत असले तरी जर ते निरनिराळ्या स्तरावर असतील किंवा त्यांपैकी एक जण 'बॉस' असेल तर अशा मैत्रीत संघर्ष व समस्या अधिक प्रमाणात उद्‌भवू शकतात. दुसरी गोष्ट म्हणजे काळाच्या कसोटीवर जोखलेली, उत्तमरीत्या जपलेली जिवलग मैत्री ही नोकरीच्या ठिकाणी अथवा व्यवसायात जमेची बाजू असते ही गोष्ट खरी असली, तरी जेव्हा त्या दोन व्यक्ती एकत्र काम करतात तेव्हा मैत्री पारखणं गरजेचं असतं. हे नातं सावकाश व सावधपणे दृढ होत जावं, म्हणजे ही मैत्री घट्ट व सुरक्षित राहील.

नोकरीमध्ये निरनिराळ्या स्तरांवर असलेल्या व्यक्तींमधील मैत्रीबंध ताणले जाऊ शकतात, त्यामुळे या संदर्भात सावध राहायला हवं.

बिव्हर्ली या चाळिशीच्या एक्झिक्युटिव्ह आहेत. त्या एका माहिती व्यवस्थापन संस्थेत काम करतात. आपल्या मैत्रिणीला आपण आपल्यासाठी काम करायला सांगितलं हे बरोबर होतं का, असा त्यांना प्रश्न पडतो.

"माझी दुसऱ्या विभागात बदली झाली. माझी मैत्रीण तिथं माझी सहकारी होती. तिथं तिला माझ्यासाठी काम करण्याची संधी होती. आम्ही दोघींनी त्या पर्यायाचा साधकबाधक विचार केला आणि आपण मुळात आपली मैत्री योग्य रुळावर ठेवायची आहे, असं ठरवलं. समजा कामाच्या ठिकाणी काही बिनसलं, तर आपली मैत्री धोक्यात येऊ शकते, हे आम्हाला माहीत होतं. पण प्रयत्न करून पाहायला हरकत नाही, असा आम्ही विचार केला आणि सगळं सुरळीत घडत गेलं. पुढे मी ती कंपनी सोडली आणि माझी स्वतःची कंपनी सुरू केली. पण माझी मैत्रीण अजूनही तिथं काम करते."

एक पस्तिशीची पटकथा लेखिका म्हणते :

> *"मी माझ्याकडे आलेल्या कुणाला मदत केली, एखाद्यासोबत परिश्रमपूर्वक काम केलं, पण समजा त्यातून काही चांगलं निष्पन्न झालं नाही, तर कामाच्या संबंधातले अनुभव आणि मैत्री या गोष्टी वेगळ्या काढणं फार मुश्कील होतं. अगदी आदर्श म्हणजे मैत्रीचा विजय होणं, पण तसं प्रत्येक वेळी घडेलच असं नाही. आम्ही ज्या उद्योगात आहोत, तिथं आम्ही 'मित्र/मैत्रिणींसोबत काम करायचं नाही' अशा सुस्पष्ट तत्त्वानुसार वागू शकत नाही; कारण आम्ही तेच करत असतो. त्यामुळे हा धोका कायमच पत्करावा लागतो."*

तुमची मैत्री आजवर उत्तम असेल, तुमचा तुमच्या मैत्रीवर साधार विश्वास असेल तर ही मैत्री कामासंदर्भातली अतिरिक्त आव्हानं सहज पेलण्याची शक्यता वाढते, तसंच या मैत्रीचे लाभही होऊ शकतात.

आरोग्य सुविधांविषयक संशोधन करणाऱ्या २९ वर्षीय बार्बरा नमूद करतात :

> *"तुम्ही जेव्हा दिवसातले आठ तास एखाद्या ठिकाणी घालवता, त्या वेळी खरंखुरं जिवलग मैत्रीचं नातं जुळणं अगदी सोपं आहे. ही खूप छान गोष्ट आहे. आपण कामाच्या निमित्तानं इतका वेळ एकत्र घालवतो की, कामाच्या ठिकाणी आपलं दुसरं कुटुंबच तयार होतं. तिथल्या नात्यांबद्दल मनात छान भावना असणं खूप महत्त्वाचं आहे. मैत्रीमध्ये विश्वासाचं नातं तयार होऊ शकतं, तसंच मैत्री तुटली की तो विश्वास हरवतो... अशा प्रकारे कामाच्या ठिकाणी बनलेल्या नात्यांवर मैत्रीचा खूप प्रभाव पडू शकतो."*

मात्र, जर नोकरीच्या ठिकाणी तुमच्या मित्र/मैत्रिणीनं तुमचा विश्वासघात केला तर तो तुमच्यासाठी कायमचा धडा ठरू शकतो आणि तुम्ही नोकरीच्या ठिकाणी जिवलग मैत्रीबंध जोडायला कधीही धजावत नाही. प्रशासन साहाय्यक म्हणून काम करणाऱ्या २७ वर्षीय व्यक्तीला असाच अनुभव आला :

> *"माझ्या घटस्फोटाची प्रक्रिया सुरू होती त्यादरम्यान मी एका अगदी छोट्या ऑफिसमध्ये काम करत होते. काम करणाऱ्या एकीशी माझी मैत्री होती. ती मला कामावरून घरी गेल्यानंतर रोज रात्री फोन करायची. तिला माझ्याबद्दल किती वाटतं हे ती सांगायची, त्यामुळे मी तिला बऱ्याच खासगी गोष्टी सांगायचे. असेच काही महिने गेले. एके दिवशी तिनं माझ्या व्यक्तिगत आयुष्याचा माझ्या कामावर कसा दुष्परिणाम घडतोय, हे माझ्या बॉसला जाऊन सांगितलं. माझ्या बॉसनी मला ते नंतर सांगितलं. माझ्या बॉसना अथवा माझ्यासोबत काम करणाऱ्यांना तसं मुळीच वाटत नव्हतं, हेही त्यांनी सांगितलं.*
>
> *त्या वेळी मी निश्चय केला की, पुन्हा कधी ऑफिसमधल्या कुणा सहकाऱ्याच्या जवळ जायचंच नाही. आता मी दुसऱ्या ठिकाणी काम करतेय; पण तिथल्या लोकांना माझ्या कामाव्यतिरिक्त माझ्या खासगी आयुष्याबद्दल फारसं माहीत नाही."*

त्यामुळे, सर्वसाधारणपणे, कामाच्या ठिकाणी अथवा व्यवसायामध्ये सर्वांत सुरक्षित व अधिक पसंती द्यावी अशी मैत्री म्हणजे 'कॅज्युअल' मैत्री होय... अगदी जवळची अथवा खास मैत्री नव्हे. अर्थात याला अपवाद असणारी अनेक उदाहरणं नक्कीच आहेत. म्हणजे जवळची अथवा खास मैत्री काळाच्या कसोटीवर यशस्वी ठरल्याची आणि इतकी घट्ट व दीर्घ काळ टिकल्याची. अशी मैत्री जपण्यासाठी खूप प्रयत्नही करावे लागत नाहीत. ही मैत्री एकत्र काम करताना येणारी अतिरिक्त आव्हानं पेलू शकते. असं असलं तरी या मैत्रीत परस्परांशी 'शेअर' केली जाणारी माहिती इतकी व्यक्तिगत व खासगी असते की, काही वेळा ती कर्मचाऱ्यांच्या हितसंबंधांसंदर्भात संघर्ष निर्माण करू शकते. उदाहरणार्थ तुम्ही आणि तुमचा मित्र/मैत्रीण एकमेकांचे सहकारी आहात. तुमच्यापैकी एकाला बढती मिळाली तर ज्याला आपल्या मित्र/मैत्रिणीला 'रिपोर्ट करावं' लागणार असेल तो/ती हा विषय कसा हाताळेल?

तरीही, या संदर्भात सकारात्मक बाजूनं विचार करता, कामाच्या ठिकाणचे मित्र/मैत्रिणी केवळ एक 'टीम'च नव्हे, तर ते एक प्रकारचे कुटुंबीयच असतात, विशेषकरून ते समान स्तरावर असतात तेव्हा... त्यांची कंपनी लहान, मध्यम वा प्रचंड मोठी असो; ते तिथं एकत्र एकच काम करतात तेव्हा.

मी आता स्वावलंबी उद्योजक आहे, सेमिनार आणि मुलाखती घेते, फ्रीलान्सर्ससोबत काम करते किंवा शिकवते. तरीही 'ग्रॅज्युएट स्कूल'नंतरची माझी पहिली नोकरी मला आजही आठवते. मी मॅकमिलन पब्लिशिंग कंपनीमध्ये संपादन सहायक म्हणून काम करत होते तेव्हा, वर्षभराच्या काळात आम्ही एखाद्या कुटुंबासारखेच बनलो होतो. आम्ही सगळे अनेक दिवस एका प्रकल्पावर काम करत असायचोच, शिवाय आम्ही एकत्र लंचला बाहेर जायचो, आमच्या बॉसशीही आमची गट्टी जमली होती. ऑफिसच्या वेळेनंतर त्या आम्हाला त्यांच्या घरी गेट-टुगेदरसाठी बोलावत असत. तिथं काम करत असताना माझी बऱ्याच सहकाऱ्यांशी मैत्री जुळली. माझ्या दोन्ही बॉसेसमुळे माझा दिवस खूप छान जात असे. तिथलं वातावरण अगदी शाळेतल्या सारखंच होतं. बालवाडीपासून ते शालेय शिक्षणाचा टप्पा पूर्ण होईपर्यंत आपले सहाध्यायी तेच असतात; त्यांतले काही आपले मित्र/मैत्रिणी बनतात. आपण त्यांच्यासोबत खोली शेअर करतो, वर्गात एकत्र मिळून जातो, अभ्यासेतर उपक्रमांत भाग घेतो, तसंच तिथंही होतं. आज इतकी वर्षं उलटल्यानंतरही, मला तेव्हा भेटलेल्या गेलशी माझी आजही मैत्री आहे.

लेखिका व शिक्षिका कॅरेन लिन्डसे एड या डेल व जेन या त्यांच्या मित्र-मैत्रिणीबद्दल सांगतात. 'न्यूजवीक' मासिकासाठी मुद्रितशोधक म्हणून अर्ध वेळ नोकरी करताना त्यांची या तिघांशी मैत्री जुळली. १९८१ मध्ये प्रसिद्ध झालेल्या 'फ्रेंड्स अ‍ॅज फॅमिली' या त्यांच्या पुस्तकात त्यांनी दिलेला मैत्रीविषयक संदेश

काळाच्या खूप पुढे होता. त्या म्हणतात :

"आम्ही एकमेकींच्या व्यक्तिगत समस्यांबद्दल क्वचितच बोलायचो, पण आम्हाला त्या माहीत होत्या...

'कधी कधी आमच्याकडून आगाऊपणा होत असे, काही वेळा आमच्याकडून एकमेकींच्या भावना दुखावल्या जात असत; पण अशा वेळीसुद्धा आम्ही त्याबद्दल कधीही बोललो नाही. बहुतेक वेळा आम्ही एकत्र भटकलो, गप्पा मारल्या आणि एकमेकींच्या सहवासात मनमुराद आनंद लुटला.

'दहा वर्षांपूर्वी मी न्यू यॉर्क सोडून बोस्टनला गेले तेव्हा 'न्यूजवीक' सोडणं, ही सगळ्यात अवघड गोष्ट होती...

'कामाच्या ठिकाणी कुटुंब बनून राहण्याचं आम्ही तिघी उत्तम उदाहरण होतो. काही वर्षं आम्ही दररोज अनेक तास एकत्र घालवले आहेत. आम्ही इतर कुणाहीसोबत घालवला नसेल इतका वेळ एकमेकांसोबत व्यतीत केला आहे. अगदी डेलनंसुद्धा त्याची पत्नी व मुलापेक्षा आमच्यासोबत जास्त वेळ व्यतीत केला आहे."

'लिलियन व्हेर्नन कॉर्पोरेशन' या मेल-ऑर्डर व ऑनलाइन रिटेल कंपनीच्या संस्थापक व मुख्य कार्यकारी अधिकारी लिलियन व्हेर्नन नोकरीच्या ठिकाणचे नातेबंध असणं चांगलंच, असं मानतात. हे नातं जवळिकीचं असण्यापेक्षा (परिचयाचं असणं) चांगलं, असं त्यांना वाटतं. त्या म्हणतात :

"मला वाटतं, तुम्ही ज्या लोकांसोबत काम करता, त्यांच्याशी जवळीक निर्माण होणं शक्य आहे; पण 'बेस्ट फ्रेंड'बरोबर काम करणं नाही. माझ्या व्यवसायाच्या निमित्तानं मला वर्षात कित्येक आठवडे जगभर प्रवास करावा लागतो. मला माझ्या कॅटलॉग्जसाठी नवी उत्पादनं शोधायची असतात. या दौऱ्यामध्ये माझ्यासोबत माझा मुख्य व्यापारी व इतर दोन व्यापारी असतात. आम्ही बराच काळ एकत्र असल्यामुळे या दौऱ्यांदरम्यान आमच्यामध्ये जवळीक निर्माण झाली. आम्ही बऱ्याचदा आठवड्याचे सातही दिवस काम करतो, एकत्र जेवतो. त्यामुळे साहजिकच आमच्या संभाषणात खासगी विषय जास्त येतात. आमच्या दौऱ्यांदरम्यान आम्ही आमच्या कुटुंबापासून व मित्रपरिवारापासून दूर असतो. त्यामुळे आमची भिस्त एकमेकांवर असते. पण आम्ही ऑफिसमध्ये परत आलो

की, मी कर्मचाऱ्यांशी खासगी बाबींबद्दल सहसा चर्चा न करण्याची पद्धत ठेवली आहे. ऑफिसमध्ये आमच्या बैठकासुद्धा फक्त व्यवसायाशी संबंधितच असतात. एखाद्या व्यावसायिक बाबीसंदर्भात असल्याखेरीज मी ऑफिसच्या कर्मचाऱ्यांसोबत बाहेर जात नाही. त्यामुळे आमचं नातं अधिक वस्तुनिष्ठ व व्यावसायिक बनलं आहे.''

जिवलग अथवा खास मैत्रीत खासगी तपशील आणि व्यावसायिक बाबी वेगवेगळ्या ठेवणं विशेष कौशल्याचं असतं.

उदाहरणार्थ, तुमचा बॉस नव्या प्रकल्पासाठी तुमचा विचार करत आहे. तुम्हीही ती जबाबदारी स्वीकारण्यास तयार आहात आणि ती पार पाडण्यास सक्षमही आहात. पण आदल्याच दिवशी तुम्ही तुमच्या सहकारी मित्राला बायको, मुलं या सगळ्या जबाबदाऱ्या पार पाडताना तुमची किती दमछाक होते याबद्दल सांगितलं होतं. तुमचा बॉस तुम्हाला नव्या प्रकल्पाची जबाबदारी देण्याच्या विचारात असल्याचं सांगतो, तेव्हा तुमचा हा मित्र जराही विचार न करता, तुमची आधीच किती तारांबळ उडत आहे, हे सांगून टाकतो. फक्त मित्रामित्रांमध्ये 'शेअर' केलेली गोष्ट बॉससमोर सांगायला नको होती, हे लक्षात आल्याबरोबर तो मित्र ताबडतोब दिलगिरी व्यक्त करतो. बॉसही आपण जे ऐकलं ते मनावर घेतलं नाही, सोडून दिलं असं सांगतो; पण व्हायचं ते नुकसान झालेलं असतं. बोललेले शब्द मागे घेता येत नाहीत; जे घडून जातं ते जातंच. जी नवी जबाबदारी तुमच्या करिअरमध्ये प्रगती ठरू शकली असती, तुम्हाला घसघशीत बोनस मिळवून देणारी ठरू शकली असती, ती दुसऱ्या व्यक्तीवर सोपवली जाते. तुमच्या या दिलगिरी व्यक्त करणाऱ्या मित्राच्या पोटात ही गोष्ट का राहिली नाही, याचं उत्तर तुम्हाला कधीच मिळणार नाही.

मी अनेक वर्षं जी उदाहरणं पाहिली वा ऐकली आहेत त्यावर हे उदाहरण आधारित आहे. खरं तर हे जरा सौम्यच आहे. दुसरं नमुनेदार उदाहरण पाहा- त्यामध्ये नोकरीच्या ठिकाणी आधीपासून काम करणारी व्यक्ती नव्या कर्मचाऱ्याशी झटपट मैत्री करण्याचा डाव टाकते. त्यामागचा उद्देश म्हणजे नव्या कर्मचाऱ्याला काय येतं व काय येत नाही हे जाणून घेऊन स्पर्धेत त्याच्या पुढे जाणं.

असं असलं तरीसुद्धा काही वेळा नोकरीच्या ठिकाणच्या मैत्रीबद्दल चांगलं मत व्यक्त केलं जातं, अगदी व्यवस्थापक व कर्मचारी यांच्या मैत्रीबद्दलसुद्धा. 'एचआर फोकस'मध्ये प्रसिद्ध झालेल्या विल्यम डी. मेरेलिश यांच्या 'कॅन वी बी फ्रेंड्स?' या लेखात त्यांनी व्यवस्थापक व कर्मचारी यांच्या मैत्रीचे अगणित फायदे सांगितले आहेत. ते म्हणतात :

''जे व्यवस्थापक व कर्मचाऱ्यांत मैत्रीचं नातं असतं, ते मजेत एकत्र काम

करतात. मैत्रीमुळे कामाच्या ठिकाणी सकारात्मक वातावरण तयार होतं. तिथं चिंता-काळजी व ताणतणाव कमी असतात. अशा सकारात्मक वातावरणामुळे उत्पादनक्षमता वाढण्यास मदत होते.''

कॉर्पोरेट शिडीवर एकाच पायरीपासून सुरुवात झालेल्या अशा प्रकारच्या सगळ्या मित्र-मैत्रिणींच्या बाबतीत एक सर्वांत कठीण व आव्हानात्मक बाब म्हणजे त्यांपैकी एका व्यक्तीला बढती मिळणं... अशा परिस्थितीत त्यांच्या मैत्रीचा खरा कस लागतो. नोकरीत अथवा व्यवसायात, जिथं कर्मचाऱ्यांमध्ये ग्राहक वा पक्षकार मिळवण्यामध्ये स्पर्धा असेल अथवा एकमेकांच्या पुढे जाण्याची संधी असेल (उदाहरणार्थ, कॉलेजमध्ये कार्यकाल मंजूर होण्यासारखी बाब) अशा ठिकाणी, कामाच्या बाबतीतली स्पर्धा आणि मैत्रीचे रेशीमबंध यांचा समतोल साधणं फार कठीण होऊ शकतं.

मुख्य कार्यकारी अधिकारी लिलियन व्हेर्नन यांच्या मते 'बेस्ट फ्रेंड्स'नी एकत्र काम करण्यामध्ये मोठ्या अडचणी येऊ शकतात, तसंच मैत्रीचं नातं टिकवणंही अवघड होतं. त्यामुळे त्यांचा 'बेस्ट फ्रेंड्स'नी एकत्र काम करण्याला तीव्र विरोध आहे. त्या म्हणतात :

> *''माझी कंपनी 'बेस्ट फ्रेंड्स'नी एकत्र काम करण्यास उत्तेजन देत नाही आणि मी स्वतःही नाही. असे मित्र जेव्हा एकत्र व्यवसाय सुरू करतात आणि व्यवसायात काही समस्या येतात व त्यांचं एकमत होत नाही, त्या वेळी अशी मैत्री तुटते, हे मला माहीत आहे. असे मित्र जेव्हा एकत्र काम करत असतात आणि कामासंदर्भात काही अडचणी उभ्या राहतात, तेव्हा ते एकमेकांवर दोषारोप करू लागतात. त्यांच्या मनात चीड, नाराजी आणि संताप धगधगू लागल्यामुळे त्यांची कार्यक्षमता घसरू लागते. व्यवसायाच्या दृष्टीनं अशी परिस्थिती अत्यंत घातक ठरू शकते. आयुष्यात चांगल्या कर्मचाऱ्यापेक्षा चांगला जिवलग मित्र मिळणं खूप खूप कठीण असतं.''*

माझ्या १८० स्त्री-पुरुषांच्या सर्वेक्षणाचे निष्कर्ष व्हेर्नन यांच्या मताला पुष्टी देतात : या १८० लोकांपैकी १३९ जणांनी कामाच्या ठिकाणच्या मैत्रीबद्दलच्या प्रश्नांचं उत्तर दिलं, काही जणांनी आमची अशा प्रकारची मैत्री अगदी उत्तम आहे असं सांगितलं; पण कामाच्या ठिकाणी 'बेस्ट फ्रेंड' असण्याची सरासरी 'शून्य' होती. (१३९ पैकी फक्त २४ जणांना नोकरीत, शाळेत अथवा व्यवसायात एक वा त्यापेक्षा अधिक 'बेस्ट फ्रेंड' होते, म्हणजे १पेक्षा कमी (०.२५) सरासरी.)

नोकरीच्या ठिकाणी जिवलग मैत्रीचं सरासरी प्रमाण फक्त १ होतं, तर 'कॅज्युअल' मैत्रीचं सरासरी प्रमाण ६ होतं.

हितसंबंधांचे संघर्ष टाळण्यासाठी, व्यापारासंदर्भात पक्षपात होऊ नये यासाठी किंवा व्यक्तिगत माहिती उघड होण्याचे परिणाम टाळण्यासाठी उच्चपदस्थ एक्झिक्युटिव्ह व्यक्तींनी (मी मुलाखत घेतलेल्या) त्यांच्या उद्योग क्षेत्राबाहेर मैत्रीबंध जुळवण्याची गरज व्यक्त केली. एका मार्केट संशोधन सल्लागारानं तर दुसऱ्या शहरातल्या व राज्यातल्या व्यक्तींशी मैत्री जोडावी असंसुद्धा मत व्यक्त केलं. एका व्यक्तीनं सांगितलं की, मी आणि माझा बॉस 'बेस्ट फ्रेंड्स' होतो; पण आम्हाला आमची मैत्री काळजीपूर्वक सांभाळावी लागत असे. हे दोघं कामाच्या ठिकाणी एकत्र येण्याआधीपासून मित्र होते.

मात्र, काम आणि मैत्री या गोष्टी वेगवेगळ्या ठेवाव्यात असं वाटण्यासाठी तुम्ही उच्चपदस्थ एक्झिक्युटिव्हच असण्याची गरज नाही.

एक ४७ वर्षीय, विवाहित, दोन शाळकरी मुलांची आई असलेल्या बाई कॉम्प्युटर सल्लागार आहेत. त्या जिथं काम करतात त्या कंपनीत शेकडो कर्मचारी आहेत. त्या म्हणतात :

> *"मी कामाच्या ठिकाणी खूप लोकांशी संवाद साधत नाही. मी ज्या पदावर काम करते, त्या पदावर काम करणारी तिथं मी एकटीच आहे. काही वेळा मला तिथं इतक्या कर्मचाऱ्यांमध्ये आपण बाजूला पडलो आहोत असं वाटतं. एरवी मात्र, मी नोकरी आणि घर सहजपणे वेगवेगळं ठेवू शकते."*

रोजाली या ३४ वर्षीय जनसंपर्क व्यवस्थापक आहेत. त्या विवाहित असून, मॅसॅच्युसेट्समध्ये राहतात. त्यांचं मैत्रिणींचं त्रिकूट होतं. आता त्यांची कामाच्या ठिकाणी मैत्री असावी का, याबद्दल मतं बदलली आहेत. त्या म्हणतात की, आता मी 'फ्रेंडशिप्स'च्या ऐवजी 'वर्क फ्रेंडशिप्स' म्हणते तेव्हा मी विशेषकरून त्यातल्या जवळिकीचं आणि गोपनीयतेचं प्रमाण बदलण्याबद्दल सांगत असते.

रोजाली म्हणतात :

> *"सध्या मी काम करते त्या ऑफिसमध्ये ११० लोक काम करतात. मी स्वतःची जनसंपर्क कंपनी सुरू करण्याच्या दृष्टीनंही काम करत आहे. आधी माझ्याकडे ११ जणांची 'टीम' होती. हे सर्व जण मला 'रिपोर्टिंग' करत असत... पण आता मी माझा स्वतःचा व्यवसाय सुरू*

करण्याच्या दृष्टीनं काम सुरू केलं आहे. आता मी ज्या लोकांसोबत काम करते, त्यांच्या खूप जवळ गेले आहे आणि कधी-कधी त्यामुळे फार अडचणीचं होतं. भविष्यात मी हे कधीही करणार नाही; उलट मी कामाच्या ठिकाणची मैत्री ही कामाच्या ठिकाणापुरतीच ठेवणार आहे, कारण त्यामुळे फारच अवघड होतं आणि हितसंबंधांचे संघर्षही फारच होतात.''

त्यांची एक जवळची मैत्रीण, याआधी त्यांची बॉस होती. तिनं त्यांचा विश्वासघात केला, त्याबद्दल सांगताना रोजाली म्हणतात :

''माझी एक अतिशय जवळची मैत्रीण (ती आधी माझी बॉसही होती) आमची कंपनी सोडून आमच्या प्रतिस्पर्धी कंपनीत गेली. जाताना ती आमचं एक 'अकाउंट' त्या कंपनीत नेण्यासाठी अत्यंत आग्रही होती. त्यासाठी ती अतिशय निष्ठूरपणे वागत होती. त्यापायी ती माझ्याशी कशी वागतेय ते तिच्या लक्षातही येत नव्हतं.''

कामाच्या ठिकाणच्या मैत्रीत लिंगभेदामुळे होणारे फरक बरेच महत्त्वाचे असतात, असं दिसून आलं आहे. पुरुषांची मैत्री अशा प्रकारची असते, ज्यात एकत्र काम करताना गोपनीय माहितीची व भावनिक आधाराची कमीत कमी देवाण-घेवाण होते; स्त्रियांच्या बाबतीत मात्र ही मैत्री संभाषण, भावनिक आधार व चुकांची कबुली यावर आधारित असलेली दिसते.

एका छोट्या कंपनीच्या अध्यक्षानं कामाच्या ठिकाणच्या मैत्रीसंदर्भातील माझी प्रश्नावली भरून दिली.

तुमच्या कंपनीत तुमचे किती मित्र आहेत, या प्रश्नाला त्यांनी उत्तर दिलं, '१००.'

हे मित्र अर्थातच 'कॅज्युअल' होते; पण शंभरच्या शंभर कर्मचाऱ्यांना स्वतःचे मित्र मानण्यानं, त्यानं कंपनीत सकारात्मक वातावरण निर्माण केलं असेल.

त्याउलट, ४५०० कर्मचारी असलेल्या एका बांधकाम कंपनीतील मनुष्यबळ विभागाच्या व्यवस्थापिकेनं सांगितलं की, 'माझ्या या नोकरीत माझी कुणाशीही मैत्री नाही.'

त्या असंही म्हणाल्या की, 'या कंपनीत विश्वासाचा अभाव आहे; कारण बहुतेक लोक भीतीच्या छायेतच आहेत.'

विशेषतः उच्च पदांवर पोहोचल्यानंतर स्त्रियांना एकटं वाटतं. त्यांच्या असं लक्षात येऊ लागलं आहे की, असं इतरांपासून दूर आणि एकटं राहण्यापेक्षा, दुसऱ्या कंपनीतील त्यांच्याच स्तरावरील स्त्रियांशी किंवा त्यांच्यापेक्षा खालच्या

स्तरावरील, संपूर्ण निराळंच काम करणाऱ्या स्त्रियांशी मैत्री करणं अधिक चांगलं!

अठ्ठावन्न वर्षांच्या ॲनी कॉर्पोरेट क्षेत्रातील अत्यंत उच्च पदावरून निवृत्त झाल्यानंतर आपल्या गावी परतल्या आणि त्यांनी स्वतःची कंपनी सुरू केली. त्यांची मार्गरिट यांच्याशी मैत्री जुळली. ॲनी ज्या 'मॅनीक्युअर सलून'मध्ये नेहमी जायच्या, तिथं मार्गरिट काम करत होत्या.

ॲनी सांगतात, "मार्गरिट माझ्या नखांना आकार देऊ लागली आणि तेव्हाच आमची घट्ट मैत्री जुळली."

फ्रेन्साईन एक प्रशिक्षण कंपनी चालवतात. त्यांच्या हाताखाली ६० स्त्री-पुरुष काम करतात. 'आपण बॉस असतो तेव्हा बाकीच्यांशी मैत्री कशी करायची' हे त्यांना जाणून घ्यायचं आहे.

सध्या फ्रेन्साईन कंपनीच्या परिघाबाहेर मैत्री जोडण्याचा प्रयत्न करत आहेत. त्यांच्या एका जवळच्या मैत्रीची अखेर त्यांच्या या निर्णयाला कारणीभूत ठरली आहे. त्यांच्या कंपनीत काम करणाऱ्या एका मैत्रिणीनं फ्रेन्साईनना जेव्हा आधाराची गरज होती तेव्हा त्यांना मदत केली नाही. फ्रेन्साईन यांची काय अवस्था आहे हे आपल्याला माहीतच नाही, असा तिनं आव आणला होता.

पण फ्रेन्साईन यांचं मैत्रीला प्राधान्य असतं. त्यांना नोकरी, शिवाय घर, नवरा, त्यांची दहा वर्षांची मुलगी, हे सगळं सांभाळून मैत्रिणींसाठी वेळ काढणं अतिशय अवघड असतं तरीसुद्धा.

"मी माझं कुटुंब, नोकरी आणि चर्च यासाठीच कसाबसा वेळ पुरवते," त्या सांगतात.

त्यांची सर्वांत जवळची मैत्रीण त्यांना त्यांच्या कंपनीतच भेटली होती; पण आता ती तिथं काम करत नाही.

"आमचं आठवड्यातून एक-दोनदा फोनवर बोलणं होतं," फ्रेन्साईन सांगतात.

माझ्या ही गोष्ट लक्षात आली आहे की, बऱ्याच जणांच्या बाबतीत ते एकत्र काम करत असताना 'कॅज्युअल' मैत्री जुळते आणि त्यातूनच जिवलग मैत्रीची वा 'बेस्ट फ्रेंड' बनण्याची बीजं रुजतात आणि पुढे ते एकत्र काम करत नसतात त्या काळात ही मैत्री बहरते.

ग्लोरिया आणि सूझी यांची मुलाखतीदरम्यान ओळख झाली. ग्लोरियांना बढती मिळाली होती आणि सूझी यांची ग्लोरियांच्या आधीच्या पदासाठी मुलाखत झाली होती. त्या दोघींमध्ये झटकन मैत्रीचे धागे जुळले. त्यानंतर दोन वर्षांनी सूझींनी ती कंपनी सोडली, त्यानंतर त्यांचं नातं अधिक बहरलं आणि आज त्यांच्या मैत्रीला वीस

वर्षांहून अधिक काळ उलटला आहे. सुरुवातीला त्या दोघी एकाच ठिकाणी काम करत होत्या, तेव्हा ग्लोरियांना सूझींना जवळून पाहता आलं आणि सूझींबद्दलच्या तेव्हा बनलेल्या चांगल्या मतानं त्यांच्या मैत्रीचा पाया रचला, तो आजही भक्कम आहे. ग्लोरिया म्हणतात :

> *"सूझी ज्या पद्धतीनं लोकांशी संवाद साधू शकते व साधते ते मला खूप आवडतं. ती त्यांना आपण महत्त्वाचे आहोत, कुणाला तरी प्रिय आहोत अशी भावना देते. तिच्या या स्वभावानं माझ्या आयुष्यात खूप फरक पडला. तिनं मला हा आनंद भरभरून दिला. तिचा सहवास आणि आपण हवेहवेसे आहोत ही भावना सुखद असते."*

खोटं बोलणं, लबाडी आणि सूड : नोकरी व व्यवसायामध्ये मैत्रीचा गैरवापर

या संदर्भात भयावह उदाहरणं विपुल आढळतील. इथं आपण काही प्रातिनिधिक उदाहरणं पाहू :

- "कर्मचारी नेमणुकीसंबंधित समितीत काम करणाऱ्या माझ्या मित्रानं इतर सदस्यांना सांगितलं की, मी ज्या पदासाठी अर्ज केला आहे ते पद सांभाळण्यास मी आत्ता पात्र नाही; कारण अजून मी घटस्फोटाच्या घावांतून बरा झालेलो नाही." (४८ वर्षीय घटस्फोटित बेरोजगार कलावंत.)
- "माझं गुंतवणूक धोरणविषयक कौशल्य वापरून घेण्यासाठी त्यानं माझ्याशी मैत्री टिकवली होती." (५१ वर्षीय वित्त सल्लागार.)
- "तिनं आमच्या बॉसला माझं गुपित सांगितलं." (५० वर्षीय 'ऑक्युपेशनल थेरपिस्ट' महिला.)
- "मला कामावरून काढून टाकलं." (४३ वर्षीय अविवाहित उद्योजिका.)
- "मला कामावरून काढून टाकावं यासाठी ती खोटं बोलली." (२४ वर्षीय 'सिंगल' शिक्षक सहायक तरुणी.)
- "कधी कधी काही गोष्टींबद्दल जरा जास्तच माहिती असते, त्यामुळे समस्या उद्भवतात." (३६ वर्षीय 'हेल्थकेअर कॉर्पोरेशन'मध्ये 'पर्सोनेल' विभागाचे संचालक.)
- "माझ्या खासगी व्यवसायाबद्दल सांगितलं." (४५ वर्षीय घटस्फोटित विक्री प्रतिनिधी महिला.)
- "माझे ग्राहक माझ्यापासून हिरावण्याचा प्रयत्न केला." (२० वर्षीय स्वयंरोजगारप्राप्त तरुणी.)

यातील प्रत्येक उदाहरणाचा संबंधित व्यक्तीनुसार विचार करावा लागेल. या व्यक्तींना मैत्री टिकवण्याची इच्छा आहे का, त्यांना एकत्र काम करत राहायचं आहे का, 'आता पुन्हा मागे फिरण्यात काही अर्थ नाही' असं वाटण्यापर्यंत ते पोहोचले आहेत का, त्यामुळे त्यांची मैत्री वा त्यांनी एकत्र काम करणं अशक्य बनलं आहे का.

पन्नाशीचे रॉजर त्यांचा एक अनुभव सांगतात. त्यांच्या एका मित्रानं (तो त्यांचा बॉसही होता) त्यांचा विश्वासघात केला. त्यामुळे त्यांचं नातं बदललं. ऑफिसच्या दोन विभागांत कोण ताकदवान हा वाद सुरू होता. रॉजरला कोणतं काम द्यायचं याचा निर्णय रॉजरच्या बॉसनं दुसऱ्या विभागावर सोपवला होता. रॉजर म्हणाले,

> *"त्यानं मला त्यांच्या स्वाधीन केलं. मी जे काम करत होतो ते काम त्यानं मला थांबवायला सांगितलं, त्यामुळे मला त्यानं माझा विश्वासघात केल्यासारखं वाटलं. मी त्याला 'भेकड ' म्हणालो. माझा खरंच अपेक्षाभंग झाला होता. त्याला हे ऐकून इतकं वाईट वाटलं की तो रडला; पण त्याच्या मते या विषयात तो काही करू शकणार नव्हता.*
>
> *"पण मला वाटत होतं, तो करू शकत होता. तो माझ्यासाठी भांडू शकला असता. तो माझ्या बाजूनं उभा राहू शकला असता, पण त्यानं माझ्या बाजूनं उभं राहण्याऐवजी किंवा माझ्या सचोटीची खात्री देण्याऐवजी शेपूट घातलं."*

हा प्रसंग रॉजरच्या करिअरसाठी नक्कीच चांगला नव्हता; कारण ते दोघं एकत्र काम करत होते आणि त्याचा तो मित्र त्याचा बॉसच असणार होता. रॉजर म्हणाले,

> *"मला त्याचा तिरस्कार वाटत होता. मला त्याच्यासोबत कोणतीही गोष्ट करावीशी वाटत नव्हती आणि हे चांगलं नव्हतं, कारण माझं मूल्यमापन त्याच्याच हातात होतं. एकदा हात पोळल्यानंतर मी पुन्हा कधीही कुणाच्याही इतका जवळ गेलो नाही."*

रॉजरना वाटतं की, 'त्या मित्रानं त्यांचा विश्वासघात केला, कारण तो स्वतःच घाबरला होता. तो स्वतःचा कातडीबचाव करत होता.'

त्या मित्राच्या वागण्याचं कारण काहीही असेल; पण अशा अवस्थेतील ते तीन महिने रॉजरसाठी फार भयंकर होते. त्यांनी ती नोकरी सोडून करिअरला नवी दिशा

द्यायचं ठरवलं.

नोकरी व व्यवसायातल्या मैत्रीचे नियम :

कामाच्या ठिकाणची मैत्री जपण्याच्या दहा साध्याशा 'टिप्स' :

- ***कामाच्या ठिकाणी कंपू तयार करणं अथवा त्याचा भाग बनणं या गोष्टी करू नका-***
  अशा प्रकारे कुणाला झुकतं माप दिलं जातं अशी भावना निर्माण झाली, तर त्यामुळे कंपूच्या बाहेरच्या परिघात मनोबल ढासळण्यासारख्या समस्या उद्भवतात. अतिपरिचय घडण्यातून कामाच्या ठिकाणी कंपू तयार होऊ शकतात आणि या कंपूतील सदस्यांना सवलती मिळतात, असं खरोखर होऊ शकतं किंवा इतरांना तसं वाटू शकतं. अशा परिस्थितीत विशेषतः नव्यानं नोकरी धरलेल्यांना आपण वेगळे पडलो आहोत, आपल्याला वेगळं टाकलं जात आहे, असं वाटू शकतं. त्यामुळे त्यांना नव्या वातावरणाशी जुळवून घ्यायला जास्त वेळ लागतो आणि ते जास्त जड जातं. जर व्यवस्थापक आणि त्यांच्या हाताखालचे लोक एकाच कंपूत असतील, तर कंपनीत कामकाजावर लक्ष ठेवणं अवघड होऊ शकतं आणि उद्दिष्टपूर्ती व उत्पादनक्षमतेवर दुष्परिणाम घडू शकतो.
- ***कामाच्या ठिकाणच्या मैत्रीबाबत सावध राहा-***
  कामाच्या ठिकाणी मैत्री अथवा 'कॅज्युअल' मैत्री असणं छानच. त्याचा उत्पादनक्षमतेवर सकारात्मक परिणाम दिसतो; पण जिवलग अथवा खास मैत्रीबाबत दक्षता बाळगली नाही, तर तिची कामात ढवळाढवळ होऊ शकते. विशेषतः गोपनीय माहितीबाबत, म्हणजे एखाद्या व्यक्तीला किती पगार मिळतो किंवा किती बोनस मिळणार आहे, अशा गोष्टी समजण्यातून मत्सराला आमंत्रण मिळतं. त्यामुळे तुमचं जवळचं नातं आणि काम या दोन्ही गोष्टी परस्परांपासून शक्य तितक्या दूर ठेवा; पण जर तुमची मैत्री सच्ची आणि पारखून घेतलेली असेल आणि कामाशी संबंधित कोणतीही समस्या उद्भवली तर, ती हाताळण्याइतकी माहिती वा पुरावा तुमच्याजवळ असेल, तर तुमची ही जिवलग मैत्री सुखद ठरू शकेल.
- ***तुमच्या मित्र/मैत्रिणीच्या विश्वासाला धक्का न लागण्याची दक्षता घ्या-***
  तुमची मैत्री नोकरीतली असो वा व्यवसायातली, ती कॅज्युअल असो, जवळची असो वा अगदी खास असो; तुमच्या मित्र/मैत्रिणीनं तुमच्यावर टाकलेल्या विश्वासाला धक्का लागू देऊ नका.

- ***'गॉसिप'पासून दूर राहा-***
तुमच्या मैत्रीमुळे तुमचा सहकारी तुमच्या हाताखाली काम करणाऱ्या व्यक्ती, बॉस, ग्राहक, क्लायन्ट अथवा पुरवठादार यांच्याबद्दलची माहिती जाता जाता तुमच्या कानावर येणं अथवा ती तुम्हाला इतरांना सांगण्याचा मोह होणं, हे हानिकारकच असतं. या माहितीमध्ये तुमच्या खासगी माहितीबरोबरच, एखाद्यानं गुपित म्हणून सांगितलेल्या करिअरविषयक योजना, अद्याप जाहीर प्रसिद्धी न केलेल्या नव्या उत्पादनांची माहिती इत्यादी बाबी असू शकतात.

- ***नोकरी वा व्यवसायातील मैत्रीचा संधीसाधूपणे कधीही गैरवापर करू नका-***
एखाद्या मित्र/मैत्रिणीची योग्य व रास्त कारणासाठी मदत मागणं आणि ती मर्यादा ओलांडून संधीसाधूपणे वागणं यादरम्यानची रेषा अगदी धूसर असते. या संदर्भात काही मार्गदर्शक सूचना :
तुमची विनंती रास्त आहे का, तुमच्या मित्र/मैत्रिणीनं तुम्हाला हीच विनंती केली असती तर तुम्हाला काय वाटलं असतं, तुम्ही जी मदत मागत आहात ती त्या व्यक्तीच्या कौशल्य व ज्ञानाच्या कक्षेत आहे का, म्हणजेच त्या व्यक्तीला तुमची विनंती मान्य करताना तडजोड करावी लागणार नाही ना. या विनंतीला मान द्यावा की नाही याबद्दल तुमच्या मनात संदेह असेल तर तुमचं नातं या विनंतीच्या पुढे ठेवून विचार करा; अन्यथा तुमच्या नात्याचंच नुकसान होऊ शकतं.

- ***तुमच्या मैत्रीबद्दल बढाया मारणं किंवा ओळख सांगून भाव मारणं टाळा-***
असं करण्यानं तुम्ही लोकप्रिय आहात किंवा तुमचा संपर्क किती चांगला आहे असं वाटण्याऐवजी तुम्ही तुमच्या मैत्रीचा स्वतःच्या फायद्यासाठी वापर करण्याचा प्रयत्न करत आहात, असंच वाटेल. मैत्री हेच बक्षीस असावं, या संबंधांतून तुम्हाला काय लाभ मिळू शकेल हे पाहू नये. (तुमच्या मित्र/मैत्रिणीला योग्य पद्धतीनं पुढे आणणं ही गोष्ट वेगळी. उदाहरणार्थ, तुम्ही आयोजित करत असलेल्या एखाद्या कार्यक्रमाला त्या मित्र/मैत्रिणीला उपस्थित राहण्याची वा अध्यक्षस्थान स्वीकारण्याची विनंती करणं.)

- ***तुमच्या मित्र/मैत्रिणीला अडचणीत आणू शकेल अशा कोणत्याही प्रसंगात स्वतःचा आतला आवाज व तुमची बऱ्यावाइटाची जाण यांच्या आधारे निर्णय घ्या व मागे फिरा-***
उदाहरणार्थ, तुमच्या मित्र/मैत्रिणीच्या कंपनीत क्लायन्टकडून भेटवस्तू घेण्यास

सक्त मनाई आहे आणि तुम्ही त्या कंपनीचे ग्राहकही आहात आणि त्या व्यक्तीचे मित्रही आहात, अशा वेळी तुम्ही त्या व्यक्तीच्या वाढदिवसाची भेट तिच्या ऑफिसमध्ये पाठवू नका. त्यापेक्षा भेटकार्डांचं आदान-प्रदान उत्तम, असं तुम्हा दोघांनाही वाटेल. समजा तुमच्या मित्राला तुम्हाला नोकरी देणं शक्य आहे; पण मित्राला कामावर ठेवणं त्याला अजिबात पसंत नाही, तर त्याला तुमची मुलाखत घेण्याचा आग्रह करू नका.

- ***तुमची देहबोली, हावभाव-मुद्रा व इतर अभिव्यक्तींवर लक्ष ठेवा-*** ऑफिसमध्ये अथवा एखाद्या 'ट्रेड शो'मध्ये तुम्ही जिवलग मित्र/मैत्रिणीकडे धावत. अशा वेळी तुमच्या वागण्याचा आजूबाजूचे लोक काय अर्थ लावतील याचा विचार करा. तुम्ही कामाच्या ठिकाणी अथवा बिझनेसशी संबंधित एखाद्या ठिकाणी मित्र/मैत्रीण दिसताच तिला मिठी मारणं, चुंबन देणं, आनंदानं चीत्कारत उड्या मारणं करावं का? अशा ठिकाणी मित्र/मैत्रिणीशी बोलताना अतिसलगीची भाषा किंवा स्वर ठेवू नका.

- ***जर तुमच्या मैत्रीचं प्रेमात रूपांतर झालं असेल तर सर्वस्वी नव्या बाबी लक्षात घ्याव्या लागतील-***
कामाच्या ठिकाणच्या मैत्रीचं रूपांतर प्रेमात झाल्यावर 'काहीही बदललेलं नाही' असं तुम्हाला स्वतःला, तुमच्या सहकाऱ्यांना, कर्मचाऱ्यांना अथवा बॉसला भासवू नका. अशा वेळी ऑफिसमध्ये मत्सर अथवा नाराजी निर्माण होण्याची किंवा लैंगिक छळ अथवा गैरवर्तनाचे आरोप होण्याची शक्यता असते. त्यामुळे अशा परिस्थितीत काही मार्गदर्शक सूचनाचं पालन करावं. तुमच्या आधीच्या मित्र/मैत्रिणीसाठी अथवा तिच्यासोबत काम करणं तापदायक किंवा असह्य होऊ शकतं, तसंच हे मैत्रीतून फुललेलं प्रेमाचं नातंही टिकेलच असं नाही, ही गोष्ट लक्षात ठेवा. तसंच, कधीकाळी प्रेमाचं नातं असलेल्या व्यक्तीसाठी अथवा तिच्यासोबत काम करणं जसं अधिकच आव्हानात्मक असू शकतं, तसंच या बाबतीतही घडू शकतं.

- ***कामाच्या ठिकाणची तुमची विरुद्धलिंगी व्यक्तीसोबतची मैत्री जर खरंच 'फक्त मैत्री' असेल तर तुमच्या वागण्यातून नकळत अफवांना खतपाणी मिळणार नाही, याची दक्षता बाळगा-***
विशेषतः कामाच्या ठिकाणी विरुद्धलिंगी व्यक्तींमध्ये सर्वाधिक मैत्री असल्याचं दिसतं. अशा मैत्रीत तुम्हाला तुमचं बोलणं अथवा वागणं या संदर्भात अधिक दक्षता बाळगावी लागेल. तुमची मैत्री केवळ 'प्लॅटॉनिक' नाही, त्यापेक्षा अधिक काही आहे अशा अफवा पसरायला नको असतील तर, तुम्हाला मित्रामित्रांच्या

अथवा मैत्रिणीमैत्रिणींच्या नात्यातल्यापेक्षा या नात्याच्या बाबतीत जास्त सावधपणे वागावं लागेल.

कामाच्या ठिकाणच्या मैत्रीतले संघर्ष हाताळताना...

पाचव्या प्रकरणामध्ये मैत्रीतले वाद अथवा संघर्ष मिटवण्याच्या तंत्रांबद्दल विवेचन केलं आहे, ते सर्व मुद्दे इथं लागू होतात.

कामाच्या ठिकाणच्या मैत्रीत संघर्षाचे प्रसंग उद्भवले तर तुम्ही व तुमचा मित्र/मैत्रीण दोघांसाठीही उपलब्ध असणारे मूलभूत पर्याय खाली दिले आहेत :

- तुम्ही बदलू शकता.
- तुमचा मित्र/मैत्रीण बदलू शकते.
- तुम्ही दोघंही बदलू शकता.
- तुम्ही वादाच्या विषयातून बाहेर पडण्याचा प्रयत्न करून वस्तुनिष्ठपणे त्याचं निरीक्षण करू शकता.
- तुम्ही चर्चेद्वारा मार्ग काढू शकता.
- तुम्ही 'कूलिंग ऑफ' कालावधीचा विचार करू शकता.
- तुम्ही मध्यस्थ म्हणून तिसऱ्या व्यक्तीला पाचारण करू शकता. (व्यावसायिक मध्यस्थ, पंच/लवाद, मानवी संसाधन विभागातील व्यावसायिक व्यक्ती.)
- तुम्ही स्वतःची दुसऱ्या विभागात बदली करून घेऊन अथवा ती नोकरी सोडून मैत्रीची अखेर करण्याचा आणि त्या मित्र/मैत्रिणीशी संपर्क बंद करण्याचा निर्णय घेऊ शकता.

तुमचे कामाच्या ठिकाणच्या मित्र/मैत्रिणीशी संघर्ष होत असतील तर तुम्ही सर्वप्रथम हे शोधलं पाहिजे की, समस्या मैत्रीमुळे निर्माण होत आहेत का कामामुळे? जर तुमची या व्यक्तीशी मैत्री नसती तर तुम्ही हा प्रश्न वेगळ्या पद्धतीनं हाताळला असता का?

याचं उत्तर जर 'हो' असेल, तर तुम्ही तो कशा प्रकारे हाताळला असता याचा विचार करा. तुम्ही फक्त या प्रश्नाचं उत्तर शोधलंत तरी तुम्हाला एखादी समस्या ताबडतोब सोडवता येईल.

जर हे संघर्ष मैत्रीमुळे उद्भवत असतील तर तुम्ही ते वेगळ्या पद्धतीनं हाताळण्याची गरज आहे. समजा तुम्ही दोघंही परस्परांना 'ओळखून' आहात, तुम्ही एकमेकांना त्रास देत; प्रत्येक वेळी, प्रत्येक गोष्टीत एकमेकांशी स्पर्धा करता, ते एरवी ठीक आहे; पण जर तुम्ही कामाच्या बाबतीत एकमेकांशी असं वागत असाल

तर मात्र अवघड आहे. असं घडत असेल तर तुम्ही कामाच्या संदर्भात तुमच्या मित्राशी कसं वागायचं, हे प्रयत्नपूर्वक ठरवावं लागेल. तुम्ही आधी वागत होतात तशाच प्रकारे त्याच्याशी वागू नका.

उदाहरणार्थ, तुम्हाला त्या मित्राचा कामाव्यतिरिक्तच्या आयुष्यात अनुभव आहे, म्हणजे त्याला कुठल्या सिनेमाला जावं किंवा कुठल्या रेस्टॉरन्टमध्ये जावं याचा निर्णय घेता येत नाही. अशा प्रकारे निर्णय घेता न येण्याचे नोकरी किंवा व्यवसायात गंभीर परिणाम होऊ शकतात. त्यामुळे जर हा मित्र व्यवसायातल्या निर्णयांबाबतही असाच संथपणे वागू लागला तर तुम्ही ते चालवून घेऊ नका. त्याला सरळ त्याचं मत विचारा आणि तुम्ही त्याचा आत्मविश्वास वाढवण्यासाठी आणि त्याची वायफळ बडबड किंवा काम लांबणीवर टाकण्याची वृत्ती दूर करण्यासाठी त्याचं मत विचारत आहात, हेही स्पष्ट करा.

जर तुमचा हा मित्र खासगी आयुष्यात बशा विसळण्याच्या कामाकडे कधीही फिरकत नाही, सुटीची भेटकार्ड पाठवत नाही असा तुमचा अनुभव असेल आणि तो कामाची निर्धारित अंतिम कालमर्यादाही पाळू शकत नसेल, तर त्याच्याशी याबद्दल बोला. तुमची त्या व्यक्तीशी मैत्री असल्यामुळे ती व्यक्ती आयुष्यभर असंच वागत आली आहे हे तुम्हाला माहीत असतं. त्यामुळे तुम्ही तिच्याशी याबद्दल बोलून या गोष्टी तिच्या लक्षात आणून देऊ शकता.

'आपण 'डेडलाइन' आणि प्राधान्याच्या विषयांवर बोलू,'असं म्हणून तुम्ही विषयाला सुरुवात करू शकता. "आपण यातली काही कामं दुसऱ्यावर सोपवता येतात का पाहू या, म्हणजे ज्या गोष्टी खरोखर महत्त्वाच्या आहेत, त्याकडे तुला लक्ष देता येईल."

कामाच्या ठिकाणच्या मैत्रीसंदर्भात तुमच्या ऑफिसची धोरणं काय आहेत, काही कंपन्या अशा मैत्रीला प्रोत्साहन देत नाहीत, तर काही कंपन्या इतकं प्रोत्साहन देतात की, जे लोक त्यांच्या मित्र/मैत्रिणींना कंपनीत आणण्यास कारणीभूत ठरतील त्यांना ते आर्थिक बक्षीससुद्धा देतात.

■

भाग ५

नव्याने सुरुवात करा...

चांगले मित्र शोधताना...

वाईट मैत्री कशी हाताळायची हे आता तुम्हाला समजलं; पण मुळात ती टाळायची कशी, हा प्रश्न तुम्हाला पडला असेल. तुम्हाला भेटणारी एखादी व्यक्ती चांगला वा वाईट मित्र ठरेल हे तुम्हाला आधीच कसं कळणार? याचं निश्चित उत्तर सांगता येत नाही. कोणत्याही नवीन व्यक्तीशी मैत्री करताना- मग ती व्यवसायाशी संबंधित असो वा व्यक्तिगत स्तरावर- त्यामध्ये धोका हा असतोच. तुम्ही जर कधी कुणाला संधीच दिली नाहीत व नवे मैत्रीबंध जोडले नाहीत, तर तुमचंच आयुष्य संकुचित परिघात राहील. तुमचे सगळे मित्र/मैत्रिणी दूर गेले, कामात अति व्यग्र असले अथवा त्यांना एकत्र भेटायला वेळ मिळत नसला किंवा वयासोबत त्यातील एकेक जण जगाचा निरोप घेऊ लागला, तर तुम्हाला एकाकीपणा वाटू शकेल.

'फ्रेंडशिफ्ट्स' या माझ्या पहिल्या पुस्तकात मी एक प्रश्नमंजूषा दिली होती. त्याला मी 'फ्रेंडशिप कम्पॅटिबिलिटी क्विझ' असं म्हटलं होतं. स्वतःबद्दल व नव्यानं ओळख झालेल्या व्यक्तीबद्दल विचार करण्यासाठी त्यातील पंधरा प्रश्न उपयोगी पडण्याजोगे आहेत. एखादी स्त्री अथवा पुरुषाबरोबर तुम्हाला मैत्री तरी करायची आहे की नाही, हेही तुम्हाला याआधारे ठरवता येईल. या पुस्तकात मी ही प्रश्नमंजूषा अधिक सुधारित व विस्तारित रूपात दिली आहे. या नव्या प्रश्नमंजूषेत मी आणखी पाच प्रश्न दिले आहेत. त्याचा तुम्हाला, ती व्यक्ती तुमचा विश्वासघात करू शकेल का, अथवा या व्यक्तीशी मैत्री करणं अपायकारक सिद्ध होईल का, हे आधीच जाणण्यासाठी उपयोग होऊ शकेल. पुन्हा एकदा सांगते, या बाबतीत कसलीही खात्री देता येत नाही, अथवा अंदाज वर्तवणंही अवघडच असतं. मी हे प्रश्न तयार केले आहेत ते तुम्ही काही मुद्द्यांचा सावधपणे विचार करावा, धोक्याचा इशारा लक्षात घ्यावा, यासाठी. परिस्थिती आणि माणसं अनेक कारणांनी बदलू शकतात... करिअर, आर्थिक पीछेहाट, व्यक्तिगत नातेसंबंधातील चढ-उतार, स्थानांतर अशा बऱ्याच कारणांनी.

तुम्ही अधूनमधून ही प्रश्नमंजूषा सोडवा आणि प्रश्नांची उत्तरं बदलली आहेत का, याचा आढावा घ्या.

प्रश्नमंजूषा

१. ही व्यक्ती नेहमी खरं बोलते का?

२. (जर या व्यक्तीशी कामाच्या निमित्तानं परिचय झाला असेल, तर) ही व्यक्ती सहकारी, हाताखालचे लोक अथवा वरिष्ठ यांच्याशी अथवा (जर या व्यक्तीचा कामाखेरीज अन्य ठिकाणी परिचय झाला असेल तर) घरचे लोक वा जोडीदार यांच्याशी आदरानं विश्वासार्ह व सौजन्यपूर्ण रीतीनं वागते का?

३. ही व्यक्ती तुम्हाला तुमच्या वर्तमानातील अथवा भूतकाळातील एखाद्या व्यक्तीचं स्मरण देत असेल, तर ती व्यक्ती तुमची आवडती आहे का, तुम्हाला त्या व्यक्तीविषयी आदर आहे का?

४. तुम्ही या नवपरिचिताच्या विश्वासूपणामुळे व त्याच्या इतर मित्रांच्या दर्जामुळे प्रभावित झाला आहात का?

५. तुम्हाला या व्यक्तीला पुन्हा भेटावं अथवा तिच्याकडून पुढची इ-मेल यावी अथवा पुन्हा फोन यावा, असं वाटतंय का?

६. त्या व्यक्तीला तुमच्याशी मैत्री करायची आहे, असं त्या व्यक्तीनं तोंडी अथवा इतर कुठल्या मार्गानं सूचित केलं आहे का?

७. तुमच्या आधीच्या मित्रपरिवारामध्ये या व्यक्तीला सहभागी करून घेण्यासाठी तुमच्याजवळ वेळ व शक्ती आहे का?

८. तुम्ही या व्यक्तीला जाणण्यासाठी पुरेसा वेळ देत आहात का?

९. तुम्ही या व्यक्तीसोबत धमाल करता का?

१०. तुमचे व या व्यक्तीचे इंटरेस्ट समान आहेत का?

११. तुम्ही या व्यक्तीशी फोनवर बोलता तेव्हा तुम्हाला सुखद वाटतं का?

१२. तुम्हा दोघांमध्ये एखाद्या मूल्यासंदर्भात तफावत आहे असं तुम्हाला जाणवलंय का? आणि जाणवलं असेल तर त्यामुळे तुमच्यामध्ये काही समस्या येणार नाही, असं तुम्हाला वाटतं का?

१३. धर्म, वंश, वर्ण या संदर्भात तुमची पार्श्वभूमी भिन्न असेल अथवा तुम्ही समवयस्कही नसाल तरी तुम्हा दोघांनाही हे नातं मान्य आहे का?

१४. तुमचा दोघांचा सामाजिक, आर्थिक स्तर वेगवेगळा असेल तर हा मुद्दा

तुमच्या दोघांच्याही लेखी बिनमहत्त्वाचा आहे का?

१५. तुम्ही किती वेळा भेटायचं अथवा फोन करायचा हे तुम्ही अगदी नियमांच्या चौकटीत ठरवलं आहे का?

१६. तुम्ही एकमेकांच्या घराजवळ राहता का? आणि जर दूर राहत असाल तर तुमची मैत्री बहरण्यामध्ये भौतिक अंतर या अडथळ्याचा तुम्ही विचार करता का?

१७. शक्य असेल तेव्हा तुम्ही तुमच्या मित्राच्या फोनला चोवीस तासांच्या आत प्रतिसाद देता का?

१८. समजा या व्यक्तीसोबत तुम्ही भेट आधीच ठरवली आहे आणि नेमकं त्याच वेळी तुमच्या जोडीदारानं, प्रियकर/प्रेयसीनं, अथवा 'डेट'नं तुमची तीच वेळ मागितली तर तुम्ही आधी दिलेला शब्द पाळता का? किंवा किमान या नव्या मित्रासोबत भेटीची दुसरी वेळ ठरवता का?

१९. ही व्यक्ती तुम्हाला मनापासून आवडू लागली आहे का?

२०. ही व्यक्ती प्रश्न क्र. १८ व १९ चे उत्तर 'होय' असे देईल, असं तुम्हाला वाटतं का?

तुमचं वरील सर्व प्रश्नांचं उत्तर 'होय' असेल, तर ही व्यक्ती उत्तम आणि सकारात्मक आहे, असं म्हणता येईल. तुमचीही या व्यक्तीशी बांधिलकीची भावना दिसत आहे आणि तुम्ही तिच्याशी मिळतेजुळते आहात असं वाटतं. या व्यक्तीशी तुमची चांगली व विश्वासार्ह मैत्री होण्याची खूप शक्यता आहे.

तुम्ही काही प्रश्नांना 'नाही' असं उत्तर दिलं असेल, तर त्या 'नाही' उत्तरातून काय अर्थ होतो याचा विचार करा. ही परिस्थिती आहे, भावना आहेत, की मूल्यसंघर्ष आहे? यातून तुम्ही एकटे वा दोघं मिळून मार्ग काढाल का? का हे अडसर दुर्निवार्य आहेत? आता तुम्ही या प्रश्नांची उत्तरं दिली आहेत. यानंतर त्या व्यक्तीची या प्रश्नांना काय उत्तरं असतील, याचा विचार करा.

जुन्या मित्र/मैत्रिणींशी पुन्हा संपर्क

आज इंटरनेटमुळे जुन्या मित्रांना शोधण्याचे अनेक मार्ग उपलब्ध झाले आहेत, पण तुम्ही त्यांच्याशी पुन्हा संपर्क साधावा का? जर तुम्हाला अशी मैत्री पुन्हा जोडण्याचा प्रयत्न करावा असं वाटत असेल तर, पुढे दिलेल्या प्रश्नांचा तुम्हाला उपयोग होईल.

प्रश्न : मला मैत्री पुन्हा जोडायची आहे का?

पुढील प्रश्नांची उत्तरं : नेहमी, बऱ्याचदा, कधी-कधी व कधीही नाही या स्वरूपात द्या.

१. आम्ही दोघं एकत्र खूप धमाल करायचो.
२. माझ्या मित्रानं माझ्यातील सर्वोत्तम बाहेर आणलं.
३. मला त्याची आठवण होते.
४. बऱ्याचदा माझ्या मनात येतं, तो काय करत असेल?
५. मी त्याला शोधण्याचा याआधीही प्रयत्न केला होता; पण त्याला कुठं व कसं शोधावं, ते मला कळत नव्हतं.

या सर्व प्रश्नांचं तुम्ही 'नेहमी' किंवा 'बऱ्याचदा' असं उत्तर दिलं असेल तर तुमची या जुन्या मैत्रीसाठी त्या जुन्या मित्राला शोधण्याची तयारी आहे. जर तुम्ही यांतील तीन प्रश्नांना 'नेहमी' किंवा 'बऱ्याचदा' आणि 'कधी कधी' असं उत्तर दिलं असेल, तर या जुन्या मित्राला शोधणं तुमच्यासाठी लाभदायक ठरू शकेल; पण तुम्ही आधी तुमच्या भूतकाळाचा नीट आढावा घेणं गरजेचं आहे. तुम्ही स्वतःला प्रश्न करा की, तुम्हाला या विशिष्ट मित्राला शोधायचं आहे का? की तुमचे सगळे मित्र या वीकेन्डला शहराबाहेर गेले आहेत किंवा तुम्ही नुकतेच नव्या गावात राहायला आला आहात आणि तुम्हाला नव्या लोकांना भेटायची भीती वाटते, या कारणामुळे तुम्हाला भूतकाळात डोकवावंसं वाटतंय? (मैत्रीचं नातं पुन्हा जोडण्यामागे तुमचा काय उद्देश आहे याबाबत स्पष्ट राहा; तुमच्या आयुष्यात आत्ता तात्पुरता संथ काळ आल्यामुळे जर तुम्ही जुन्या मित्राचा गैरवापर केलात आणि तुमच्या मैत्रीत कधीच फारसा अर्थ नसला, तर जेव्हा तुमचं आयुष्य पुन्हा सुरळीत होईल तेव्हा तुम्ही या मित्राला पुन्हा दूर साराल.)

पण वरील प्रश्नांपैकी दोन किंवा त्यापेक्षा जास्त प्रश्नांचं उत्तर जर 'कधीही नाही' असं असेल, तर ही व्यक्ती आत्तातरी पुन्हा संबंध जोडण्यासाठी योग्य ठरणार नाही. याचा अर्थ तुम्ही या मित्राशी संबंध जोडण्याचा पुन्हा कधीच विचार करू नये, असा नाही. तुम्ही अथवा तो मित्र बदलला किंवा तुमच्या दोघांपैकी कुणाची परिस्थिती बदलली, तर तुम्ही विचार करू शकता.

शाळेच्या माजी विद्यार्थी संमेलनानं मला काय शिकवलं...

मी माझ्या शाळेच्या चौतिसाव्या माजी विद्यार्थी संमेलनाला गेले होते. तिथं मला जुन्या मित्र-मैत्रिणीशी पुन्हा संबंध जोडण्याबाबत एक अनुभव मिळाला. बरेच दिवस

मी वाट पाहत होते तो दिवस आला. हे संमेलन ज्या हॉटेलमध्ये होणार होतं, ते हॉटेल माझ्या आईच्या घराजवळच होतं म्हणून मी न्यू यॉर्कला आईकडे गेले.

आईकडच्या आरशात पाहताना मला आठवलं, मी शाळेत असताना नाचाच्या पोशाखात याच आरशासमोर उभं राहून मुरकले होते... आज कोण कोण भेटेल... मी विचार करत होते. ज्यांच्याशी संपर्क राहिला नव्हता, अशा अनेक जणांना भेटायला मी आतुर होते. हे सगळे मित्र-मैत्रिणी त्या वेळी माझ्यासाठी खूप जिवलग होते आणि माझ्या आयुष्यात महत्त्वाचे होते.

मी अगदी थरारून गेले होते जणू चौतीस नाही तर जास्तीत जास्त दहा-वीस वर्षंच मध्ये गेली असावीत...

माझी मोठी बहीणही या संमेलनासाठी वॉशिंग्टनहून आली होती. आम्ही दोघी शाळेत बरोबरच होतो. तिचा नवरा कामानिमित्त दौऱ्यावर गेला होता; पण माझा नवरा मात्र माझ्याबरोबर आला होता.

आम्ही तिथे पोहोचल्यानंतर जवळ-जवळ अर्धा तास मी नावांचे बिल्ले वाचून चेहरे ओळखण्याचा प्रयत्न करत होते; पण एकही जण ओळखेल तर शपथ! पासष्टच्या बॅचमधला एकही परिचित चेहरा दारात स्वागताला नव्हता. त्याऐवजी संमेलन आयोजित केलेल्या कंपनीच्या कर्मचाऱ्यांनी माझं औपचारिक स्वागत केलं. त्या सायंकाळी शक्य तितकी कार्यतत्परता दाखवणं हे त्याचं कामच होतं.

इथं आपल्या ओळखीचं कुणीही भेटणं अवघडच दिसतंय असं माझ्या लक्षात आलं. याचं कारण माझ्याबरोबर १५०० विद्यार्थी होते, एवढंच नव्हतं; (आमच्या शाळेत जवळ-जवळ ४७०० विद्यार्थी होते आणि शाळा तीन सत्रांत भरायची) तर त्या संमेलनात ६३, ६४ आणि ६५ अशा तीन बॅचेस समाविष्ट केल्या होत्या. माझ्या नवऱ्यानं नंतर मला सांगितलं की, तू तिथं उपस्थित जोडीदार अथवा पाहुणे धरलेस तरी, तुझ्या वर्गात असलेली व्यक्ती भेटण्याची शक्यता फक्त सहात एक एवढीच होती.

अखेर, मला एक नाव ओळखीचं वाटलं. ती मुलगी शाळेनंतरच्या उपक्रमांत माझ्यासोबत असायची. मी तिला हाक मारली.

तिनं मला लगेच ओळखलं. आम्ही आनंदानं उड्याच मारल्या. मी तिच्या विशेष कौशल्यांबद्दलच्या आठवणी सांगितल्या.

"तुझी स्मरणशक्ती चांगली आहे," ती म्हणाली.

मग तिनं मला सध्या ती काय करते याबद्दल सांगितलं... तिचा नवरा, मुलांची वयं वगैरे वगैरे. मग तिनं फोटो दाखवले.

मी ते फोटो बघताना, 'हो का?', 'अरे वा!' असं उद्गारत राहिले.

मग मी माझ्या पाकिटातला माझ्याकडचा एकुलता एक फोटो तिला दाखवला. त्यात माझी दोन्ही मुलं होती. तो फोटो सहा वर्षांपूर्वीचा होता. त्यादरम्यान मी माझ्या

करिअरमध्ये पुन्हा आकंठ बुडालेली होते. त्यादरम्यान फोटोंच्या अल्बममध्ये फोटो जमा करत राहण्यापेक्षा माझं लक्ष पुन्हा लेख व पुस्तकं प्रसिद्ध करण्यावर एकवटलेलं होतं.

मग तिनं माझ्या शेजारी उभ्या असलेल्या माझ्या बहिणीशी बोलायला सुरुवात केली.

त्यांचं संभाषण अगदी मोजकं आणि जेवढ्यास तेवढं होतं.

आणि त्यानंतर, चौतीस वर्षांपूर्वी मी शाळा संपल्यावर जिच्यासोबत दोन वर्षांतले कित्येक दिवस घालवले होते त्या माझ्या मैत्रिणीनं माझ्या बहिणीला विचारलं, ''आणि तुझी बहीण कुठं आहे? ती आली आहे ना?''

मी गप्पच झाले! इतका वेळ ती माझ्याशी बोलत होती आणि तिला मी कोण आहे हेही कळलं नव्हतं!

मग मी आणखी एका ओळखीच्या वाटणाऱ्या व्यक्तीकडे गेले.

मी तिला माझं नाव सांगताच ती म्हणाली, ''तू लेखिका आहेस ना?''

आणखी एक जण माझं नाव वाचून म्हणाली, ''मला आठवतंय. तू निवडणुकीला उभी राहिली होतीस.''

आमच्या 'गटात' असलेल्या आणखी एका मुलीला ओळखून मी 'हॅलो' केलं. त्यावर तिनंही 'हॅलो' केलं, पण आमची नजरानजरसुद्धा झाली नाही. ती माझ्या डोक्यावरून पलीकडे भोवतीच्या चेहऱ्यांच्या गर्दीकडे पाहत होती.

चौतीस वर्षांपूर्वीही आमचे बंध जुळलेले नव्हते आणि त्याही दिवशी ते जुळणार नव्हते, ते स्पष्ट होतं.

मग माझ्या लक्षात आलं, शाळेत असतानाचा तो काळ इतका खडतर का वाटत होता ते आणि तसं बऱ्याच जणांच्या बाबतीत घडत असेल असं मला का वाटतं ते. होय, तेव्हा मी कोरसमध्ये असायचे, चीअरलीडर असायचे, नेतागिरी करायचे, भावी शिक्षक क्लबमध्ये असायचे आणि हायस्कूल वृत्तपत्राची फीचर संपादकही असायचे. होय, मला चांगले गुण असायचे आणि मला एक अगदी खास मैत्रीणही होती. ती माझ्या एक इयत्ता मागे होती. पण एकूण विचार केला, तर मला आपण व्यक्ती असण्यापेक्षा एखादं प्रतीक आहोत असं वाटलं- म्हणजे 'लेखिका', 'निवडणुकीला उभी राहिलेली उमेदवार', 'चीअरलीडर', 'नेता', 'कोरसमधली गायिका.'

आणि त्यामुळेच या संमेलनाचा मला काहीही उपयोग झाला नाही. बाकी माणसं मात्र त्यांचे खूप चांगले अनुभव सांगत होती.

आम्ही तिथून बाहेर पडलो. पार्किंग लॉटकडे जाताना मी मनातलं बोलून गेले, ''मी आता शाळेत नाही याचा मला आनंद होतोय.''

मग मी माझं प्रवासातलं बहुउद्देशीय 'पर्सनल जर्नल' काढलं आणि त्यात लिहिलं :

'जेव्हा तुमच्यात फक्त भूतकाळ हेच समान सूत्र असतं, तेव्हा त्याला काही वर्तमान नसतं.'

पण ते संमेलन आयोजित करणाऱ्या कंपनीला मी जे ६२ डॉलर्स दिले होते, त्या पैशाचा मात्र सदुपयोग झाला होता. मला तिथं भेटलेल्या व्यक्तींनी मला 'तेव्हाची...' केसांचा फताडा अंबाडा घालणारी मुलगी म्हणून ओळखलं असलं तर त्याची पर्वा मी का करावी? मी या संमेलनाला काही तशा अवतारात जाणार नव्हतेच! माझं अंतरंग काय आहे ही गोष्ट खरी महत्त्वाची... शाळेतल्या त्या तरल दिवसांत फार थोड्या जणांना ते माहीत होतं आणि त्या संमेलनाला जाऊन आल्यानंतर मला वाटलं की, फारच थोड्या जणांनी ते समजून घेतलं आहे.

त्या संमेलनाला न आलेल्या शाळकरी मित्र-मैत्रिणीचाही विचार माझ्या मनात आला. त्यांच्याशी पुन्हा बंध जुळवण्यासाठी दुसऱ्या कुणीतरी निमित्त देण्याची वाट मी का पाहत होते? जर हे मित्र-मैत्रिणी माझ्यासाठी तितके महत्त्वाचे असतील तर मी त्यांना शोधून काढीन आणि आमच्या मैत्रीला पुन्हा संजीवनी देईन किंवा किमान आमच्या चाळिसाव्या वा पन्नासाव्या संमेलनाच्या निमित्तानं सगळे जण एकत्र जमू, इतपत संपर्क तरी ठेवीन. याबद्दल विचार करत असताना माझ्या लक्षात आलं, आपली ज्यूडीशी अजूनही मैत्री आहे. ज्यूडी माझी शाळेपासूनची जिवलग मैत्रीण; पण मी बाकी ज्या मित्र-मैत्रिणीशी पुन्हा संपर्क ठेवण्याचा विचार करत होते, त्याला खूप वेळ आणि कष्ट लागणार होते.

पाऊल पुढे... पाऊल मागे

पण कधी कधी जुनी मैत्री पुन्हा जुळण्याचे फायदेही असतात. या जुन्या मैत्रीत काही न सोडवलेले गुंतेही असतात, जे आता सोडवणं गरजेचं असतं. तेव्हा आणि आत्ता, तुमच्या व तुमच्या मित्र/मैत्रिणीच्या समजुतीत, आकलनात एकसूत्रता आहे का, हे जाणून घेणं आवश्यक आहे. तुम्हाला स्वतःच्या विकासासाठी म्हणून अथवा केवळ कुतूहलापोटी त्या मैत्रीचा पुन्हा आढावा घ्यावासा वाटू शकेल.

लॉरेनना जुन्या शाळकरी मैत्रिणीला असं पुन्हा भेटल्यानंतर खूप चांगला अनुभव आला. अडतीस वर्षीय लॉरेन विवाहित आहेत. त्यांची दोन्ही मुलं किशोरवयीन आहेत. त्या परिचारिका सहायक म्हणून काम करतात. त्या स्वतःबद्दल 'लाजाळू' असल्याचं सांगतात. त्या आशिया खंडात लहानाच्या मोठ्या झाल्या. सध्या त्या कॅलिफोर्नियात राहतात; पण लहान असताना त्या भारतात एका बोर्डिंग स्कूलमध्ये होत्या. त्यांना शाळेतली एक 'कॅज्युअल' मैत्रीण पुन्हा कशी भेटली आणि सर्वांत

जवळची मैत्रीण कशी झाली याबद्दल सांगितलं :

> *मी काही नाती जोडायचा प्रयत्न करत होते- अक्षरशः कोणतीही नाती. मी शाळेत असताना माझ्यासोबत असलेले सगळे जण आठवून पाहत होते, त्यामध्ये या मैत्रिणीशी पुन्हा संबंध जोडावेत असं मला वाटत होतं. शाळेत असताना आमची फारशी ओळख नव्हती. आम्ही अगदी 'कॅज्युअल' मैत्रिणी होतो. त्यामुळे मी तिचा माग का काढत होते हे मला खरं तर सांगता नाही येणार. माझ्याजवळ तिच्या आई-वडिलांचा इ-मेल अ‍ॅड्रेस होता. ते इंग्लंडमध्ये राहतात. मग मी त्यांच्यामार्फत तिच्याशी संपर्क साधायचा प्रयत्न केला; पण तिच्याकडून काहीच प्रतिसाद मिळाला नाही. त्यानंतर जवळ जवळ महिन्याभरानं तिची इ-मेल आली. तिनं शाळेच्या माजी विद्यार्थ्यांच्या डिरेक्टरीत माझा इ-मेल अ‍ॅड्रेस पाहून माझ्याशी संपर्क केला होता.*
>
> *आम्ही दोघी गेली दोन वर्षं जवळ जवळ रोज एकमेकींना मेल करतोय. जिथं आम्ही निरोप घेतला होता, तिथपासूनचे क्षण आम्ही वेचत आहोत. बऱ्याच लोकांना जे मिळवायला तीन वर्षं लागतील, ते आम्ही कधीच मिळवलं आहे : आम्ही मन मोकळं केलंय, आमची दुःखं रिती केली आहेत, आमचा आनंद 'शेअर' केला आहे. आम्हाला एकमेकींना प्रत्यक्ष भेटून जवळ जवळ बावीस वर्षं झाली आहेत; पण (आता) ती माझी सर्वांत जवळची मैत्रीण आहे.*

अशा प्रकारे लॉरेन व तिच्या मैत्रिणीचे बंध पुन्हा नव्यानं जुळले; पण प्रत्येक माणसाच्या बाबतीत वेगळी परिस्थिती असते. त्यामुळे अशा प्रकारे पुन्हा संबंध जोडताना सावध राहावं असं वाटणं, स्वाभाविक आहे. अशा मैत्रीत काही फायदे असले तरी तुमचा मित्र/मैत्रीण अवैध अथवा धोकादायक अथवा समाजविघातक कृत्यांमध्ये, हत्या वा आत्मघात अशा प्रकारांमध्ये गुंतली असण्याचं भय वाटत असेल तर तुम्ही खबरदारी घ्यायला हवी. मैत्रीतून तीव्र भावना जन्माला येतात आणि अपयशी मैत्रीत- विशेषतः मैत्रीची अखेर तुम्ही केली असेल, तर प्रेमातल्या अपयशासारखीच निराशा व नाकारलं जाण्याची भावना निर्माण करतात. जर तुम्ही पुन्हा हे बंध जोडायचा प्रयत्न केलात, तर तुम्ही ज्या भावनिक आवर्ताला व वेदनेला एके काळी तोंड दिलं होतं व जी विस्मृतीच्या अडगळीत ठेवून दिली होती, ती पुन्हा तुमचा पिच्छा पुरवू शकते अथवा नव्यानं ताजी होऊ शकते.

याच्या अगदी उलट, म्हणजे जर कुठल्या रचनात्मक बदलामुळे तुमच्या

मैत्रीची अखेर झाली असेल... म्हणजे दुसरीकडे राहायला जाणं अथवा नोकरी बदलणं अशा कारणांमुळे आणि त्यात भांडण किंवा विश्वासघात असं काही घडलं नसेल, तर पुन्हा मैत्री जुळणं हा तुम्हा दोघांसाठीही विलक्षण अनुभव ठरू शकेल. तुम्हीही एकूण परिस्थितीचा अंदाज घेऊन, तुम्हाला काय प्रतिसाद मिळतो हेही पाहू शकता. मग ते इ-मेल पाठवणं असो, फोन करणं असो वा पत्र पाठवणं असो. या परस्परसंपर्काच्या आधारे तुम्ही पाऊल पुढे टाकायचं का, हे ठरवू शकता. कधी-कधी आपण त्या व्यक्तीला प्रत्यक्ष भेटतो तेव्हा जे वाटतं, तेच तिचा आवाज फोनवर ऐकतो तेव्हाही वाटतं. तुम्हाला त्या व्यक्तीला भेटल्यावर अथवा तिचा स्वर ऐकल्यावर आनंद होतो, थरार उठतो? का, तुम्हाला राग येतो; वैतागल्यासारखं किंवा चक्क कंटाळवाणं होतं, या भावना लक्षात घ्या.

आरंभ कुठून करायचा?

प्रत्येक मैत्रीचा आरंभ होतो तो दोन अपरिचितांच्या भेटीतून... मग ती इंटरनेटच्या माध्यमातून होवो, फोनवर होवो वा प्रत्यक्ष होवो. या दोन अपरिचितांची ओळख होते आणि एकमेकांना जोखल्यानंतर त्याचं रूपांतर मैत्रीत होतं, पूर्णतः संपर्क तुटण्यात होतं किंवा त्याहूनही वाईट म्हणजे शत्रुत्वात होतं.

मैत्री जुळण्याची प्रक्रिया सुरू होण्यासाठी आधी परस्परसंपर्क घडावा लागतो. जे लोक एकटे आहेत, जे घरी राहून काम करतात अथवा जे निवृत्त आहेत– ज्यांच्यासाठी नवी नाती जुळण्याच्या संधी कमी झाल्या आहेत– अशा लोकांसाठी हे वाटतं तितकं सोपं नाही व सहजशक्यही नाही.

पण मैत्री जोडण्याचं ठरवण्यानंसुद्धा सकारात्मक मैत्रीसाठी पार्श्वभूमी तयार होते आणि एकाकीपणातून अथवा वेगळे पडल्याच्या भावनेतून जी खिन्नता येते, तिच्याशी दोन हात करणं शक्य होतं. तुम्ही गावात नवे असाल अथवा नुकतेच नोकरीला लागले असाल, तर नव्या ओळखी करून घेण्यासाठी स्वतःची कवाडं खुली ठेवणं, ही पहिली पायरी असते.

जिच्याशी मैत्री करता येईल अशी व्यक्ती भेटल्यानंतर, पुढची पायरी म्हणजे तुम्ही हात पुढे करून तिच्याशी संपर्क ठेवणं. प्रेमासारखंच मैत्री हे नातं तपशिलांवर उभारलं जातं. त्यामुळे तुम्ही मजबूत पाया रचायची गरज नाही. तुमची ओळख झाल्यानंतर तुम्हा दोघांनाही हे नातं आणखी पुढे गेलं तर आपल्याला काहीतरी मौल्यवान लाभ होईल, असं वाटलं पाहिजे.

तुम्ही अथवा तुमचा मित्र/मैत्रीण आपापल्या कामात कितीही व्यग्र असा, हे नातं दृढ होण्यासाठी व बहरण्यासाठी तुम्हाला वेळ द्यावाच लागेल. मला असं आढळलं आहे की, सर्वसामान्यतः दोन व्यक्ती भेटणं, त्यांची ओळख होणं

आणि त्यांची खरीखुरी, दृढ मैत्री होणं याला तीन वर्षं लागतात. या कालमर्यादेला अर्थ आहे, कारण इतक्या काळात बऱ्याच ओळखी सोयीच्या उरत नाहीत. एवढ्या काळात त्यांची पारख होते. यादरम्यान एखादा पदवीधर होतो, शाळा बदलतात, बढती मिळते, नोकऱ्या बदलतात, गाव बदलतं, लग्न वा घटस्फोट होतो, एखाद्याला मूल होतं... हे सगळे बदल या तुमच्या नात्यासाठी 'कसोट्या' असतात. डोरोथी टेनॉव्ह यांनी त्यांच्या 'Love and Limerence' या 'प्रेम'विषयक अभ्यासपूर्ण संशोधनात म्हटलं आहे की, 'कोणत्याही प्रेमसंबंधामध्ये ती केवळ तात्कालिक भुरळ आहे, की खरंखुरं प्रेम आहे, हे सिद्ध व्हायला सरासरी तीन वर्षं जावी लागतात.'

नवी नोकरी मिळणं अथवा नव्या ठिकाणी राहायला जाणं, अशासारखे मूलभूत रचनात्मक बदल ही खरी आव्हानं असतात. जर तुमची अधिक सोयीच्या व्यक्तीशी ओळख झाली किंवा तुमचा संपर्क कमी झाला अथवा पूर्णतः बंद झाला, तुम्ही या नात्यासाठी काही खास प्रयत्नही केले नाहीत, तरीही तुमचं नातं टिकलं, तुम्ही एकमेकांसाठी अजूनही वेळ काढत असाल, तुम्हाला एकमेकांची काळजी असेल, फिकीर असेल, तर ती खरी मैत्री होय.

आपण मैत्री करायची आहे हे जसं दोघांनाही वाटलं पाहिजे, तसं तुम्ही परस्परांशी जे 'शेअर' करता, ते मात्र समानच असण्याची गरज नाही. हे लक्षात घेतलंत तर अपेक्षापूर्ती न होण्यामुळे मैत्रीत जे संघर्ष उद्‌भवतात, ते टाळायला मदत होईल. काही लोकांना फक्त फोन घ्यायला आवडतं; पण ते स्वतः फोन करत नाहीत... कदाचित तो त्यांचा स्वभाव असेल, आर्थिक कारणांमुळे असेल किंवा वेळेचा अभाव असेल. काही जणांना आपण 'गेट-टुगेदर'साठी ठिकाण सुचवू नये असं वाटेल, तर काहींना आपला निर्णय आपल्यावरच उलटेल याची भीती वाटत असते, त्यामुळे ते काहीही सुचवणं टाळतात. यामुळे ते मित्र म्हणून वाईट ठरत नाहीत. अशा व्यक्तींचा स्वभाव व आवडी निरनिराळ्या असतात. त्यांच्या मित्र/मैत्रिणींनी त्यांचा मान ठेवणं आवश्यक असतं. अर्थातच, देवाणघेवाणीचा ताळेबंद जुळणं आवश्यक असलं तरी प्रत्येक गोष्ट जुळलीच पाहिजे, असं नाही.

मैत्री जुळण्याची प्रक्रिया प्रगतिपथावर असताना एक महत्त्वाचा मुद्दा म्हणजे तुमचा हा भावी मित्र/मैत्रीण तुमची सोबत करेल का? तिच्या समवेत तुम्ही काही गोष्टी मिळून करू शकाल, तुमच्या आवडीच्या गोष्टींबद्दल जिच्याशी बोलू शकाल, जिचा भावनिक आधार लाभू शकेल, अशी ही व्यक्ती आहे का? मी याआधी नमूद केल्याप्रमाणे मित्र 'माझिया जातीचा' असतो, 'समानशील' व्यक्ती परस्परांना आकर्षित करतात. तसंच तुमच्यासारख्याच व्यक्तींचीच तुमच्याशी मैत्री होण्याची शक्यत असते.

'काळाच्या कसोटी'खेरीज, मैत्रीच्या वाटेवर या काही गोष्टींची मदत होऊ शकेल :

- एकमेकांशी 'शेअर' केलेली मूल्यं व इन्टरेस्ट्स यावर भर द्या.
- तुम्ही एकमेकींना किती काळानं भेटायचं याबद्दल या व्यक्तीच्या मताचा अंदाज घ्या आणि तिच्या भावनांची तीव्रता जाणून घ्या.
- तुमच्या नात्याबद्दल बाहेर चर्चा करू नका.
- त्या व्यक्तीकडून मदत मागू नका. कदाचित त्या व्यक्तीला तुमची मैत्री भावनेवर आधारित आहे की हा संधीसाधूपणा असं वाटू शकेल. त्यामुळे त्या व्यक्तीला तडजोड केल्यासारखं, वापरून घेतल्यासारखं अथवा गोंधळल्यासारखं वाटू शकेल.
- त्या व्यक्तीशी नियमित संपर्क ठेवा.
- त्या व्यक्तीचा वाढदिवस किंवा त्याच्या आयुष्यातील इतर महत्त्वाचे प्रसंग लक्षात ठेवा... म्हणजे नवीन नोकरी, वार्षिक दिन, पारितोषिकं, मानसन्मान, त्या व्यक्तीच्या अगदी जवळच्या कुटुंबीयांशी संबंधित घडामोडी.
- त्या व्यक्तीच्या जीवनाबद्दल- तिचं कुटुंब, काम, छंद तिच्या व्यक्तिगत बाबी याबद्दल आस्था दाखवा; पण तुमच्यावर नाक खुपसण्याचा आरोप होणार नाही अशा पद्धतीनं, त्यामध्ये जास्त गुंतून न जाता.
- त्या व्यक्तीनं तुम्हाला बोलावलं तर तिचा जरूर मान ठेवा. तुम्हाला तिची पर्वा आहे, हे दाखवा.
- शक्य तितक्या निरनिराळ्या प्रसंगी त्या व्यक्तीला भेटा. तिच्याशी संपर्क फक्त तुमची ओळख झाली होती, तेवढ्यापुरताच ठेवू नका.
- तुमची उमलती मैत्री गृहीत धरायला सुरुवात करू नका किंवा या मैत्रीवर अति ओझं टाकू नका.
- मैत्रीत धमाल, मजा, खेळकरपणा या गोष्टींवर विशेष भर द्या. तुमच्याप्रमाणेच त्या व्यक्तीलाही इतर तुल्यबळ नाती व जबाबदाऱ्या सांभाळायच्या असतात, त्यामुळे तुम्ही या उमलत्या मैत्रीत आनंद व मजा या गोष्टींना महत्त्व देण्याचा प्रयत्न करा.

एक जुना सुविचार आहे : 'मित्र मिळवण्यासाठी मित्र बना.' पण याचा अर्थ काय?

ज्या लोकांना फक्त आपलं म्हणणं ऐकवायचं असतं, आपलं मन मोकळं करायचं असतं, अशा लोकांपेक्षा दुसऱ्याचं ऐकून घेणाऱ्या (आणि बोलणाऱ्या) व्यक्तींना जास्त किंमत मिळते. दुसऱ्याचं म्हणणं सहानुभूतीपूर्वक ऐकून घ्या,

त्यामध्ये परानुभूतीही असू द्या. त्यावर टीका करणं अथवा न्यायनिवाडा केल्यासारखी मतं देणं टाळा.

दुसऱ्याचं बोलणं ऐकून घेण्याचा दीर्घ टप्प्यात उपयोग होईल. त्यामुळे विश्वास निर्माण होईल, कोणत्या गोष्टी उघड करायच्या त्याबाबत सावध राहता येईल, खासगीपण जपलं जाईल... अशासारखे बरेच आवश्यक घटक सांभाळले जातील.

बऱ्याचदा मैत्रीमध्ये, लोक एकमेकांसोबत काही गोष्टी करतात तेव्हा परस्परांवर विश्वास ठेवू लागतात. ही प्रक्रिया अगदी मंद गतीनं होते; पण हमखास होते. त्यामुळे संभाषणाखेरीज कृती व सहभाग याद्वारा मैत्री फुलते व ती अधिक दृढ होते.

नियमित संपर्क हा तुमची मैत्री उत्तम राखण्याचा एक उत्तम मार्ग आहे. त्यामुळे जर काही खटकत असेल तर तेही मिटवणं सोपं होतं. मित्रांशी संपर्क ठेवण्याचा कोणता मार्ग तुम्हाला सर्वांत सोयीचा वाटतो ते ठरवा. तुम्हाला मित्रांशी संपर्क ठेवण्यासाठी पार्ट्या हा सर्वांत चांगला मार्ग वाटतो की, शक्य असेल तर व्यक्तिश: भेटणं हा पर्याय चांगला वाटतो?

जर एखाद्या मित्र/मैत्रिणीनं त्याच्या/तिच्या आयुष्यातील एखाद्या महत्त्वाच्या प्रसंगी तुम्हाला आमंत्रित केलं असलं, तर तिथं आवर्जून जा. त्याला प्राधान्य द्या; मग तिथं तुमच्या जोडीदाराविना तुम्हाला एकट्याला जावं लागलं तरी. (आणि समजा तुम्ही अगदीच जाऊ शकला नाहीत तर दुरून का होईना पण तो प्रसंग साजरा करण्याचे मार्ग शोधा.)

सुटी असेल तेव्हा मित्रांशी संपर्क करा. त्यांचे तुमच्यालेखी काय महत्त्व आहे, ते त्यांना दाखवून द्या... एखादा फोन करा. आपलेपणाचा स्पर्श असलेलं भेटकार्ड अथवा पत्र पाठवा किंवा एखादी छानशी भेटवस्तू द्या. अर्थात फक्त सुटी असेल तेव्हाच मित्रांची आठवण ठेवू नका; नाहीतर त्यांना या मैत्रीची वीण खरंच घट्ट आहे का, असं वाटू लागेल.

समजा तुम्हाला वेळ काढणं अगदीच शक्य होत नाहीये; पण तरीही तुम्हाला तुमच्या मित्रांशी संपर्क ठेवायचा आहे. अशा वेळी तुम्ही तुमचं काम आणि मित्राची भेट या गोष्टी एकत्र गुंफता येतात का, याचा प्रयत्न करा. उदाहरणार्थ, तुम्हाला रात्री अथवा वीकएन्डला जराही वेळ देणं शक्य नसेल तर मित्रांना दिवसा लंचच्या निमित्तानं भेटा. तुम्ही जर तुमच्या जोडीदारासोबत सिनेमाला जाण्याचा बेत ठरवला असेल, तर त्यात आणखी एखाद्या जोडीलाही सहभागी करून घ्या आणि सिनेमाच्या आधी अथवा नंतर कॉफीसमवेत त्यांच्याशी गप्पांचाही आस्वाद घ्या. सुटीच्या दिवशी तुम्ही आवश्यक खरेदीसाठी बाहेर पडता त्या वेळी, तुमच्या मित्र/मैत्रिणीलाही सोबत येण्याबद्दल विचारा. यामुळे तुमची मैत्री टिकून राहील आणि नित्याची कामंही अधिकर रंगतदार होतील.

वाढदिवस, लग्नाचा वाढदिवस आणि महत्त्वाचे वार्षिक दिन यांची सविस्तर यादी तयार करा आणि या तारखा भिंतीवरच्या कॅलेंडरवर अथवा तुमच्या आठवडी वेळापत्रकामध्ये नोंदवून ठेवा, ज्यायोगे तुमच्या मित्र/मैत्रिणींच्या आयुष्यातले असे खास दिवस तुमच्या सहज स्मरणात राहतील.

आपण एखाद्या मित्राशी शेवटचं कधी बोललो होतो अथवा भेटलो होतो, हेही आठवत नाही अशी तुमची अवस्था असेल तर तुम्ही 'हॉलिडे कार्ड्स' पाठवण्यापलीकडे जाऊन संपर्काची नोंद कशी ठेवता येईल, याचा विचार करा. तुम्हाला एखाद्या मित्राला भेटून बरेच महिने किंवा वर्षं झाली असतील तर, अशा नोंदींवरून तुम्हाला तुमच्या मैत्रीचा एकूण आढावा घेता येईल. तुमच्या मित्र/मैत्रिणींशी– विशेषतः जे दुसऱ्या गावाला राहतात त्यांच्याशी– तुम्हाला किती वरेचवर बोलावंसं अथवा भेटावंसं वाटतं, ते लक्षात घ्या. नियमितपणे एकत्र भेटण्याचा प्रयत्न करा.

मैत्रीचं भय

आपल्याला एखादा तरी जिवलग मित्र/मैत्रीण असण्याचे फायदे सांगण्यासाठी मी या पुस्तकात निकोप मैत्राबाबत पुरेसं सकारात्मक विवेचन केलं आहे, असं मला वाटतं.

पण जर याच मैत्रीचं तुम्हाला किंवा तुमचा जिच्यावर जीव आहे अशा व्यक्तीला भय वाटत असेल तर? हे भय एखाद्या विशिष्ट घटनेमुळे अथवा नात्यामुळे निर्माण झालेलं असू शकेल : मैत्रीत एकदा विश्वासघात झाल्यामुळे तुम्हाला पुन्हा कुणाशी मैत्री जोडण्याचं भय वाटू शकेल; पुन्हा असंच घडेल याची मनात भीती असेल.

मात्र, या पुस्तकातून तुम्ही जे शिकला आहात त्याचा तुम्हाला मित्र/मैत्रीण निवडताना उपयोग होईल आणि मैत्रीत धक्का बसण्याची शक्यताही थोडी कमी होईल. समजा पुन्हा तसाच अनुभव आला तर तुम्ही त्याला तोंड देण्यास सज्ज असाल.

पण तुमच्या मनात हे भय खूप काळापासून, अगदी खोलवर रुजलं असेल आणि ते इतकं गडद झालं असेल की, तुमची कधी कुणाशी मैत्रीच झाली नसेल तर?

मला इतक्या वर्षांत अगदी किशोरवयीन मुलांपासून ते प्रौढ स्त्री-पुरुषांपर्यंत अनेकांची पत्रं आली आहेत. त्यात त्यांनी मला अगदी विश्वासानं सांगितलं आहे की, त्यांना कधीच एकसुद्धा मित्र/मैत्रीण लाभलेली नाही. मी काही प्रौढांशी बोलले त्यात त्यांनी 'एका मैत्रीच्या भयानक अनुभवामुळे आता पुन्हा मैत्री जुळवण्याची भीती वाटते,' असं सांगितलं. ही माणसं त्यानंतर वर्षानुवर्षं- काही जण जर दशकानुदशकं मित्र/मैत्रिणीविना जगत आहेत.

काही वेळा अशा प्रकारचं मैत्रीबंध नसलेलं जीवन सगळ्या जवळच्या नात्यांकडून नाकारलं जाण्याची शक्यता असते. अशा व्यक्तीला जोडीदार नसतो किंवा ती खिन्न, इतरांपासून दूर राहणारी, बुजरी व भित्री असू शकते. अशा ठिकाणी नाकारलं जाण्याचा धोका पत्करून, मनाचं दार उघडणं, आपण एखाद्याचं मित्र/मैत्रीण बनणं हा आपली सामाजिक नाती सुधारण्याच्या एकूण कार्यक्रमातला एक भाग बनला पाहिजे. यामध्ये एखाद्या समुपदेशकाची अथवा चिकित्सकाची अल्प वा दीर्घकालीन मदत उपयुक्त ठरू शकते. तुमच्या आजूबाजूला चांगला चिकित्सक मिळण्यासाठी तुमचे वैयक्तिक संपर्क उपयोगी पडू शकतात. या बाबतीत तुम्हाला कुणाशी बोलण्याची लाज वाटत असेल, तर स्थानिक चिकित्सकांचा संदर्भ देऊ शकतील अशा संस्था असतात.

पण जर तुमचे अथवा तुमच्या एखाद्या जवळच्या व्यक्तीचे सामाजिक संबंध उत्तम आहेत; फक्त मैत्रीच्या बाबतीतलं चित्र उलट आहे, असं असेल तर?

अशा वेळी तुम्ही स्वतःलाच विचारायला हवं की, प्रेमाचं नातं, कुटुंब किंवा व्यावसायिक संबंध जोडताना तुम्हाला भय वाटत नाही; मग मैत्री जोडतानाच असं का होतं? जर तुम्हाला हे कळलं की, तुमच्या मनात मैत्रीबद्दल किंवा एखाद्या विशिष्ट मित्र/मैत्रिणींबद्दल अशी कोणती भावना आहे की, ज्यामुळे तुम्हाला आपण मैत्री करूच नये असं ठाम वाटतं; तर कदाचित तुम्ही नीट रुळावर याल आणि स्वतःचं वागणं बदलू शकाल.

काही वेळा तुमच्या आयुष्यात काही बदलाचं वळण येत नाही आणि तुमच्या जवळच्या नात्यांमध्येच मोठे फेरफार होत नाहीत तोवर तुम्हाला मित्र/मैत्रीण हवी असल्याचं लक्षात येत नाही.

मॅरिलीन यांच्या बाबतीत असंच घडलं. त्या तिशीच्या आहेत. विवाहित परिचारिका सहायिका असलेल्या मॅरिलीन यांनी एक जुना प्रसंग सांगितला. त्यांच्या बॅचलर पार्टीत 'मेड ऑफ ऑनर' असलेल्या मुलीनं त्यांचे पैसे चोरले होते. मैत्रीत असाच विश्वासघात होणार याचं भय मनात साकळलेल्या मॅरिलीनना फक्त आपले आई-वडील, नवरा आणि नोकरीच्या ठिकाणचे संबंध (मैत्री नव्हे) बरे वाटायचे; पण मग तिचे आई-वडील 'खूप दूर' निघून गेले. त्यादरम्यान अचानक तिला मैत्रीची गरज वाटू लागली. त्यांना मूलबाळही नव्हतं. त्या सांगत होत्या :

> *"अगदी आत्ताआत्तापर्यंत मला जिवलग मित्र-मैत्रिणी असण्याचं फारसं महत्त्व वाटलं नव्हतं. माझे आई-वडील खूप दूर निघून गेले आहेत, त्यामुळे मला माझा नवरा, त्याचे मित्र आणि नोकरीच्या ठिकाणचे काही लोक वगळता काही सामाजिक वर्तुळच नाहीये. काही*

दिवस मला त्याचं काहीच वाटलं नाही. मी कामात इतकी बुडाले होते (मुद्दामच, त्यामुळे मला वास्तवाला सामोरं जावं लागलं नाही) की, मला त्याबद्दल विचार करायला वेळच नव्हता; पण आज मी माझा नवरा व त्याचा बॉस यांच्यासोबत जेवायला गेले होते, त्या वेळी हे सगळे मित्र (सात जण) एकत्र पाहून, आपण किती एकटे आहोत, हे माझ्या लक्षात आलं. मला लोकांशी गप्पाटप्पा करताच येत नाहीत. मी फोनवर गप्पा मारणाऱ्यांपैकी नाही. मला प्रत्यक्ष गाठीभेटी आवडतात; पण मैत्रीपायी भरपूर वेळ द्यायचा आणि शेवटी हात पोळून घ्यायचे, असं होऊ नये म्हणून मी आधीच सावध असते.

काही जणांना मैत्रीचं भय वाटत नसेलही; पण त्यांच्या वागण्यामुळे ज्यांच्याशी मैत्री होऊ शकते, असे लोक दूर केले जाऊ शकतात.

डॉ. डफी स्पेन्सर हे सामाजिक मानसशास्त्रज्ञ आपण 'तितके चांगले नाही' असं समजण्यामुळे मैत्री जोडण्याची इच्छा नसणाऱ्या रुग्णांबद्दल म्हणतात :

"आपल्याला एकही मित्र/मैत्रीण का नाही, हे या व्यक्तीला समजतच नाही. या व्यक्तीला स्वतःची कोंडी झाल्याची व दुखावलेपणाची जी भावना असते, ती न बोलताही व्यक्त होत असते, हे तिच्या लक्षातच येत नाही. ही व्यक्ती सदैव आठ्या पाडलेली व दुःखी असते. आपल्याला इतरांपर्यंत पोहोचताच येत नाहीये, हेच या व्यक्तीला कळत नाही. या व्यक्तीला मित्र हवे असतात; पण ते न मिळण्यासाठी आपणच काय करत आहोत, ते तिच्या लक्षातच येत नाही. या बाबतीत तिला अगदी परिपूर्णतेचा ध्यास असतो."

लोकांना दूर लोटणं, नापसंती दाखवणं आणि जवळीक साधण्याची मनात खोलवर रुजलेली भीती आणि ओळखीच्या व तोंडओळखीच्या माणसांबद्दल भीतीची भावना, ज्याला आपण 'लाजराबुजरा' असा शिक्का लावतो, त्यात खूप अंतर असतं. काही प्रमाणात हा स्वभाव अगदी सर्रास दिसतो.

मानसशास्त्रज्ञ डॉ. फिलिप जी. झिम्बार्डो यांनी 'स्टॅन्फोर्ड शायनेस सर्व्हे' केला होता, त्यामध्ये सहभागी ५००० लोकांपैकी ८० टक्के लोकांना आयुष्यात कधी ना कधी असा लाजण्याबुजण्याचा अनुभव होता, तर ४० टक्क्यांपेक्षा जास्त लोकांनी आम्ही सध्या तो अनुभव घेत आहोत, असं सांगितलं.

सुदैवानं, अशा स्वभावाला कारणीभूत ठरणाऱ्या गोष्टी व त्यावर मात कशी करायची हे सांगणारं बरंच संशोधन उपलब्ध आहे. मैत्री जोडण्याच्या भीतीवर मात करण्याची पहिली पायरी म्हणजे अशा बुजरेपणावर मात करणे. लाजाळू स्वभावाची माणसं संवाद साधताना इतकी सावध असतात की, ते कोणत्याही प्रकारचा संपर्क

येऊच देत नाहीत. कधी कधी तर ज्या व्यक्तीशी उत्तम मैत्री जुळू शकेल अशा व्यक्तीच्या नजरेला नजरसुद्धा देत नाहीत. अशा व्यक्तींनी आत्मसन्मान व आत्मविश्वास भक्कम करायला शिकलं पाहिजे आणि मैत्रीचं नातं जोडण्याच्या दिशेनं पाऊल टाकलं पाहिजे.

विरुद्धलिंगी मैत्रीबद्दलचे भय

मैत्री जोडण्याची भीती आणि विरुद्धलिंगी व्यक्तीशी मैत्री करण्याची भीती वाटणं, यात फरक आहे. एका महिलेनं त्याविषयी तिचं मत सांगितलं. तिनं स्वतःबद्दल 'नॉर्मल स्त्री' असल्याचं लिहिलं होतं. तिनं मला एक प्रश्न पाठवला-

"माझी एका पुरुषाशी दीर्घ काळ, जिवलग आणि आत्मीय मैत्री आहे. आमची मैत्री पूर्णतः अशारीर आहे. त्याबद्दल अनेक लोक मला चिडवत असतात. आमच्या मैत्रीत लैंगिकता नाही, यावर त्यांचा विश्वास बसत नाही. आमची मैत्री आहे तशा प्रकारची मैत्री इतकी जगावेगळी आणि/किंवा अयोग्य असते का?"

तिचा प्रश्न अगदी 'नॉर्मल' आहे आणि त्याचं उत्तर 'नाही' आहे. पूर्णतः अशारीर असलेली विरुद्धलिंगी मैत्री आज पूर्वीपेक्षाही अधिक दिसते व ती अधिक स्वीकारार्ह आहे. तरीही, तुम्ही तुमची स्वतःची आणि जर तुम्ही प्रेमात असाल अथवा विवाहित असाल तर तुमच्या जोडीदाराची अशी विरुद्धलिंगी मैत्री सांभाळण्याची कुवत सर्वांत चांगली जाणून असता. विरुद्धलिंगी मैत्रीत प्रणयभावना नसावी, अशा सिद्धान्तामुळे तुमच्या रोमॅन्टिक पार्टनरला अथवा जोडीदाराला तुमच्या अशा मैत्रीबद्दल मत्सर वाटू शकतो. तुमच्या इतर मित्र/मैत्रिणींबरोबर तुम्ही वेळ व्यतीत करण्यास त्यांची हरकत नसत; पण या मैत्रीबद्दल मात्र त्यांना लैंगिक मत्सर वाटू शकतो.

मानसशास्त्रज्ञ लिंडा ए. सॅपॅडिन यांनी समानलिंगी व भिन्नलिंगी मैत्रीबद्दल १५६ व्यावसायिक स्त्री-पुरुषांचं सर्वेक्षण केलं.

या संशोधनात त्यांना आढळून आलं की, स्त्रियांनी त्यांच्या समानलिंगी मैत्रीला एकूण दर्जा, जवळीक, मौज, भरणपोषण अशा निकषांवर अधिक गुण दिले तर पुरुषांनी जवळीक वगळता याच सर्व निकषांवर विरुद्धलिंगी मैत्रीला अधिक गुण दिले.

स्त्रियांच्या दृष्टीनं विरुद्धलिंगी मैत्री ही फक्त एक चांगली मैत्री होती; पण पुरुषांचं मात्र विरुद्धलिंगी मैत्रीला अधिक झुकतं माप होतं.

आर. लान्स शॉर्टलॅन्ड आणि जेन एम. क्रेग यांनी आणखी एका महत्त्वाच्या प्रश्नाकडे लक्ष वेधलं आहे, तो म्हणजे, 'मित्रत्व' किंवा 'लैंगिकदृष्ट्या रस असणे' या गोष्टींचा स्त्री-पुरुष दोघंही समान अर्थ घेतात का?

त्यांचा असा निष्कर्ष आहे की, स्त्री व पुरुष दोघंही या दोन्ही गोष्टींतला फरक जाणू शकतात, पण पुरुषांना स्त्रियांपेक्षा 'लैंगिकदृष्ट्या रस' असल्याचा शिक्का

बसण्याची शक्यता असते. कदाचित या समजुतीमुळे पुरुषांच्या मैत्री करण्याच्या इच्छेचा रोमॅन्टिक नातं जोडण्याची इच्छा आहे, असा चुकीचा अर्थ काढला जाण्याची शक्यता अधिक असते.

जर तुम्ही आणि तुमच्या विरुद्धलिंगी मित्रानं तुमच्या उद्दिष्टांबाबत स्पष्टता ठेवण्याची खबरदारी घेतली आणि तुमचे रोमॅन्टिक पार्टनर अथवा जोडीदार यांचा तुमच्या मैत्रीवर काहीही आक्षेप नाही याची तुम्हा दोघांनाही खात्री असेल तर तुमची मैत्री टिकणं शक्य आहे. एवढेच नव्हे, तर काहींच्या बाबतीत अशा मैत्रीला अधिक पसंती लाभेल.

विरुद्धलिंगी मैत्री खऱ्या अर्थानं 'प्लॅटॉनिक' व 'नॉर्मल' असली तरी तुम्ही त्या मैत्रीसाठी मागे लागावं, असा अर्थ नाही.

२८ वर्षीय मेरी तिला फक्त एकच खास मित्र असल्याचं सांगते. ती म्हणते, "मी माझ्या नवऱ्याला माझा 'बेस्ट फ्रेंड' मानते; आयुष्यात आम्ही दोघांनी भावनिक व आर्थिक वादळं एकत्र पार केली आहेत."

स्त्रियांइतकीच पुरुषांनाही मैत्रीची गरज असते का?

प्राचीन काळी पुरुष लग्नबंधनापेक्षाही मैत्रीची किंमत जास्त मानत असत, असं म्हणतात. अगदी आत्ताआत्तापर्यंत लग्नं बऱ्याचदा ठरवून होत असत आणि ती 'रोमान्स'पेक्षा व्यावहारिक बाबींवर आधारलेली असत. विसाव्या शतकापर्यंत स्त्रियांना मैत्रीला 'लायक'सुद्धा मानलं जात नसे. काही जण मैत्रीचं नातं लग्नबंधनापेक्षा 'उच्च' मानत असत.

त्याचबरोबर मैत्रीतील लिंगभेदाबाबतच्या समाजशास्त्रीय साहित्यामध्ये स्त्री-पुरुष मैत्रीची व्याख्या पूर्णतः निरनिराळी करू शकतात, या मुद्द्यावर कायम भर दिला आहे. या मुद्द्याचा विचार केला, तर या भिन्नतेची मुळं अगदी बालवाडी, किशोरावस्था, कॉलेज ते प्रौढावस्थेपर्यंत असतात, असं लक्षात येईल. पुरुषांच्या व मुलांच्या मैत्रीमध्ये भावनांपेक्षा कृतीसंदर्भातील 'शेअरिंग' अधिक असतं. पुरुषाचा एखाद्या मित्राशी मैत्री जोडण्यापेक्षा मित्रांच्या गटात असण्याकडे अधिक कल असतो.

त्याउलट स्त्रिया व मुलींचा कल व्यक्तिगत गोष्टी 'शेअर' करण्याकडे अधिक असतो आणि त्यांच्यामध्ये दोघींची मैत्री होण्याचं प्रमाण अधिक असतं.

गेल्या दशकभरात माझ्या लक्षात आलं आहे की, मैत्रीतला लिंगभेद अनेक कारणांनी कमी होत आहे.

१९८० व १९९०च्या दशकातील वाढते 'मेल सपोर्ट ग्रूप्स' आणि 'पुरुषांना भावना असणं आणि त्यांनी त्या शेअर करणं स्वाभाविक आहे' या मताला पुष्टी देणारे लेख व पुस्तके यांमध्ये परिवर्तन घडून स्त्री-पुरुषांची दृढ मैत्री इथवर प्रगती

झाली आहे.

गेल्या काही दशकांमध्ये विरुद्धलिंगी मैत्रीमध्ये- जी कटाक्षानं अशारीर आहे- जी वृद्धी झाली आहे, त्याचा पुरुषांना लग्नबंधनाखेरीज एक 'सुरक्षित' मैत्रीचं नातं मिळण्यासाठी उपयोग झाला आहे. जर एखादा पुरुष मैत्रिणीपुढे मन मोकळं करत असेल, तर तो मित्राशीही अधिक खासगी बाबी सांगायला अधिक उत्सुक असेल. स्त्री-पुरुषांमध्ये मैत्रीचं नातं असेल तर ती 'फक्त मैत्री' असणार नाही, त्यापेक्षा नक्कीच अधिक असणार, असं आता गृहीत धरलं जात नाही. स्त्री-पुरुषांची वसतिगृहे, नोकरीत उच्चपदस्थ स्त्रियांची वाढती संख्या आणि शालेय जीवनात मुलामुलींच्या मैत्रीगटांना स्वीकृती, या साऱ्यामुळे विरुद्धलिंगी मैत्रीची जोपासना होत आहे आणि अशी मैत्री असू शकते, याला मान्यता मिळत आहे.

एके काळी स्त्रीविषयीची अशारीरिक भावना ही खरं तर छुपी प्रेमभावनाच आहे असं मानलं जात असे. गेल्या काही दशकांत हा टप्पा ओलांडून आपण बरेच पुढे आलो आहोत.

एखाद्या महिलांच्या मैत्रीगटाचं किंवा पुरुषांच्या मैत्रीगटाचं सदस्य असल्यास, विशिष्ट वयानंतर त्यावर समलिंगी व्यक्तीबद्दल वैषयिक वासना असल्याचा आरोप होऊ नये, इतकी झेपही आपण घेतली आहे.

साहाय्य

मैत्री तुमच्या वैयक्तिक आनंदासाठी, त्याचबरोबर तुमच्या करिअरमधील यश, एवढंच नव्हे तर तुमचं शारीरिक व भावनिक आरोग्य यासाठी खूप महत्त्वाची असते, ही गोष्ट आता तुम्ही जाणता. त्यामुळे मैत्रीतली आव्हानं व समस्या या बाबतीत कुणाचं साहाय्य घ्यावं, असा विचार तुमच्या मनात येऊ शकेल.

या संदर्भात व्यावसायिक मदत घेणं हा एक पर्याय आहे. यासाठी अनेक अर्हताप्राप्त उपचारक उपलब्ध आहेत. मानसशास्त्रज्ञ, मनोविकारतज्ज्ञ, समाजसेवक, मनोचिकित्सक अशा अनेक व्यक्ती मैत्रीविषयक समस्या सोडवण्यास साहाय्य करू शकतात. यासाठी योग्य उपचारक कसा शोधायचा, हा स्वतंत्र पुस्तकाचा विषय होऊ शकेल. पण इथं मी तुम्हाला इतकंच आवर्जून सांगेन की, तुम्ही आणि तुमचा नवा उपचारक 'अनुरूप' असणं गरजेचं आहे.

पण, तुमच्या मैत्रीविषयक समस्यांवर व्यावसायिक समुपदेशनाखेरीज आणखी काही उपाय आहेत का?

आत्ता तुम्ही अशा प्रकारचे उपचार घेणार नसाल किंवा घेऊ शकत नसाल तर, इतर कोणते मार्ग आहेत?

डॉ. डफी स्पेन्सर यांच्या मते मित्र/मैत्रीण उपचारक नसली तरी तो/ती तुम्हाला

आत्मविकासात साहाय्य करू शकते.

डॉ. स्पेन्सर म्हणतात की, "तुम्ही तुमच्या मित्र/मैत्रिणीसाठी आस्थेवाईक श्रोता बना. उत्तम उपचारक बनण्यातील हे एक कौशल्य आहे. तुमचे मित्र, तुम्ही त्यांना समस्या सांगता तेव्हा, त्यावरचे उपाय सांगायला तत्परतेनं पुढे येत असतील, तर तुम्ही त्यांना तुम्हाला काय अपेक्षित आहे ते सांगा."

डॉ. स्पेन्सर म्हणतात :

> *"माझी पहिली सूचना म्हणजे तुम्ही तुमच्या मित्राचं फक्त ऐकून घ्या, त्याच्याशी परानुभूतीच्या भावनेनं वागा... साउंडिंग बोर्डसारखं. मी माझ्या क्लायन्ट व विद्यार्थ्यांना सांगतो की, तुम्ही तुमचं बोलणं पाच-दहा मिनिटं ऐकून घेणारी व्यक्ती शोधा आणि कधीतरी या उपकाराची परतफेड करा.*
>
> *तुम्ही तुमच्या मित्र/मैत्रिणींशी असं ठरवून घेऊ शकता की, 'तू माझी बाजू घेऊ नकोस, माझ्या सोबत वाहवत जाऊ नकोस. त्याचा काहीही उपयोग होणार नाही. काहीही मतं न देता तू फक्त माझ्या भावना ऐकून घे; बस्स इतकंच कर.'*

नाही, मित्र/मैत्रिणी उपचारक होऊ शकत नाहीत किंवा उपचारक मित्र असू नये. पण जेव्हा 'उत्तम श्रोता' ही भूमिका आवश्यक असेल, तेव्हा मित्र किमान ती भूमिका वठवू शकतात. ते एखाद्याचं आयुष्य, त्याच्या आस्थेचे विषय अथवा भय जाणून घेऊ शकतात. फक्त 'शेअर' करण्यानं एखाद्याला दिलासा लाभू शकतो. तुम्ही एखाद्याचं बोलणं परानुभूतीनं ऐकता तेव्हा भावबंध निर्माण होतात आणि त्याचा तुम्हाला लाभ होईल. तुम्ही एखाद्या गोष्टीची दुसरी बाजू जाणून घेऊ शकाल आणि अशा पद्धतीनं शिकणं मोठं विलक्षण असतं.

डॉ. स्पेन्सर यांनी मैत्रीविषयक समस्या सोडवण्यासाठी आणखी काही मार्ग सुचवले आहेत :

- परिषदांना जा. प्रौढ शिक्षण वर्गात प्रवेश घ्या.
- 'सपोर्ट ग्रूप'मध्ये अथवा स्वयंसहायता गटांमध्ये सहभागी व्हा.
- यासाठी काही पुस्तकांचा (Bibliotherapy) खूप उपयोग होऊ शकतो. तुम्ही स्फूर्तिदायी ध्वनिफिती व सीडीजचा उपयोग करून घेऊ शकता.
- तुम्ही सॅन्ड्रा बुलकचा 28 days, Groundhog Day, Regarding henry

असे स्फूर्तिदायक चित्रपट पाहू शकता. (Cinematherapy) तुम्ही मुक्तपणे रडा, त्याचासुद्धा खूप उपयोग होऊ शकतो.

- मनातील भावनांना लेखनाद्वारा वाट द्या. मनातील भावना कोणत्याही पद्धतीनं लिहा. त्यामध्ये लेखनशैली अथवा व्याकरण याची अजिबात काळजी करू नका आणि नंतर ते कागद नष्ट करायला विसरू नका.
- तुमच्याकडे वेळ असेल तर रोजनिशी लिहिणं, हा मार्ग आहे. 'द आर्टिस्ट्स वे'मध्ये ज्युलिया कॅमेरॉन 'द मॉर्निंग पेजेस'चा सल्ला देतात. म्हणजे दररोज सकाळी चार पानं भरतील इतका मजूर लिहायचा... आणि ते पूर्ण झाल्याशिवाय लेखन थांबवायचं नाही.
- अखेरची गोष्ट म्हणजे काही कृती करणं. ही कृती म्हणजे फक्त शारीरिक कृती नसते, तर त्यापेक्षा अधिक काही असतं. उदाहरणार्थ, तुमच्या बुटाच्या तळावर पेन्सिलनं एखाद्याचं नाव लिहा आणि तो बूट जमिनीवर खाड खाड आपटा. असंच टॉवेल जोरानं पिळणं किंवा उशीवर गुद्दे मारणं, हेही करू शकता. आणखी एक मार्ग म्हणजे घराच्या खिडक्या बंद करा आणि किंचाळा. जॉन ली यांच्या 'ग्रोइंग युअरसेल्फ बॅकअप' आणि पीटर लिवाईन यांच्या 'Waking the Tiger' मध्ये या मार्गाविषयी उत्तम माहिती दिली आहे. कडाकडा भांडण्याचा तीव्र आवेग शमवण्याचे हे मार्ग आहेत. आपल्याला मनातल्या भावना व्यक्त करायच्या नाहीत; त्या मनातच ठेवायच्या, अशी शिकवण असते. त्यामुळे, तुम्ही अशा प्रकारे मनातल्या उद्रेकाला वाट करून देऊ शकता.

'सपोर्ट ग्रूप'मध्ये सहभागी होणं, पुस्तकं वाचणं, विशिष्ट वर्गांना प्रवेश घेणं अथवा चित्रपट पाहणं याखेरीज मैत्री जोडण्यासाठी, जपण्यासाठी मैत्रीकौशल्य विकसित करण्याचे आणखीही काही मार्ग अनुसरू शकता :

- सकारात्मक मैत्री जोडा. या मैत्रीत तुम्हाला कोणत्या गोष्टी आवडतात, याचं निरीक्षण करा. ज्याप्रमाणे जोडप्यांनी इतर आनंदी जोडप्यांची संगत धरावी असं म्हटलं जातं; तसंच दुसऱ्याला समजून घेणारी व स्नेहाचे धागे जपणारी मैत्री तुम्हाला स्वतःच्या उदाहरणावरून शिकवू शकते.
- मैत्री व विशिष्ट मित्र/मैत्रिणी यांच्याबद्दलचे तुमचे विचार वहीमध्ये लिहीत राहा. तुम्ही जर रागाच्या भरात मित्रांना फटकन अशा गोष्टी बोलत असाल ज्यामुळे तुमच्या मैत्रीला तडे जातात; आणि हे नुकसान झाल्यानंतर तुम्हाला तुमच्या बोलण्याचा पश्चात्ताप होतो, तर हा मार्ग विशेषकरून अनुसरा.

- मैत्रीशी संबंधित ज्या मुद्द्यांचा तुम्हाला विचार करावासा वाटत असेल, त्यांपैकी एक विषय समोर ठेवा आणि त्याच एका विषयावर काही दिवस विचार करा. विश्वास, परानुभूती, उत्तम श्रोता बनणं, नवा मित्र/मैत्रीण शोधणं किंवा तुमच्या आधीपासूनच्या मैत्रीसाठी अधिक वेळ देणं, तुमचं मैत्रीकौशल्य विकसित करणं किंवा एखाद्या विशिष्ट मैत्रीसंदर्भात त्याचा विचार करणं, अशा सर्व मुद्द्यांचं चिंतन तुम्हाला व तुमच्या मित्र-मैत्रिणींना लाभदायक ठरेल.
- मी 'फिजिकलायझिंग'चं आणखी एक उदाहरण ऐकलं आहे, ते म्हणजे शारीरिक माध्यमातून भावनांना वाट करून देणारं असं एक दुकान आहे, जिथं तुम्हाला ठराविक शुल्क आकारून भिंतीवर काचसामान फेकू देतात.
- तुमच्या मित्र/मैत्रिणीला पत्र लिहा; पण ते पाठवू नका, तसंच ठेवा. आणि काही काळानं जेव्हा तुम्हाला हे पत्र पाठवायलाच हवं असं वाटेल, तेव्हा ते पाठवा. फक्त मनातल्या भावना व विचार कागदावर उतरवल्यानंतर, तुमच्या तक्रारींना शब्दरूप दिल्यानंतर तुम्हाला मैत्रीतल्या समस्या समजून घेणं व त्यातून मार्ग काढून पुढे जाणं सुकर होईल.
- तुमच्या मनात जर मैत्रीविषयी काही भीती असेल, तर त्या संदर्भात वाइटात वाईट काय घडू शकेल, याचा विचार करा. उदाहरणार्थ कल्पना करा : तुम्ही तुम्हाला भेटलेल्या एखाद्या व्यक्तीला फोन करून 'कॉफी प्यायला बाहेर जाऊ या का,' असं विचारलं आणि त्या व्यक्तीनं सांगितलं की, 'मला भरपूर मित्र आहेत, मला तुझ्या सोबतीची गरज नाही.' आता हा नकार पचवणारे तुम्ही डोळ्यांसमोर आणा. या प्रसंगांमुळे तुमचा आत्मसन्मान धुळीला मिळू देण्याऐवजी तुम्ही दुसरा मित्र शोधण्याचं धैर्य गोळा करा.
- संताप, जवळीक, संघर्ष मिटवणं अथवा संवादकौशल्यं, अशा मैत्रीविषयक अथवा त्यासंबंधित विषयांवरील व्याख्यानं व कार्यशाळांना हजेरी लावा.

मित्रांसाठी वेळ

मित्रांसाठी वेळ काढणं या मुद्द्यावर मी विवेचन केलं आहे आणि याच मुद्द्यावर मला बऱ्याचदा प्रश्न विचारले जातात. पण माझ्या ताज्या सर्वेक्षणात, 'तुम्हाला मैत्रीबद्दलची कोणती गोष्ट शिकायला आवडेल?'

या प्रश्नाचं उत्तर देणाऱ्यांमध्ये 'मित्रांसाठी वेळ काढणे' हे उत्तर देणाऱ्यांची संख्या दुसऱ्या क्रमांकाची होती. ('मैत्रीतील संघर्ष कसे हाताळायचे?' या प्रश्नाचा पहिला क्रमांक होता.)

तुमच्या नव्या वा जुन्या मित्रांसाठी वेळ काढण्याचे दहा सर्वोत्तम मार्ग :

१. तुमच्या मित्र-मैत्रिणींना एकत्र भेटण्यास तुमच्या वेळापत्रकात *प्राधान्य* ठेवा.
२. पाककौशल्य, वाचन अशासारखे क्लब स्थापन करा, अथवा काही वर्गांना एकत्र मिळून जा, ज्यायोगे नियमित भेटीगाठी होतील.
३. एकत्र जमण्यासाठी स्वयंस्फूर्तीने पुढे व्हा.
४. 'फ्रेंड्स नाइट आउट'चे आयोजन करा.
५. फक्त तुमच्या मित्रांसमवेत अथवा मित्र व कुटुंबासमवेत वाढदिवस अथवा सुट्या एकत्र साजऱ्या करा.
६. तुम्ही दूर राहत असाल तर मित्रांचं संमेलन ठरवा किंवा सुटी एकत्र घालवण्याचा किंवा अगदी एखाद्या दिवसाच्या सहलीचा बेत आखा.
७. तुमचं ऑफिस जवळ जवळ असेल तर 'लंच'साठी एकत्र जमा.
८. तुम्ही दोघंही कामात अतिशय व्यग्र असल्यामुळे तुम्हाला प्रत्यक्ष भेटणं किंवा फोन करणं शक्य नसेल, तर इ-मेल अथवा पत्रानं संपर्कात राहा.
९. तुम्ही एकत्र भेटता त्या वेळी पुढच्या भेटीचा बेत ठरवा.
१०. 'फ्रेंडशिफ्ट्स' घडतात हे ध्यानात ठेवा. त्यामुळे हे बदल स्वीकारा, म्हणजे जरी तुमचा संपर्क कमी-अधिक होऊ लागला तरी तुमचं मैत्रीचं नातं टिकू शकेल.

मैत्रीची शपथ

'सीबीएस न्यूज संडे मॉर्निंग शो'मध्ये 'मैत्री' मालिकेत माझी मुलाखत सुरू होती तेव्हा रूस मिशेलनी मला प्रश्न केला होता –

"मित्र व मैत्रीकडून रास्त अपेक्षा कोणत्या?"

मी त्यावर उत्तर दिलं होतं की, हा प्रश्न विचार करायला लावणारा आहे, कारण लग्नात पती-पत्नी जी वचनं घेतात, ती अगदी स्पष्ट असतात. पालकत्वाची कर्तव्यं काय याबाबतची मार्गदर्शक तत्त्वं स्पष्ट असतात, तसं मैत्रीबाबत काय सांगता येईल? मग विचार केला आणि 'मैत्री शपथ' तयार केली ती अशी :

तुझा मित्र/मैत्रीण असण्याची जबाबदारी स्वीकारून मी तुझ्याशी प्रामाणिक राहण्याचं व तुझ्या विश्वासाला पात्र राहण्याचं वचन देतो/देते. आपल्यात जर कधी मतभेदाचे अथवा संघर्षाचे मुद्दे उपस्थित झाले, तर ते सोडवण्याचा प्रयत्न मी करीन आणि आपल्या मैत्रीसाठी जो वेळ द्यावा लागेल, तो देण्याचा आणि जे परिश्रम घ्यावे लागतील

ते घेण्याचा प्रयत्न करीन. आपल्या दोघांवरही नोकरी (अथवा शाळा), कुटुंब आणि व्यक्तिगत जबाबदाऱ्या आहेत याची मला कल्पना आहे. त्यामुळे आपण परस्परांच्या इतर नात्यांचा व जबाबदाऱ्यांचा मान राखू. तरीसुद्धा माझी आपल्या मैत्रीशीही बांधिलकी असेल. मला सल्ला विचारला, तरच तो देण्याचा मी प्रयत्न करीन आणि तुझ्याशी बिनशर्त मैत्री राखण्याचाही प्रयत्न करीन.

मी तुझ्या गोपनीय बाबींची गुप्तता राखीन. तथापि, जर माझ्या जोडीदारापासून किंवा इतर कुठल्या महत्त्वपूर्ण नात्यापासून ज्यांना मी विश्वासानं माझी सर्व गुपितं सांगतो/सांगते – काहीही गुप्त राखायचं नाही असं माझं धोरण असेल तर मी तेही तुला सांगीन. मी तुझा वाढदिवस लक्षात ठेवण्याचा आणि तुझ्या बऱ्यावाईट प्रसंगात तुझ्या सोबतीला हजर राहण्याचा प्रयत्न करीन. तुला फोन करणं, पत्र वा इ-मेलनं तुझ्याशी संपर्क साधणं अथवा एकत्र भेटण्याचा बेत ठरवणं याला माझं प्राधान्य असेल. जरासा मत्सर किंवा स्पर्धा असणं, 'नॉर्मल' असलं तरी मी तुझ्या यशाचा आनंद साजरा करीन. मला आपली काल, आज आणि उद्याची मैत्री खूप प्रिय आहे. त्यामुळे मी तुझ्या आयुष्यात आनंद फुलवण्याचा सर्वतोपरी प्रयत्न करीन.

(ही 'मैत्री शपथ' जॅन येगर यांच्या 'हूज दॅट सिटिंग ॲट माय डेस्क?' या पुस्तकातून त्यांच्या परवानगीने घेतली आहे. (Stamford, CT : Hannacroix Creek Books, Inc.2004)

■

इथून पुढे...

हे पुस्तक वाचल्यानंतर जर तुम्हाला मैत्रीविषयक समस्या सोडवणं अधिक सोपं वाटू लागलं असेल तर मग माझं काम सुफळ संपूर्ण झालं! पण आता तुमचं फक्त एक काम झालंय. अजून बाकी आहे ते नकारात्मक मैत्रीशी जुळवून घेण्यात अथवा अशा मित्रांनी केलेल्या विश्वासघाताच्या विचारानं कुढत बसण्यात तुम्ही वाया घालवत असलेली ऊर्जा नवी सकारात्मक मैत्री जोडण्यासाठी वा आधीपासूनचे मैत्रीबंध दृढ करण्यासाठी वापरणं. सकारात्मक, भक्कम आणि विश्वासार्ह मैत्रीचा आनंद घेण्यावर लक्ष केंद्रित करा; कारण ही लाभदायक नाती तुमच्या आयुष्याला आकार देतात. शिवाय, तुम्ही तुमच्या मित्रमंडळींसोबत अधिक आनंद लुटत असाल तर, तुम्हाला आयुष्य अधिक सुखकर वाटेल. तुमच्या आयुष्यात व तुमच्या नातेसंबंधांमध्ये जोडीदार, कुटुंब, व्यावसायिक... सगळं काही आलबेल असल्याची जाणीव भरून राहील.

- ''माझ्या आयुष्यातले काही अत्यंत त्रासदायक बनलेले जवळचे मित्र मला तोडावे लागले. आम्ही सगळे खूप चांगले मित्र आहोत असं त्यांना वाटत होतं आणि ते तसं समजून वागत होते. त्यांच्या योग्यतेपेक्षा त्यांचा त्रासच जास्त होत होता.'' (२६ वर्षीय फ्री-लान्सर कलाकार)
- गेल्या काही वर्षांत मी जोडलेल्या मैत्रींपैकी बऱ्याचशा एकतर्फीच होत्या असं दिसतंय. बऱ्याच लोकांना इतरांनी आपल्यासाठी खूप काही करावं असं वाटत असतं; पण ते स्वतः मात्र त्या बदल्यात फार काही करायला तयार नसतात. आपली रडगाणी ते इतरांना सांगू इच्छितात; पण त्यांची कुणाचं दुःख ऐकायची इच्छा नसते. मैत्री हा दुतर्फा मार्ग आहे; पण बरेच लोक असं मानत नाहीत.'' (५५ वर्षीय विवाहित गृहस्थ. निवृत्त. त्यांना सात भावंडे आहेत. सध्या मित्र नाहीत.)

- ''मला गरज होती तेव्हा माझ्या मैत्रिणीनं मला मदत केली नाही. ती माझ्याच कार्यालयात होती. मला वाटतं मी तिच्या 'पॉवर ग्रूप'मध्ये नसल्यानं तिला माझ्याशी संबंध नको होता. मी काय फक्त एक साधी कर्मचारी.'' (५१ वर्षीय एक्झिक्युटिव्ह, विवाहिता.)
- ''माझ्या आधीच्या बॉयफ्रेंडशी माझी जवळची मैत्री होती; पण मला ती तोडावी लागली. कारण तो ज्या मुलीशी लग्न करणार होता, तिला माझ्याबद्दल मत्सर होता. (३५ वर्षीय, विवाहित, कॉपी एडिटर)
- शाळेत असताना माझी एक खूप चांगली मैत्रीण होती; पण आम्ही हायस्कूलमधून बाहेर पडलो त्यादरम्यान ती दुष्टपणे वागू लागली होती. साधारण दोन वर्षांपूर्वी, मी तिच्या फोनना उत्तर देणं सरळ बंद करून टाकलं. ती माझ्याशी प्रत्येकाबद्दल बोलली होती. माझ्या मुलांशी वाईट वागायची. आता आमच्यात खूप दुरावा आलाय हे मला जाणवलं. आमची मैत्री माझ्या कुटुंबाच्या दृष्टीनं अजिबात निकोप उरली नव्हती.'' (२७ वर्षीय, घटस्फोटित, प्रशासन सहायक)

हे सगळे मैत्रीबंध तुटले... काहींच्या बाबतीत ती अखेर नाट्यमय झाली. ही माणसं या बंधांतून मुक्त होऊन त्यांच्या आयुष्यातल्या इतर मैत्रीबंधांचा वा जवळच्या नात्यांचा आनंद लुटण्यास सज्ज झाली.

तुम्ही तुमच्या आयुष्यात जर प्रेमळ, निष्ठावान व विश्वासार्ह मैत्रीबंधांचं मोल जाणलंत, तर तुमचा प्रवास अधिक जलद व आनंददायी होईल.

तुमचे कॅज्युअल, जवळचे अथवा सर्वांत जवळचे... 'बेस्ट फ्रेंड्स' कोण आहेत याचा खरोखर तुम्ही कधी विचार केला आहे का? तुमच्या वैयक्तिक आयुष्यात, कामाच्या ठिकाणी हे मैत्रीबंध टिकून राहण्यासाठी तुम्ही काय करत आहात?

तुमच्या वैयक्तिक आयुष्यात तुम्हाला फक्त एखाद-दुसरा जवळचा मित्र/मैत्रीण आवश्यक असते आणि तुम्हाला सांभाळणं शक्य असेल तितके 'कॅज्युअल' मित्र/मैत्रिणी व शेजारी. पण तुमच्या नोकरीच्या किंवा व्यवसायाच्या ठिकाणी, विशेषतः तुम्ही 'फ्रीलान्सर' म्हणून काम करत असाल, तुमचा स्वयंरोजगार असेल किंवा तुम्ही उद्योजक असाल तर तुम्हाला एक-दोन डझन 'कॅज्युअल' मित्र/मैत्रिणी असणं गरजेचं असेल; कारण त्यांची तुम्हाला तुमच्या क्षेत्रातील ताज्या घडामोडी समजण्यासाठी आणि तुम्हाला 'फीडबॅक' मिळण्यासाठी मदत होईल. काळजीपूर्वक जपलेले अथवा ज्यांच्याशी मैत्री ठेवण्यासाठी आटोकाट प्रयत्न करावे लागत नाहीत, असे मैत्रीच्या कसोटीवर पारखलेले एक-दोन सच्चे मित्र-मैत्रिणी असणं

अगदी आदर्शवत म्हणण्याजोगं!

तुमच्या वैयक्तिक आयुष्यातील मित्र-मैत्रिणींची यादी करा.

त्यानंतर तुमच्या व्यावसायिक आयुष्यातील मित्र/मैत्रिणींची यादी करा.

तुम्ही एकमेकांना किती काळानं फोन करता, भेटता, संपर्क साधता?

त्यांच्या आयुष्यातले खास दिवस तुमच्या लक्षात असतात का?

जर तुम्हाला तुमच्या वैयक्तिक अथवा व्यावसायिक आयुष्यात गरजेचे असलेले व तुम्हाला हवेसे असलेले मित्र/मैत्रिणी नसतील, तर अशा परिस्थितीत तुम्ही काय करणार?

केवळ तुम्हाला हवं आहे म्हणून हे घडणार नाही. तुमच्या वैयक्तिक आयुष्यातील आनंद व करिअरमधील यश वृद्धिंगत करण्यासाठी तुम्ही खऱ्याखुऱ्या मैत्रीचं नेटवर्क निर्माण करणं आवश्यक आहे आणि त्यासाठी तुम्ही आवश्यक ते बदल करणं गरजेचं आहे.

तुमच्या वैयक्तिक व व्यावसायिक जीवनात सकारात्मक मित्र/मैत्रिणी शोधण्यासाठी व त्यांच्याशी मैत्रीचे धागे अधिक बळकट करत नेण्यासाठी एक कृती आराखडा तयार करा. सर्वप्रथम, मैत्री हे प्राधान्याचं ध्येय ठरवा. दुसरी गोष्ट, तुम्ही नव्या लोकांच्या संपर्कात येऊ शकाल, त्यांना तुमच्याशी संपर्क साधता येऊ शकेल, असं वातावरण निर्माण करा. या व्यक्तींशी तुमची मैत्री होऊ शकते. तुम्ही मुलांना सांभाळणं किंवा वयोवृद्ध आई-वडिलांची काळजी घेणं, या गोष्टींत किंवा कामात इतके बुडालेले आहात का, की तुम्हाला कुणी नवी व्यक्ती भेटली तर तिच्याशी ओळख वाढवून मैत्री करणं तुम्हाला शक्यच होत नाहीये? जर तुम्ही व्यायामासारख्या गोष्टी करत असाल, तर त्या जिममध्ये करा. घरात एकट्यानं व्यायाम करण्यापेक्षा जिममध्ये अथवा हेल्थ क्लबमध्ये गेलात तर तिथं तुम्हाला चार लोक भेटतील. समजा, तुम्हाला अतिखाण्याची इच्छा किंवा दुःखातून सावरणं, अशा वैयक्तिक समस्येतून मार्ग शोधायचा असेल तर, एखाद्या स्वयंसहायता समूहात नाव नोंदवा. तिथं तुम्हाला तुमच्यासारखेच लोक भेटतील. एखाद्या वर्गाला जा. फक्त तिथं कायम उशिरा जाऊ नका अथवा तिथून लवकर निघू नका. नाही तर तिथं मैत्री करण्याजोग्या ज्या व्यक्ती असतील, त्यांच्याशी तुमचा संवादच घडणार नाही. जर तुमचा स्वभाव संकोची, लाजाळू असेल किंवा तुम्हाला इतर काही समस्या असेल- व्यक्तिमत्त्वाशी वा कामाशी निगडित- तर तुम्ही समुपदेशन घ्या. तुम्ही स्वतःचा आत्मसन्मान जागवा, आत्मविश्वास निर्माण करा, म्हणजे तुम्ही संवाद सुरू करणं व नवी मैत्री जोपासणं या गोष्टी अधिक धाडसानं करू शकाल.

इतर लोक तुम्हाला जे सांगू इच्छित आहेत त्या सूक्ष्म बाबी लक्षात घेण्यासाठी

किंवा तुम्ही आठ्या, स्मित, आविर्भाव, पोशाख, देहबोली यांद्वारा जे सकारात्मक अथवा नकारात्मक संदेश संप्रेषित करता, त्या संदर्भात 'अ-मौखिक संपर्क' या विषयाचा अभ्यास करा. समजा तुम्ही इतके व्यापात बुडालेले आहात की, तुम्हाला फोनवर गाठणं कठीण आहे; पण तुमच्याशी मैत्री जुळू शकते, अशा लोकांसाठी इ-मेल, सेल वा मोबाईल फोन अथवा बीपर असे अनेक पर्याय खुले ठेवा.

व्यक्तिगत स्तरावर असो वा व्यावसायिकदृष्ट्या, याचा जो लाभ मिळतो तो यासाठी लागणारा वेळ, ऊर्जा व आत्मशोध यांच्या योग्यतेचा नक्कीच असतो. मैत्रीबंध ताणल्यामुळे मैत्रीच्या वाटेवर जरी वळणं आली तरी मैत्रीत 'बरं' करण्याचीही जबरदस्त ताकद असते. 'सायकॉलॉजी टुडे'मध्ये ' फ्रेंडशिप द हग ड्रग' या लेखात नताशा रेमंड यांनी या मताला पुष्टी दिली आहे. रेमंड यांनी त्या लेखात म्हटलं आहे की, त्यांनी एका वर्षात काही महिलांचा अभ्यास केला. ते मंदीचं वर्ष होतं. त्या पडत्या काळात ७२ टक्के महिलांची त्यांना त्यादरम्यान भेटलेल्या स्वयंसेवकांशी मैत्री झाली होती.

डॉ. लिसा एफ. बर्कमन यांच्या संशोधनात ६५ वर्षांच्या वरच्या वयोगटातील १९४ स्त्री-पुरुषांत हृदयविकाराच्या झटक्यानंतर मैत्रीमुळे मृत्युदर कमी झाल्याचं आढळून आलं आहे. अगदी अलीकडेच झालेल्या संशोधनात दिसून आलं आहे की, तुलनेनं गंभीर अवस्थेतील स्तनाच्या कर्करोगग्रस्त महिलांमध्ये त्यांना आधार देणाऱ्या मित्र-मैत्रिणी व नातेवाइकांच्या मोठ्या नेटवर्कमुळे, हा रोग पुन्हा उद्‌भवण्याची शक्यता व मृत्युदर सात वर्षांत ६० टक्क्यांनी कमी झाला आहे.

अपायकारक मैत्रीपासून मुक्ती : ती जुळली होतीच का, या प्रश्नाचं उत्तर नाही मिळालं म्हणून काय बिघडलं?

मला एकच गोष्ट पुनःपुन्हा ऐकायला मिळत असते... शब्दही तेच असतात. 'काय झालं कोण जाणे! आमची कायम खूप जवळीक होती; पण काय झालं कोण जाणे, तिनं माझ्या फोनना उत्तरं देणं बंद केलं. गेली पंधरा वर्षं आमची मैत्री होती; पण आता ते सगळं विरल्यात जमा आहे.'

आज आपण माहितीयुगात राहतो. आज प्रत्येकालाच कुठल्याही गोष्टीमागचं 'कारण' जाणून घ्यायचं असतं. त्यामुळे तुमच्या एखाद्या मित्र/मैत्रिणीनं तुमचा विश्वासघात केला असेल तर तुमची मैत्री कितीही घनिष्ठ असो, ती व्यावसायिक संदर्भातली असो वा वैयक्तिक स्तरावरची असो, तुमचा हा मित्र/मैत्रीण अशी का वागली हे जाणून घेणं तुमच्यासाठी महत्त्वाचं असतं.

तुमच्या या मित्र/मैत्रिणीला ती तुमच्याशी 'असं का वागली' हे कदाचित

खरंच कळलं नसेल. याचं कारण असं की, ती तिच्या मनात हे मान्यच करत नाहीये... म्हणजे एखादा अप्रिय विषय मान्यच न करण्याची बचाव यंत्रणा तिच्या सुप्त मनात सक्रिय झाली आहे किंवा आपण काय केलं आहे याची तिला व्यवस्थित जाणीव आहे; पण ते मान्य करणं, तिला आत्मसन्मानाला धक्का लावणारं वाटतंय.

कदाचित, तुमच्या मैत्रीला अशा प्रकारे तडा गेलेलं त्या व्यक्तीला कळू नये असं तुम्हाला वाटत असेल; पण असं करण्यानं तुमच्या या मित्र/मैत्रिणीची आणखी मजल जाईल आणि ही व्यक्ती तुम्हाला आणखी उपद्रव देऊ शकेल. त्यामुळे तुम्ही टोल्याला प्रतिटोला द्यायच्या भानगडीत न पडता, तुमच्या मार्गानं जात राहा... अशा मैत्रीपासून दूर होणंच तुमच्या हिताचं ठरेल... अल्पकालीन विचार केला तरी व दीर्घकालीन टप्प्यासाठीही.

डॉरिस या ४८ वर्षीय उद्योजक आहेत. त्यांची दोघींशी अगदी जिवलग व दीर्घ काळ मैत्री होती. एक मैत्री दहा वर्षांपेक्षा जास्त काळ, तर दुसरी पंचवीस वर्षांपेक्षा जास्त काळ टिकून होती. या दोन्ही मैत्रिणींनी फोन करणं बंद केलं वा फोनला उत्तरं देणं बंद केलं आणि या मैत्रीची अखेर झाली. त्यानंतर आजअखेर डॉरिसना या मैत्रिणी कधी भेटल्या नाहीत वा त्यांनी कधी संपर्क केला नाही. आता यामुळे संतापानं तडतडत घडल्या गोष्टीचा विचार करत त्रास करून घ्यायचा, की त्याऐवजी जे काही घडलं त्याचा अर्थ समजून घ्यायचा आणि तो एक अनुभव म्हणून आपल्या खात्यावर जमा करायचा, हे डॉरिसनी ठरवायचं होतं. त्या म्हणतात :

> *"दोघींच्याही बाबतीत तोच प्रकार घडला. त्या दोघींनीही मला एकदम तोडूनच टाकलं. त्यांनी मला फोन करायचं बंद केलं. त्या माझेही फोन घेईनाशा झाल्या. त्यांनी माझी पत्रं परत केली. त्यांनी कोणत्याही प्रकारे माझ्याशी संपर्क येऊ द्यायचं बंद केलं आणि त्याचं कसलंही कारण न देता... काहीही न सांगता.*
>
> *"कुणीतरी तलवार उपसून माझ्या काळजात खुपसावी आणि जोरात फिरवावी , तसं मला वाटलं. मला खूप वाईट वाटलं. माझ्या काळजावर घाव बसल्यासारखं वाटलं. मी खूप व्याकूळ झाले. भीतीही वाटली. माझी सारखी चिडचिड होऊ लागली.*
>
> *"सुरुवातीला मनात अपराधीपणाची आणि शरमेची भावना होती. त्यानंतर मला त्याचा भयंकर त्रास होऊ लागला.*
>
> *"माझ्या मनात वादळं उठत असायची. मी अक्षरशः शोकसागरात*

बुडाले होते. या मैत्रिणींना गमावणं ही खरंच खूप मोठी हानी होती.

"मी या मनःस्थितीतून बाहेर पडण्याचा खूप प्रयत्न करत होते. अखेर एका क्षणी मी स्वतःला निक्षून बजावलं, आता थांबायचं. मी कुठं आहे ते त्यांना माहीत आहे."

"मग मी एका थेरपिस्टकडे जाऊ लागले. तिथं त्यांच्यापैकी एक जण यायची. मग मी त्या थेरपिस्टच्या मध्यस्थीचाही प्रयत्न करून पाहिला.

"बघा, ती माझ्या फोनला प्रतिसाद देत नाहीये. ती याबाबत एकदा बसून चर्चा करायला तयार आहे का, विचाराल का तिला?

"त्यावर त्या थेरपिस्ट बाई म्हणाल्या, 'त्यांची अजिबात इच्छा नाही' असं सांगितलं आहे त्यांनी. त्यांची तुमच्याशी संबंध ठेवण्याची मुळीच इच्छा नाही.' माझ्या प्रयत्नांना हे फळ मिळालं."

या समस्येची उकल सोपी नाही हे डॉरिस यांच्या ध्यानात आलं. त्या वेळी डॉरिस यांचं आयुष्य ज्या टप्प्यावर होतं आणि त्यांच्या मैत्रिणी ज्या टप्प्यावर होत्या, त्यामुळे हा गुंता झाला होता. डॉरिस यांच्या आयुष्यात पती, लहान मूल आणि भरपूर व्यापाची पूर्ण वेळ नोकरी या गोष्टी होत्या; तर त्यांच्या दोन्हीही मैत्रिणींना जोडीदार नव्हता आणि मुलंही नव्हती. डॉरिस यांच्या लेखी मैत्रीमध्ये देण्यापेक्षा घेणं हा भागच जास्त होता. त्यांची ही वृत्ती काळासोबत बदलली. त्याला हे दोन मैत्रीबंध नाट्यमयरीत्या दुरावणं, हेही काही अंशी कारण घडलंच. डॉरिस सांगतात :

"मला त्याचं अतिशय दुःख झालं होतं, पण आज मी मागे वळून पाहते तेव्हा माझ्या लक्षात येतं की, त्या वेळी माझ्या लेखी मैत्री म्हणजे काय होतं! मी या नात्यात माझा वाटा उचलला नाही, हे मला कळून चुकलं आहे.

"या मैत्रीची अखेर झाली त्या टप्प्यावर मी स्वतःमध्येच बुडाले होते. विचित्रपणे वागणारा नवरा आणि बौद्धिकदृष्ट्या अक्षम असल्यामुळे काही समस्या असणारं मूल आणि नोकरी यामध्ये मी आकंठ बुडाले होते. या मैत्रिणींना जोडीदार नव्हता, मूलंही नव्हतं; त्यामुळे त्यांना बराच मोकळा वेळ असायचा. पण मी या दोघींसाठीही अनेकदा उपलब्ध नसायचे.

"हातून एक धागा निसटावा आणि अचानक सगळंच सुटून जावं तसं झालं. मला खरंच खूप धक्का बसला होता."

डॉरिसच्या कौटुंबिक पार्श्वभूमीमुळे त्यांचे हे दोन्ही मैत्रीबंध अधिक वाईट पद्धतीनं संपले. स्वतःच्या वडिलांकडूनच लैंगिक गैरवर्तनाला तोंड द्यावं लागलेल्या डॉरिसना कुणावरच विश्वास ठेवणं कठीण जातं, विशेषतः स्त्रियांवर. कारण त्यांच्याशी त्यांच्या वडिलांनी गैरवर्तन केलं असलं तरी, त्यांच्या आईनं मध्ये पडून ते थांबवलं नाही, यामुळे डॉरिसच्या दृष्टीनं त्यांची आई अपराधी होती.

या दोन्ही मैत्रीबंधांची अखेर तुम्ही कशी सहन केलीत, या माझ्या प्रश्नावर डॉरिस म्हणाल्या :

मला त्यातून बाहेर पडायला एक वर्ष लागलं... खरं तर त्याहीपेक्षा जास्त काळ लागला. जवळ जवळ रोज मी या संपलेल्या मैत्रीबद्दल विचार करत असायचे. प्रत्येक गोष्ट मला स्वतःकडे पाहायला लावत होती... सगळ्या दिशांनी. आणि मी सांगू इच्छिते की, त्यामुळे मी स्वतःकडे खऱ्या अर्थानं लक्षपूर्वक पाहिलं. आपल्याला नात्यांकडून काय हवंय हे समजलं. माझ्या मलाच काही गोष्टी समजल्या. आयुष्यात आपल्या प्राधान्याच्या बाबी काय आहेत? मी नेहमी म्हणते की, माझं कुटुंब आणि मित्र-मैत्रिणी यांचा क्रमांक सर्वांत आधी लागतो; पण प्रत्यक्षात मात्र तसं घडत नव्हतं.

माझ्यालेखी अनेक अर्थांनी ही देणगीच ठरली. मी दुःखाच्या राखेतून वर येऊन स्वतःचाच शोध घेतला, आणि मी खऱ्या अर्थानं बदलले. आता मी अधिक निकोप, परस्पर देवाणघेवाणीचे, प्रेमळ, खरेखुरे मैत्रीबंध जोपासले आहेत.

रॉजरचा मित्र व बॉसनं त्याचा विश्वासघात केलाच, शिवाय नवी नोकरी शोधतानाही त्याला अडचणी आल्या. अखेर रॉजरनं कंपनी सोडल्यानंतर स्वतःच्या स्वप्नांचा पाठपुरावा करत फ्रीलान्स करिअरला सुरुवात केली.

मैत्रीची अखेर करणं या पर्यायाचा विचार करण्याबरोबरच त्या व्यक्तीला माफ करण्याचा काही मार्ग शोधलात तर तुम्हाला काय फायदे होऊ शकतील याचाही विचार करता येऊ शकेल. आपला विश्वासघात करणाऱ्या मित्र/मैत्रिणीला जशास तसं उत्तर कसं देता येईल, यावरच बहुतेक लोक विचार करत राहतात. अशा सूडभावनेपायी किती शक्ती वाया जाते, याचा विचार करा.

जी मैत्री सुरू ठेवण्याची तुमची इच्छा नाही, त्या मित्र/मैत्रिणींशी तुम्ही दोन हात करण्याची गरज नाही किंवा इतर लोक तुम्हाला ज्या वादावादीत गुंतवण्याचा प्रयत्न

करतात, त्यालाही तुम्ही प्रतिसाद देण्याची गरज नाही. या बाबतीतला निर्णय तुम्ही घ्यायचा आहे; पण डॉरिसप्रमाणे तुम्हीही मैत्री, विश्वासघात आणि त्याची कारणं यांचा अभ्यास करू शकता. याचा तुम्हाला वर्तमानातल्या आणि भविष्यातल्या नातेसंबंधांसाठी व पर्याय निवडीसाठी उपयोग होऊ शकतो.

ज्ञानामुळे सामर्थ्य व आत्मविश्वास वाढतो. या पुस्तकातून तुम्हाला मिळालेल्या ज्ञानाच्या मदतीनं तुमच्या एखाद्या अपयशी मैत्रीचं (तशी असेल तर) तुम्हाला कारण शोधता येईल, अशी मला आशा आहे. आता कदाचित तुम्ही स्वतःच तुमच्या अंतःप्रेरणेनुसार आणि उद्देश वा कारणांचा योग्य अर्थ लावून, त्या आधारे गाळलेल्या जागा भरू शकाल. एखाद्या व्यक्तीनं मैत्रीत तुमचा विश्वासघात का केला किंवा तुम्ही अपायकारक मैत्री जोडलीच कशी, या प्रश्नांचं ठोस उत्तर तुम्हाला कदाचित कधीच मिळणार नाही, हे वास्तव आहे. पण जरी तुम्हाला निश्चित उत्तर मिळालं नाही तरी तुम्ही सजग बनल्यामुळे त्याच्या जवळपास जाऊ शकाल. डॉरिसनी हेच केलं आणि तुम्हीही ते करू शकता.

आता मैत्री, विश्वासघात त्याचबरोबर सकारात्मक व नकारात्मक मैत्रीतील फरक, या सगळ्याबद्दल तुम्ही पुरेसं शिकला आहात. त्यामुळे आता मैत्रीबाबत तुमच्या मनातलं भय कमी झालं असेल, अशी मी आशा करते. मैत्रीचं सुंदर नातं गुंफलं जाण्यासाठी आवश्यक असणारे २१ निरनिराळे प्रकार कसे ओळखायचे, तेही तुम्ही शिकला आहात. तुम्ही या पुस्तकात दिलेली अनेक उदाहरणं अभ्यासली आहेत, तसंच तुम्ही तुमच्या आयुष्यातील अशी सुंदर नाती सांगू शकाल जी सत्य, प्रामाणिकपणा व निष्ठा यांवर आधारित आहेत. विश्वासघात, खोटारडेपणा, कपटीपणा, मत्सर आणि चक्क खुनशी वृत्ती या कारणांमुळे तुटणारी मैत्रीही असते आणि ती तुटलीही पाहिजे. आता तुम्ही असे मित्र/मैत्रिणी ओळखणं व त्यांना व्यवस्थित हाताळणं यासाठी चांगले सज्ज झाला असाल, असं मला वाटतं.

पण मित्रांमुळे आयुष्य वाढतं व जीवनस्तरही उंचावतो, ही गोष्ट नाकारताच येणार नाही. तुम्ही जर खंबीर असाल तर कधी कधी तुम्ही तुटू पाहणारी मैत्री जुळवून ठेवू शकाल; कायमचा दुरावा टाळू शकाल.

अल्मा समलिंगी आहेत. त्या म्हणतात :

> *"बार्बराला (मैत्रिणीला) मी तिच्या प्रेमात पडल्याचं सांगितलं; पण ती म्हणाली की तू मला खूप आवडतेस, पण ती माझ्या प्रेमात नव्हती; पण जर ती समलिंगी असती, तर तिला माझीच सोबत आवडली असती. आमच्या दोघींची चांगली मैत्री राहिली. तिनं हा सगळा प्रकार ज्या पद्धतीनं हाताळला, ते खरंच एक बक्षीसच होतं."*

या पुस्तकात २२ वैशिष्ट्यं सांगितली आहेत, त्यानुसार स्वतःमध्ये बदल घडवून तुम्हीही अधिक चांगली मैत्री निभावू शकाल; मैत्री स्वीकारू शकाल अथवा तुमच्या आधीपासूनच्या मैत्रीबंधांची कदर करू शकाल. एक विवाहित मध्यमवयीन महिला माझ्याशी बोलत होती. तिला बालपणी खूप वाईट अनुभवाला तोंड द्यावं लागलं होतं. ती सांगत होती : "मला आयुष्यात आपण कुठल्या चांगल्या गोष्टीसाठी पात्र आहोत असं वाटलंच नाही. जेव्हा एखादी मैत्रीण काहीतरी चांगलं करते तेव्हा, मला आपली काहीच योग्यता नाही असं वाटू लागतं. मला द्यायचं असतं; पण मला त्या बदल्यात काही घेता येत नाही. ते कसं घ्यायचं ते शिकायचंय मला."

मित्र/मैत्रिणी न बदलता, मैत्रीमधली व मैत्रीबद्दलची वृत्ती सकारात्मकरीत्या बदलली, तर ते फायद्याचं ठरतं हे दर्शवण्याचा माझा प्रयत्न आहे. १९९६ मध्ये मी 'फ्रेंडशिफ्ट्स' या माझ्या पुस्तकासाठी बोनी या ४९ वर्षीय महिलेची मुलाखत घेतली होती. या मुलाखतीत त्यांनी सांगितलं होतं की, त्यांचा बस्टर नामक कुत्रा त्यांचा आजवरचा सर्वांत चांगला मित्र आहे. एवढंच नव्हे, तर कुत्रा माणसापेक्षा चांगला मित्र असतो असंही त्या सांगत होत्या. याबद्दल बोलताना त्यांनी वापरलेले शब्द होते... 'आय वोट फॉर डॉग्ज.'

त्यानंतर पाच वर्षं उलटली. दरम्यान त्यांनी स्वतःच स्वतःला सावरलं, समुपदेशनाचा आधार घेतला. मैत्री या विषयावर अधिक चिंतन केलं. दरम्यानच्या काळात त्यांनी आयुष्य बदलून टाकणारा अनुभवही घेतला आणि त्यांचं आयुष्य व त्यातले मैत्रीबंध दोन्हीही बदलून गेलं.

"कुत्री माणसांपेक्षा चांगली असतात असं (आता) मी म्हणणार नाही. आता मला असं वाटत नाही. माझं माझ्या कुत्र्यावर आजही प्रेम आहे; पण माझ्या आयुष्यात जे लोक आहेत त्यांच्याप्रति मी खरंच कृतज्ञ आहे. त्या वेळी (पाच वर्षांपूर्वी) मी फार रागात होते. अतिशय दुःखी होते. आजही मी काही सुखात आहे असं म्हणू शकत नाही; पण मी दुःखात आहे असंही म्हणणार नाही.

"दरम्यान माझी एकुलती एक बहीण वारली. अगदी एखाद्या नाटकात घडावी तशी आयुष्य बदलून टाकणारी ती घटना होती.

"त्या वेळी रेगिना या माझ्या जवळच्या मैत्रिणीनं मला अधार दिला, पण आयुष्य जसजसं पुढे गेलं, तसतसा मैत्रीबाबतचा माझा दृष्टिकोन बदलत गेला. आधी मी दुःखी असायचे, स्वतःला कस्पटासमान

मानायचे; पण माझ्यात बदल घडला. आयुष्याकडे पाहण्याचा माझा दृष्टिकोन खूप सकारात्मक झाला.''

आपले मित्र/मैत्रिणी हे आपलाच आरसा असतात... आपलंच प्रतिबिंब. कधी-कधी आपल्यालाच स्वतःत बदल घडवावा लागतो, बोनीसारखा. आपण स्वतःकडे पाहण्याचा दृष्टिकोन बदलला की, कदाचित तोच मित्र अथवा तीच मैत्रीण वेगळ्या कोनातून वेगळीच भासेल. काळाच्या ओघात, बोनीची मैत्रीण रेगिनासुद्धा बदलली होती. पूर्वी जशी ती सगळी सूत्रं स्वतःकडे ठेवू पाहायची, ती वृत्ती कमी होऊन, ती मैत्रिणीसाठी अधिक उपलब्ध होऊ लागली होती, तिला स्वीकारू लागली होती.

५५ वर्षीय मायकेलनी कॉर्पोरेट क्षेत्रातली नोकरी सोडली आणि नोकरीच्या ठिकाणच्या त्यांच्या 'बेस्ट फ्रेंड'लाही कायमचा रामराम ठोकला. ते म्हणतात, ''मला स्वतःबद्दल जितकं अधिक चांगलं वाटू लागलं, तितकं मला इतर सगळ्यांबद्दलही चांगलं वाटू लागलं.'' ते स्वतःकडेच अधिक मायेनं पाहू लागले तेव्हापासून ते त्यांच्या मित्राला किंवा इतर लोकांना तितकं धारेवर धरेनासे झाले.

मी सुरुवातीला जो प्रश्न उपस्थित केला होता, त्या प्रश्नाकडेच पुन्हा येते : जर मैत्री लग्नाइतकी टिकत नसेल (घटस्फोट, जोडीदाराचं निधन वा स्वतःहून एकटं राहण्याचा निर्णय यामुळे लग्न विरू शकतं.) तर कायमच्या, जीवनभरच्या नात्यावर विश्वास कसा ठेवायचा?

बोनीच्या लक्षात आलं की, मजबूत मैत्री जोडण्यासाठी आधी आपण स्वतःचीच सोबत करावी लागते (काही जण म्हणतील, देवाशी बंध जोडावे लागतात) आणि बालपणात शारीरिक व लैंगिक अत्याचार भोगावं लागलेल्या शिवाय अतिलठ्ठपणाचा सामना करत असलेल्या ब्रेन्डा यांनीही मला क्षमाशीलता व स्वतःवर प्रेम करणं या गोष्टी किती महत्त्वाच्या असतात, हे सांगितलं. जिवलग मैत्री जोडण्यासाठी ते साहाय्यभूत ठरतं असं त्यांना वाटतं :

> *''काही वर्षांपूर्वी, मला कुणाही व्यक्तीला जवळ येऊ द्यायचीच भीती वाटायची. आता माझ्यात अधिक आत्मविश्वास आला आहे. आयुष्यात व्यक्ती म्हणून आपण कोण आहोत, हे आता मला नीट उमगलं आहे. अजूनही कधी-कधी मला भीती वाटते; पण मी आता लोकांना दूर लोटत नाही. माझ्या आयुष्यात लपवण्यासारखं अथवा लाज वाटण्याजोगं काहीही नाही. माझ्याजवळ मित्राला देण्यासारखं काहीतरी आहे, असंही मला वाटतं.*

दुसरी गोष्ट म्हणजे आपण क्षमा करायला शिकलं पाहिजे. जे लोक आपलं मन दुखावतात अथवा आपल्याला अपाय करतात, ज्यांनी आपलं बालपण हिरावून घेतलं , अशांनाही आपण क्षमा केली पाहिजे. आपण अशा प्रकारे क्षमाशील राहिलो की, आपण स्वतःलाही क्षमा करायला शिकतो. स्वतःच्या बाबतीत क्षमाशील असल्याखेरीज आपण प्रेम करायला शिकत नाही आणि प्रेमाविना आयुष्य रितं असतं. आयुष्यात चांगले मित्र/मैत्रिणी, खास व्यक्ती यांचा विचार करा.

मित्र-मैत्रिणी हा काही एकाकीपणा, करिअरविषयक समस्या, प्रेमभंग, मानसिक आजार अथवा अपयश यांवरचा झटपट उपाय नव्हे. मात्र, मित्र-मैत्रिणी- विशेषतः सकारात्मक, जवळचे, खास- तुमचं आयुष्य समृद्ध करायला मदत करतात, तुमचा आनंद अधिक फुलवतात.

मैत्रीत तुमचा विश्वासघात होईलच असं नाही किंवा तुम्ही विखारी मैत्री सुरू ठेवाल, असंही नाही.

तुम्हाला नकारात्मक मैत्रीवर चिंतन करायला उद्युक्त करणं, हा या पुस्तकाचा उद्देश नाही. तुमच्यासाठी अनेक सकारात्मक मैत्रीबंध उपलब्ध आहेत आणि तुम्हीही ती अनुभूती घेण्याच्या योग्यतेचे आहात. कदाचित, पूर्वी एखाद्या विश्वासघातामुळे तुमची काही शक्ती खर्ची पडली असेल. तसं आता घडत नसल्यामुळे अथवा एखादा नकारात्मक मैत्रीबंध समोर आलाच तर तो ओळखण्याचा व त्याला तोंड देण्याचा आत्मविश्वास दुणावल्यामुळे, तुमच्या मनातलं मैत्री जोडण्याचं भय जाऊन त्या जागी आशावाद जागला असेल आणि आपल्या सर्वांनाच सहज उपलब्ध असलेला मैत्रीचा सुंदर रेशीमगोफ आपल्याही आयुष्यात विणला जाईल अशी तुमच्या मनात इच्छा असेल. आपण कुणीच भूतकाळ बदलू शकत नाही... मग तो आनंदी फुलपंखी बालपणाचा काळ असो वा उदासवाणा काळ असो, तुमचा जोडीदार निवर्तल्यामुळे तुमचा चोपन्न वर्षांचा संसार उधळला गेला असो वा तुम्ही संपूर्ण आयुष्य कुणा जोडीदाराविना एकाकी काढलं असो... ते पुसता येत नाही किंवा मैत्री प्रेमाचं स्थानही घेऊ शकत नाही (किंवा मुलंबाळं, भावंडं, आई-वडील अथवा परिवार यांपैकी कुणाचंच) हे आपण निवडलेलं नातं असतं... त्याची स्वतःची अशी गुंतागुंत असते आणि भरघोस फळंही असतात.

तुम्हाला चांगले मित्र-मैत्रिणी लाभले असतील तर छानच! त्यांच्याशी नात्याचा सुंदर गोफ गुंफा; पण जर तुमच्या मित्र-मैत्रिणींनी तुम्हाला धक्का दिला असेल, अपेक्षाभंग केला असेल अथवा तुम्हाला दुखावलं असेल, तर नव्यानं आरंभ करा.

अगदी आत्ता... या क्षणी. तुम्हाला आयुष्यात किमान एक तरी प्रेमळ, तुम्हाला जपणारा मित्र/मैत्रीण हवी. तुम्ही स्वतः चांगले मित्र/मैत्रीण असाल-नसाल किंवा तुम्हाला प्रेमळ मित्र/मैत्रिणीची साथ मिळाली असेल-नसेल; पण तुम्हाला असा मित्र/मैत्रीण लाभेल, अशी आशा आहे.

■